AF756179

കോടിയേരി
എന്ന
രാഷ്ട്രീയ മനുഷ്യൻ

Kodiyeri
Enna Rashtreeya Manushyan
Life/Politics

Dr. P S Sreekala

CHINTHA PUBLISHERS
Thiruvananthapuram

First Edition
April 2022

Second Impression
August 2022

Second Edition
May 2023

Published
Chintha Publishers, Thiruvananthapuram

Printed at
Repro India Ltd, Mumbai

Cover Design
Vinod Mangoes

ISBN : 978-93-90301-99-7

CR - 3355 / 6489

₹ 240

Email: chinthapublishers@gmail. com
Website: www. chinthapublishers. com

A version is available at National Libraries
Kolkata, Mumbai, Chennai and Delhi

Distribution
DESHABHIMANI BOOKHOUSE
H O Thiruvananthapuram 695035

Branch
Head Office Kunnukuzhi • Statue Thiruvananthapuram
KSRTC Bus Terminal Thampanoor • Saphalyam Complex Thiruvananthapuram
KSRTC Bus Station Alappuzha • KSRTC Bus Station Ernakulam
Machingal Lane Thrissur • IG Road Kozhikode
Mavoor Road Kozhikode • NGO Union Building Kannur
Central Bus Terminal Complex Thavakkara Kannur

കോടിയേരി
എന്ന
രാഷ്ട്രീയ മനുഷ്യൻ

ഡോ. പി എസ് ശ്രീകല

ചിന്ത പബ്ലിഷേഴ്സ്
തിരുവനന്തപുരം-695 035
വില: ₹ 240

ഡോ. പി എസ് ശ്രീകല

തിരുവനന്തപുരത്തു ജനനം.

ജി ശ്രീധരൻനായരുടെയും പഷ്മളയുടെയും മകൾ.

കേരള സർവകലാശാലയിൽനിന്ന് എം എ മലയാളം ഒന്നാം റാങ്ക്.

'ഇ എം എസിന്റെ സാഹിത്യസംഭാവനകൾ' എന്ന വിഷയത്തിൽ പി എച്ച് ഡി.

യൂണിവേഴ്സിറ്റി കോളേജ് മലയാളവിഭാഗത്തിൽ അധ്യാപിക.

കേരള സർവകലാശാല സെനറ്റംഗം.

കേരളസാഹിത്യ അക്കാദമി എക്സിക്യൂട്ടീവ് കമ്മിറ്റിയംഗം.

ഗവ. കോളേജ് അധ്യാപക സംഘടനയായ എ കെ ജി സി ടി സംസ്ഥാന കമ്മിറ്റിയംഗം.

കേരളസ്ത്രീപഠനകേന്ദ്രം ഡയറക്ടർ.

പുരോഗമന കലാസാഹിത്യസംഘം സംസ്ഥാനക്കമ്മിറ്റി അംഗം.

വനിതാസാഹിതി ജില്ലാസെക്രട്ടറി.

സാക്ഷരതാമിഷൻ ഡയറക്ടർ (2016-2022).

നിലവിൽ നോളജ് മിഷൻ ഡയറക്ടർ.

സംഘപരിവാറിന്റെ ഫാസിസം (പരിഭാഷ), *കേരളത്തിലെ വിദ്യാഭ്യാസം: പശ്ചാത്തലവും പരിവർത്തനവും, ഭാഷ സാഹിത്യം ഇ എം എസ്, ഫെമിനിസത്തിന്റെ കേരള ചരിത്രം, നവോത്ഥാനത്തിന്റെ ഭാവുകത്വപരിസരം* ഉൾപ്പെടെ നിരവധി ഗ്രന്ഥങ്ങൾ രചിച്ചു.

ഭർത്താവ് : പി ബാബു
മകൾ : അമ്മു
വിലാസം : ടി സി 27/1157, അമ്മുവീട്
വഞ്ചിയൂർ പി ഒ,
തിരുവനന്തപുരം - 695 035

ഉള്ളടക്കം

പ്രസാധകക്കുറിപ്പ്

കണ്ണൂർ എന്തുകൊണ്ട് ഇന്ത്യൻ രാഷ്ട്രീയ ചരിത്രത്തിലെ ഏറ്റവും ചുവന്ന അദ്ധ്യായമായി മാറുന്നു എന്നത് ഏതൊരു രാഷ്ട്രീയ വിദ്യാർത്ഥിയുടെയും അന്വേഷണ വിഷയമാണ്. കൊളോണിയൽ ഭരണകൂടത്തിനും ജന്മിത്വ ചൂഷണത്തിനുമെതിരെ നടന്ന തീക്ഷ്ണ പോരാട്ടങ്ങളിൽ ഉരുകി ഉറച്ചതാണ് കണ്ണൂരിലെ രാഷ്ട്രീയം. കേരളത്തിലെ ഇടതുപക്ഷ രാഷ്ട്രീയത്തിന് എക്കാലവും ആവേശം പകരുന്നതാണ് കണ്ണൂരിന്റെയും ഉത്തര മലബാറിന്റെയും ധീര ചരിത്രം. എണ്ണമറ്റ ഉജ്ജ്വല രാഷ്ട്രീയ വ്യക്തിത്വങ്ങൾക്ക് ഇവിടം ജന്മമേകിയതിനും കാരണം ഇത് തന്നെയാകും.

ആ മഹാരഥന്മാരുടെ നിരയിലെ സമകാലിക കണ്ണിയായി വേണം സഖാവ് കോടിയേരി ബാലകൃഷ്ണനെയും നാം അടയാളപ്പെടുത്താൻ. കേരളീയ രാഷ്ട്രീയത്തിലെ ഏറ്റവും സൗമ്യവും ദീപ്തവുമായ ആ വ്യക്തിത്വത്തിന്റെ ജീവിത പരിസരങ്ങളെയും അത് രൂപപ്പെടുത്തിയ സാമൂഹിക രാഷ്ട്രീയ സാഹചര്യങ്ങളെയും ലളിതമായി അടയാളപ്പെടുത്തുകയാണ് ഈ പുസ്തകം.

ചിന്ത പബ്ലിഷേഴ്സ്

ആമുഖം

ആദ്യമായെഴുതിയ ജീവചരിത്രം സാനുമാഷിന്റേതാണ്. മുൻകൂട്ടി ആലോചിച്ചുറപ്പിച്ച് ജീവചരിത്ര രചനയിലേക്ക് എത്തുകയായിരുന്നില്ല. തികച്ചും അവിചാരിതമായിരുന്നു ആ തീരുമാനമെടുക്കാനിടയായ സാഹചര്യം. അതിനെക്കുറിച്ച് *സാനുമാഷ്: മലയാളത്തിന്റെ സമഭാവദർശനം* എന്ന പുസ്തകത്തിന്റെ ആമുഖത്തിൽ വിശദമാക്കിയിട്ടുള്ളതുകൊണ്ട് ഇവിടെ ആവർത്തിക്കുന്നില്ല.

വീണ്ടുമൊരു ജീവചരിത്രമെഴുതി - കെ എൻ പണിക്കർ സാറിന്റേത്. മലയാളിയായ ലോകപ്രശസ്ത ചരിത്രകാരന്റെ ജീവിതം കേരളം അടുത്തറിയണം എന്ന താല്പര്യമാണ് ആ രചനയിലേക്ക് നയിച്ചത്. ഒപ്പം, ഗുരുതുല്യരായ ചിലരുടെ പ്രേരണയും ഉണ്ടായിരുന്നു. "ഇനി ആരെക്കുറിച്ചെഴുതുന്നു" എന്ന് ചോദിച്ചത് എം വി ഗോവിന്ദൻമാഷാണ്. "ജീവചരിത്രകാരിയാക്കുകയാണോ മാഷേ?" എന്ന മറുചോദ്യത്തിന് സഹജമായ ഗൗരവത്തോടെ അദ്ദേഹം മറുപടി നല്കി. "നിങ്ങൾ കോടിയേരിയുടെ ജീവചരിത്രം എഴുതണം." മാഷിന്റെ നിർദ്ദേശം നിഷേധിക്കാനാവുമായിരുന്നില്ല.

തികഞ്ഞ രാഷ്ട്രീയമനുഷ്യനാണ് കോടിയേരി. മനുഷ്യൻ സാമൂഹ്യജീവി എന്നതുപോലെ രാഷ്ട്രീയജീവിയുമാണ്. എന്നാൽ, എല്ലാവരും രാഷ്ട്രീയ മനുഷ്യരാവുന്നില്ല. എന്തുകൊണ്ട് കോടിയേരി ഒരു രാഷ്ട്രീയ മനുഷ്യനാവുന്നുവെന്ന് ഈ ജീവചരിത്രം വ്യക്തമാക്കുമെന്ന് പ്രതീക്ഷിക്കുന്നു.

വലതുപക്ഷ മാധ്യമങ്ങളുടെ നിരന്തര ആക്രമണത്തിന് വിധേയനാണ് കോടിയേരി.

സൗമ്യനായിരിക്കെത്തന്നെ കുറിക്കുകൊള്ളുന്ന പ്രതികരണങ്ങളിലൂടെ എതിരാളികളെ നേരിടുന്ന രാഷ്ട്രീയതന്ത്രം കോടിയേരിയുടെ സവി

ശേഷതയാണ്. ജീവചരിത്ര രചനയുടെ ഭാഗമായി പലരോടും സംസാരിച്ചപ്പോൾ ബോദ്ധ്യമായ മറ്റൊരുകാര്യം സ്കൂൾവിദ്യാഭ്യാസകാലത്തെ സഹപാഠികളോടുൾപ്പെടെ ഇന്നും സൗഹൃദം നിലനിർത്തുന്ന വ്യക്തിയാണ് കോടിയേരി എന്നതാണ്. തന്റെ സംഘടനാപദവിയോ അതുമായി ബന്ധപ്പെട്ട തിരക്കുകളോ സൗഹൃദത്തിനു തടസ്സമാകുന്നില്ല.

വ്യക്തിപരമായ ഈ സവിശേഷത സംഘടനാനേതൃത്വത്തിലുള്ളപ്പോൾ പാർട്ടിക്ക് ഗുണകരമായിത്തീരുന്നു. പാർലമെന്ററി പ്രവർത്തന കാലയളവിലും ജനകീയനായ എം എൽ എ യും മന്ത്രിയുമായി തുടരാൻ അദ്ദേഹത്തിനു കഴിഞ്ഞതിലൊരു ഘടകം ഇതുതന്നെയാണ്. അതേസമയം, നേതാവ്, ഭരണാധികാരി എന്നീ നിലകളിൽ പെട്ടെന്ന് തീരുമാനങ്ങളെടുക്കാനും അണികൾക്ക് ആത്മവിശ്വാസവും ധൈര്യവും പകർന്ന് കൂടെ നില്ക്കാനും അദ്ദേഹത്തിനു കഴിയുന്നു.

ഈ ജീവചരിത്രരചനയിൽ വ്യക്തിയുടെ ജീവിതത്തെ രാഷ്ട്രീയ സംഭവഗതികളുമായി ബന്ധപ്പെടുത്തി അവതരിപ്പിക്കുന്ന സമീപനമാണ് സ്വീകരിച്ചിരിക്കുന്നത്. ഐക്യകേരളപ്പിറവിയുടെ പശ്ചാത്തലത്തിലാണ് തുടക്കം. വിമോചന സമരകാലത്താണ് കോടിയേരിയുടെ ബാല്യം. വിമോചനസമരം വിതച്ച വിത്തുകളോടൊപ്പമാണ് ബാലകൃഷ്ണൻ എന്ന കുട്ടി വളർന്നുവന്നത്. ഇത് പ്രധാനമാണെന്നു കരുതുന്നു. തുടർന്ന് ഓരോ ഘട്ടത്തിലും സാർവ്വദേശീയ-ദേശീയ-പ്രാദേശിക തലങ്ങളിലെ രാഷ്ട്രീയ സംഭവഗതികളിലൂടെയാണ് രചന കടന്നുപോകുന്നത്. ആ സംഭവങ്ങളിൽ സി പി ഐ (എം) ന്റെ നിലപാടും അതിന്റെ പ്രസക്തിയും അവയിൽ ഉറച്ചുനില്ക്കുന്ന കോടിയേരിയുടെ സംഘടനാ/സംഘാടന മികവും പ്രതിപാദിക്കുന്നു. അങ്ങനെ നോക്കുമ്പോൾ 1957 മുതലുള്ള കേരളത്തിന്റെ രാഷ്ട്രീയ ചരിത്രത്തിലെ ചില സുപ്രധാന ഏടുകളാണ് ഈ പുസ്തകത്തിൽ നിർണ്ണായകസ്ഥാനം പിടിച്ചിരിക്കുന്നത്. അവയ്ക്കിടയിലൂടെ കോടിയേരിയുടെ ജീവിതം രേഖപ്പെടുത്തുകയാണ് ചെയ്തിരിക്കുന്നത്.

ഈ രചന നിർവ്വഹിക്കുന്നതിന് സഹായിച്ച നിരവധി പേരുണ്ട്. സ്വന്തം ജീവിതത്തിലെ പ്രസക്ത സംഭവങ്ങളെക്കുറിച്ച് വളരെക്കുറച്ച് വിവരങ്ങൾ മാത്രമേ സ. കോടിയേരിയിൽ നിന്ന് ലഭ്യമായുള്ളൂ. അവയെ സ്വാഭാവികമായി മാത്രം കാണുന്നതു കൊണ്ടാവും. അദ്ദേഹം ആ രീതി സ്വീകരിച്ചത്. അതുകൊണ്ടുതന്നെ അദ്ദേഹത്തെ അടുത്തറിയുന്ന പലരിൽ നിന്നും വിവരങ്ങൾ ശേഖരിച്ചു. തലശ്ശേരി ഏരിയാ സെക്രട്ടറി സ. എം സി പവിത്രൻ, ജനാർദ്ദനൻ മാഷ്, സുരേഷ് ബാബു മാഷ്, പാളയം ഏരിയാ സെക്രട്ടറി സ. സി പ്രസന്നകുമാർ എന്നിവരെ നന്ദിയോടെ ഓർക്കുന്നു. കൂടാതെ സ. കോടിയേരി ആഭ്യന്തരവകുപ്പ് മന്ത്രിയായിരുന്നപ്പോൾ പൊലീസ് സംവിധാനത്തിന്റെ ഭാഗമായി അദ്ദേഹത്തോടൊപ്പം പ്രവർത്തിച്ച ഡോ. ബി സന്ധ്യ ഐ പി എസ്, അദ്ദേഹത്തിന്റെ ഒപ്പമുണ്ടായിരുന്ന ബി അബുരാജ് അദ്ദേഹത്തിന്റെ നിയമസഭാ പ്രസംഗങ്ങളും

ജനപ്രതിനിധിയെന്ന നിലയിലെ പ്രവർത്തനവും വിലയിരുത്തി ലേഖനം നല്കിയും പ്രസംഗങ്ങൾ തെരഞ്ഞെടുത്തും സഹായിച്ച പ്രിയ സുഹൃത്ത് പി എസ് റംഷാദ് എന്നിവർക്കും നന്ദി. അടിയന്തരാവസ്ഥക്കാലത്ത് കോടിയേരിയുടെ സഹപാഠിയായിരുന്ന ചരിത്രപണ്ഡിതൻ മലയിൻകീഴ് ഗോപാലകൃഷ്ണൻ സാറിന്റെ സഹകരണത്തിനും നന്ദി അറിയിക്കുന്നു.

നവലിബറൽ സാമ്പത്തികനയങ്ങൾ പൂർവ്വാധികം ശക്തമായി നടപ്പിലാക്കുകയും തീവ്രഹിന്ദുത്വത്തെ വൈകാരികമായി അടിച്ചേല്പിച്ച് വർഗ്ഗീയസംഘർഷം സൃഷ്ടിച്ചും രൂക്ഷമാക്കിയും ഇന്ത്യയുടെ ഭരണഘടനാതത്ത്വങ്ങളെ അട്ടിമറിക്കുകയും ന്യൂനപക്ഷങ്ങളെ ഭീതിയുടെ മുൾമുനയിൽ നിർത്തി വർഗ്ഗീയ സംഘട്ടനത്തിന് പ്രേരിപ്പിക്കുകയും ചെയ്യുന്ന സംഘപരിവാറിനെതിരെ വിട്ടുവീഴ്ചയില്ലാതെ പോരാടുന്ന ഇടതുപക്ഷത്തിന് നേതൃത്വം നല്കുന്ന പ്രസ്ഥാനമാണ് സി പി ഐ (എം). ആ സി പി ഐ (എം) ന് സംഘടനാനേതൃത്വം നല്കുന്ന കോടിയേരി ബാലകൃഷ്ണന്റെ ജീവചരിത്രം ജനാധിപത്യ-മതനിരപേക്ഷ കേരളം സ്വീകരിക്കുമെന്ന് പ്രതീക്ഷിക്കുന്നു.

ഡോ. പി എസ് ശ്രീകല

അവതാരിക

ചരിത്രവും വ്യക്തിയും

പ്രകാശ് കാരാട്ട്

ആയിരത്തിത്തൊള്ളായിരത്തി അറുപത്തിനാലിൽ സി പി ഐ (എം) രൂപീകരിച്ചതിനു ശേഷമുള്ള തലമുറയിലെ നേതാക്കളിലൊരാളാണ് കോടിയേരി ബാലകൃഷ്ണൻ.

ഹൈസ്കൂൾ വിദ്യാർത്ഥിയായിരുന്ന കാലത്ത് രാഷ്ട്രീയ പ്രവർത്തനം ആരംഭിച്ച കോടിയേരി ബാലകൃഷ്ണന്റെ രാഷ്ട്രീയവും സംഘടനാപരവുമായ പ്രവർത്തനപാടവം 1973 ൽ അദ്ദേഹത്തെ എസ് എഫ് ഐ യുടെ സംസ്ഥാന സെക്രട്ടറി സ്ഥാനത്തിന് അർഹനാക്കി. അടിയന്തരാവസ്ഥയ്ക്കെതിരെ നടന്ന വിദ്യാർത്ഥിപ്രക്ഷോഭങ്ങൾക്ക് നേതൃത്വം നൽകിയതിന് ഒന്നരവർഷക്കാലം അദ്ദേഹം ജയിൽവാസം അനുഭവിച്ചു. എസ് എഫ് ഐ യുടെ പ്രവർത്തനം സംസ്ഥാനത്താകമാനം വ്യാപിപ്പിക്കുന്നതിലും കേരളത്തിലെ ഏറ്റവും വലിയ വിദ്യാർത്ഥി പ്രസ്ഥാനമായി എസ് എഫ് ഐ യെ വളർത്തുന്നതിലും കോടിയേരി നിർണ്ണായകമായ പങ്കുവഹിച്ചു.

അദ്ദേഹത്തിന്റെ ആദ്യകാല പാർട്ടിപ്രവർത്തനം തലശ്ശേരിയിലായിരുന്നു. ബ്രാഞ്ച് സെക്രട്ടറിയായും ലോക്കൽ കമ്മിറ്റി സെക്രട്ടറിയായും പ്രവർത്തിച്ച കോടിയേരി ക്രമേണ പാർട്ടിയുടെ കണ്ണൂർ ജില്ലാ സെക്രട്ടറിയായി. ആർ എസ് എസ് നേതൃത്വം നല്കുന്ന വർഗ്ഗീയ ശക്തികൾക്കെതിരായ പോരാട്ടത്തിന്റെ മുൻനിരയിൽ ആദ്യകാലം മുതൽതന്നെ കോടിയേരി ഉണ്ടായിരുന്നു. ആർ എസ് എസിന്റെ ആക്രമണത്തിന് അവർ ലക്ഷ്യം വെച്ച ഒരാൾ കൂടിയായിരുന്നു കോടിയേരി. കണ്ണൂർ ജില്ലയിലെ ആർ എസ് എസ് ഗുണ്ടകളുടെ ആക്രമണത്തെ നേരിടാൻ പാകത്തിൽ പാർട്ടിയെ നയിക്കുന്നതിൽ അദ്ദേഹം പ്രധാന പങ്കുവഹിച്ചു.

സംസ്ഥാന സെക്രട്ടേറിയറ്റ് അംഗം എന്ന നിലയിലും പിന്നീട് സംസ്ഥാന സെക്രട്ടറി എന്ന നിലയിലും, സംസ്ഥാന നേതൃത്വത്തിൽ നിന്നുകൊണ്ട്, ദേശീയതലത്തിലെയും സംസ്ഥാനതലത്തിലെയും സാഹചര്യങ്ങൾ കൂടി പരിഗണിച്ച്, പാർട്ടിയുടെ രാഷ്ട്രീയനയങ്ങൾ നടപ്പിലാക്കുന്നതിൽ കോടിയേരിയുടെ ശേഷി ശ്രദ്ധേയമാണ്.

പാർട്ടി സംഘാടകൻ, നിയമസഭാ സാമാജികൻ, മന്ത്രി തുടങ്ങി ബഹുമുഖമായ കഴിവുകൾ അദ്ദേഹം പ്രകടമാക്കിയിട്ടുണ്ട്. പൊതുനയങ്ങൾ, ആകർഷകമായ രീതിയിൽ പൊതുയോഗങ്ങളിലെ പ്രസംഗങ്ങളിലൂടെ പ്രചരിപ്പിക്കാൻ വൈഭവമുള്ളവരിൽ ഒരാളാണ് കോടിയേരി.

1973 ൽ കൽക്കത്തയിൽ ചേർന്ന എസ് എഫ് ഐ യുടെ രണ്ടാം അഖിലേന്ത്യാസമ്മേളന കാലം മുതൽ എനിക്ക് കോടിയേരിയെ അറിയാം. ആ സമ്മേളനത്തിലാണ് ഞങ്ങൾ രണ്ടുപേരും സംഘടനയുടെ ജോയിന്റ് സെക്രട്ടറിമാരാകുന്നത്. പാർട്ടി പോളിറ്റ് ബ്യൂറോ അംഗങ്ങളായി ഒരുമിച്ച് പ്രവർത്തിക്കാൻ തുടങ്ങിയതോടെയാണ് ഞങ്ങളുടെ ദീർഘകാലമായുള്ള സൗഹൃദം ആരംഭിക്കുന്നത്. കോടിയേരിയുടെ ജീവചരിത്രം ഡോ പി എസ് ശ്രീകല എഴുതുന്നു എന്നതിലും അത് *ചിന്ത പബ്ലിഷേഴ്സ്* പ്രസിദ്ധീകരിക്കുന്നു എന്നതിലും എനിക്ക് അതിയായ സന്തോഷമുണ്ട്.

കഴിഞ്ഞ ആറുപതിറ്റാണ്ടു കാലത്തെ കേരളത്തിലെ രാഷ്ട്രീയ സംഭവങ്ങളുടെ വിവിധ ഘട്ടങ്ങൾ ഈ പുസ്തകം അവതരിപ്പിക്കുന്നു. അത്തരം സന്ദർഭങ്ങളിൽ കോടിയേരിയുടെ രാഷ്ട്രീയപ്രവർത്തനങ്ങളിലൂടെയും പുസ്തകം കടന്നുപോകുന്നു.

കേരളത്തിലെ കമ്യൂണിസ്റ്റ് പ്രസ്ഥാനം കഴിഞ്ഞ ആറുപതിറ്റാണ്ടു കാലത്ത് കടന്നുപോയ നിർണ്ണായക ഘട്ടങ്ങളും അവ ഒരു കമ്യൂണിസ്റ്റ് നേതാവിനെ എങ്ങനെ രൂപപ്പെടുത്തി എന്നും വായനക്കാർക്ക് മനസ്സിലാക്കാനുള്ള ഒരു വഴികാട്ടിയായിരിക്കും ഈ പുസ്തകം.

ഐക്യകേരളപ്പിറവി

ഒരേ ഭാഷ സംസാരിക്കുന്നവർ എന്ന നിലയിലുള്ള ഏകത്വം തിരുവിതാംകൂർ, കൊച്ചി, മലബാർ എന്നീ പ്രവിശ്യകൾക്ക് ഉണ്ടായിരുന്നുവെങ്കിലും ഭരണരീതി, നിയമങ്ങൾ, സാമൂഹ്യക്രമങ്ങൾ, തുടങ്ങിയവയിലെല്ലാം വ്യത്യസ്തത നിലനിന്നിരുന്നു. എന്നിരുന്നാലും കേരളം ഒരൊറ്റ ദേശമായി രൂപപ്പെടണമെന്നത് ഭൂരിഭാഗം മലയാളികളും ദീർഘകാലം ആഗ്രഹിച്ചതാണ്. 1956 നവംബർ ഒന്നുവരെ ആ ആഗ്രഹം ഒരു സ്വപ്നമായി അവശേഷിച്ചു.

നൂറ്റാണ്ടുകളോളം നിരവധി രാജാക്കന്മാരുടെ അധീനതയിൽ വിഭജിക്കപ്പെട്ടുകിടക്കുകയായിരുന്നു കേരളം. ഇവർ തമ്മിലുള്ള കലഹങ്ങളാണ്, പോർച്ചുഗീസുകാർക്കും ഡച്ചുകാർക്കും ഇംഗ്ലീഷ് ഈസ്റ്റ് ഇന്ത്യാ കമ്പനിക്കും കേരളത്തിൽ ഇടം നേടിക്കൊടുത്തത്. ഒടുവിൽ പൂർണ്ണമായും ബ്രിട്ടീഷുകാരുടെ അധീനതയിലായതോടെ കേരളം, തിരുവിതാംകൂർ, കൊച്ചി എന്നീ നാട്ടുരാജ്യങ്ങളായും മലബാർ എന്ന ബ്രിട്ടീഷ് ജില്ല മാഹി എന്ന ഫ്രഞ്ച് പ്രദേശമായും വിഭജിക്കപ്പെട്ടു. ബ്രിട്ടീഷുകാർക്ക് മുമ്പ് രാഷ്ട്രീയമായി മാത്രമാണ് കേരളം വിഭജിക്കപ്പെട്ടിരുന്നത്. എന്നാൽ, ബ്രിട്ടീഷ് ആധിപത്യത്തോടെ സാംസ്കാരികവും സാമൂഹികവും ആയ ഭിന്നതകളിലേക്ക് കേരളം പരിവർത്തിതമായി. കുടിയായ്മ, പിന്തുടർച്ചാവകാശം, വിവാഹരീതി, തുടങ്ങിയവയിലെല്ലാം നാലു പ്രദേശങ്ങൾ തമ്മിൽ വ്യത്യാസമുണ്ടായി. ഒരേ രീതികൾ പിന്തുടർന്നുവന്നിരുന്ന ഒരേ ജാതി-മത വിഭാഗങ്ങൾക്കിടയിൽ പ്രാദേശിക ഭിന്നതകൾ രൂപപ്പെട്ടു. ഭാഷ, സാഹിത്യം, രാഷ്ട്രീയം, സംസ്കാരം തുടങ്ങി എല്ലാത്തിനെയും ഈ ഭിന്നതകൾ സ്വാധീനിച്ചു. അതാവട്ടെ, ഐക്യമില്ലായ്മയിലേക്ക് നയിക്കുകയും ചെയ്തു.

ഈ സാഹചര്യത്തിലാണ്, ഐക്യകേരളം എന്ന ആശയം രൂപപ്പെടുന്നത്. സാമൂഹ്യ നവോത്ഥാനത്തിന്റെയും സാംസ്കാരിക പരിഷ്കരണത്തിന്റെയും തലങ്ങളിലാണ് ഈ ആശയം പ്രകടമായത്. പത്തൊമ്പതാം നൂറ്റാണ്ടിന്റെ ഉത്തരാർദ്ധത്തിൽ സാമൂഹ്യവും സാമ്പത്തികവുമായ അവകാശങ്ങൾക്കുവേണ്ടി ശബ്ദമുയർത്തുന്ന പ്രസ്ഥാനങ്ങൾ കേരളത്തിലാകമാനം സജീവമായി. കുടിയായ്മപരിഷ്കരണത്തിനുവേണ്ടിയുള്ള ശ്രമങ്ങൾ ഉദാഹരണമാണ്. അതോടൊപ്പം ദേശീയ സ്വാതന്ത്ര്യത്തിനും ജനാധിപത്യത്തിനും വേണ്ടിയുള്ള പ്രസ്ഥാനങ്ങളും രൂപപ്പെട്ടു.

ഇന്ത്യൻ നാഷണൽ കോൺഗ്രസ് തന്നെയായിരുന്നു ഇതിൽ പ്രധാനം. ഇംഗ്ലീഷ് ഭാഷയിൽ മാത്രം നടപടികൾ കൈകാര്യം ചെയ്തിരുന്ന ഇന്ത്യൻ നാഷണൽ കോൺഗ്രസ് ഇന്ത്യയിലെ വിവിധ ഭാഷകളെക്കൂടി പരിഗണിക്കാൻ തുടങ്ങിയതോടെയാണ് ഒരു ബഹുജന പ്രസ്ഥാനമായി വളർന്നത്. മലയാളത്തെയും അത്തരത്തിൽ പരിഗണിക്കാതെ കഴിയില്ല എന്ന നിലയുണ്ടായി. അതോടെ നാടിന്റെ സ്വാതന്ത്ര്യത്തിനും ജനാധിപത്യത്തിനും വേണ്ടി പോരാടുക എന്ന ഉദ്ദേശ്യത്തോടെ കേരളത്തിന്റ വിവിധ പ്രദേശങ്ങളിലുള്ളവർ ഒത്തുചേരാനും തുടങ്ങി.

നാട്ടുരാജ്യഭരണം അവസാനിപ്പിക്കണമെന്നും ഐക്യകേരളം രൂപീകരിക്കണമെന്നുമുള്ള ആവശ്യം ശക്തമായി മുന്നോട്ടുവച്ചത് 1934 ൽ രൂപീകരിച്ച കോൺഗ്രസ് സോഷ്യലിസ്റ്റ് പാർട്ടിയാണ്. അത് എളുപ്പം സാദ്ധ്യമാവുന്ന ഒന്നല്ല എന്ന തിരിച്ചറിവ് കോൺഗ്രസ് സോഷ്യലിസ്റ്റ് പാർട്ടിക്ക് ഉണ്ടായിരുന്നു. എന്നാൽ, ജനങ്ങൾക്കിടയിൽ അതൊരു ആവശ്യമായി ബോദ്ധ്യപ്പെടുത്താനുള്ള ശ്രമങ്ങൾക്ക് പാർട്ടി നേതൃത്വം നല്കുകതന്നെ ചെയ്തു. നാട്ടുരാജാക്കന്മാരുടെ അവകാശങ്ങൾ അവസാനിപ്പിച്ച് ജനാധിപത്യം സ്ഥാപിക്കണമെന്ന ആശയം ഇതിന്റെ ഭാഗമായി മുന്നോട്ടു വയ്ക്കപ്പെട്ടു. 1945 -46 ൽ കമ്യൂണിസ്റ്റുപാർട്ടിയുടെ തെരഞ്ഞെടുപ്പ് പ്രകടനപത്രികയിൽ ഐക്യകേരളം എന്ന വിഷയത്തിനായിരുന്നു പ്രാധാന്യം.

അതേസമയം, ഐക്യകേരളം എന്ന ആശയത്തോട് യോജിക്കുകയും നാട്ടുരാജാക്കന്മാരുടെ അനുവാദത്തോടെ മാത്രമേ അത് നടപ്പിലാക്കാവൂ എന്ന് വാദിക്കുന്നവരും ഉണ്ടായിരുന്നു.

എന്തായാലും ഭൂരിപക്ഷം ആളുകൾ സംസാരിക്കുന്ന മലയാളഭാഷ അടിസ്ഥാനമാക്കി ഒരു സംസ്ഥാനം രൂപീകരിക്കണമെന്ന ആവശ്യത്തിനായിരുന്നു കൂടുതൽ സ്വീകാര്യത. അതേസമയം, ഭാഷാടിസ്ഥാനത്തിലുള്ള സംസ്ഥാനരൂപീകരണം ശിഥിലീകരണപ്രവണത സൃഷ്ടിക്കുമെന്ന വാദവും ഉയർന്നുവന്നിരുന്നു. എന്നാൽ, ഐക്യകേരളത്തെ അനുകൂലിക്കുന്നവരെ എതിർത്തുതോല്പിക്കാൻ ഇവരുടെ വാദങ്ങൾക്ക് കഴിഞ്ഞില്ല. അതിന്റെ ഫലമായാണ് സംസ്ഥാന പുനഃസംഘടനാ കമ്മീഷനെ നിയോഗിക്കാൻ കേന്ദ്രസർക്കാർ തീരുമാനിക്കുന്നതും

കമ്മീഷന്റെ ശുപാർശയുടെ അടിസ്ഥാനത്തിൽ ഐക്യകേരളം നിലവിൽ വരുന്നതും.

1948 ൽ ഇ എം എസ് എഴുതിയ *കേരളം മലയാളികളുടെ മാതൃഭൂമി* എന്ന പുസ്തകം ഐക്യകേരളം എന്ന ആശയത്തിനു ശക്തി പകരുന്നു.

ഐക്യകേരളത്തിനായുള്ള നീക്കം ശക്തമായിരുന്ന കാലത്താണ് 1953 ൽ മലബാർ ജില്ലയിലെ തലശ്ശേരി താലൂക്കിൽ കോടിയേരി എന്ന പ്രദേശത്ത് ബാലകൃഷ്ണൻ ജനിക്കുന്നത്.

2

അദ്ധ്യാപകനായിരുന്നു അച്ഛൻ. കല്ലറത്തലായ് എൽ പി സ്കൂൾ എന്ന എയ്ഡഡ് വിദ്യാലയം അക്കാലത്ത് തലായ് എന്ന കടലോരപ്രദേശത്തെ മത്സ്യത്തൊഴിലാളി കുടുംബത്തിലെ കുട്ടികളുടെ പഠനത്തിന് ആശ്രയമായിരുന്നു. ദീർഘകാലം അവിടെ അദ്ധ്യാപകനായിരുന്ന കുഞ്ഞുണ്ണിക്കുറുപ്പ് മത്സ്യത്തൊഴിലാളികളോട് അടുത്ത സൗഹൃദം പുലർത്തി. 1940 കളാണ്. അദ്ധ്യാപകർ മാനേജുമെന്റുകളുടെ കടുത്ത ചൂഷണത്തിന് വിധേയമായിരുന്ന കാലം. കുട്ടികളുടെ പൊതിച്ചോറ് കട്ടു തിന്നേണ്ടിവരുന്ന വിധത്തിൽ (കാരൂരിന്റെ കഥ ഓർക്കുക) പട്ടിണിയും ദാരിദ്ര്യവും അദ്ധ്യാപകരെ വേട്ടയാടിയിരുന്ന സമയം. സ്കൂളിൽനിന്നു കിട്ടുന്ന പ്രതിഫലം ഒന്നിനും തികയാതിരുന്ന അക്കാലത്ത് മത്സ്യത്തൊഴിലാളികളായിരുന്നു കുറുപ്പിന്റെ സഹായികൾ. കുറഞ്ഞ വിലയ്ക്ക് അവർ നല്കുന്ന മത്തിയും മറ്റു മത്സ്യങ്ങളും കുറുപ്പിന്റെ കുടുംബത്തിന് ആശ്വാസമായിരുന്നു. അക്കാലത്ത് തിരുവിതാംകൂർ പോലെ കടുത്ത ജാതിവിവേചനം നിലനിന്ന പ്രദേശമായിരുന്നില്ല മലബാർ; വിശേഷിച്ച് തലശ്ശേരി. ഇന്നത്തെ കണ്ണൂരിന്റെ പല പ്രദേശങ്ങളിലും ദുരഭിമാനമോ സ്പർദ്ധയോ വെച്ചു പുലർത്തുന്നവരെ കാണാനാവില്ല. അതിന് ചരിത്രപരമായ ഒരു പശ്ചാത്തലം തന്നെയുണ്ട്. ബ്രിട്ടീഷ് അധിനിവേശത്തിനു മുമ്പുള്ള തലശ്ശേരിയെക്കൂടി പരിചയപ്പെട്ടാൽ മാത്രമേ ആ ചരിത്രപശ്ചാത്തലം പൂർണ്ണമാവൂ.

മലബാറിന്റെ രാഷ്ട്രീയാധികാരശക്തി ബ്രിട്ടീഷുകാർ തന്നെയായിരുന്നു. നാട്ടുരാജാക്കന്മാർ ഉണ്ടായിരുന്നുവെങ്കിലും ബ്രിട്ടീഷ് ഭരണാധികാരികൾക്കായിരുന്നു മേൽക്കൈ. പയ്യന്നൂർ മുതൽ പാലക്കാടുൾപ്പെടെ തൃശൂരിന്റെ ഒരു ഭാഗംവരെയുള്ള പ്രദേശമായിരുന്നു മലബാർ. പൊന്നാനി താലൂക്കിന്റെ ഭാഗമായിരുന്നതും ഇന്ന് തൃശൂരിന്റെ ഭാഗമായതുമായ വാടാനപ്പള്ളി, ചേറ്റുവ തുടങ്ങിയ പ്രദേശങ്ങൾ മലബാറിന്റെ ഭാഗമായിരുന്നു. മലബാറിന്റെ ഭാഗമായിരുന്ന തലശ്ശേരിയുടെ മേധാവിത്വം ചിറയ്ക്കൽ രാജവംശത്തിനായിരുന്നുവെങ്കിലും ബ്രിട്ടീഷുകാർ തന്നെയാണ് എല്ലാം നിയന്ത്രിക്കുന്നത്. നാട്ടുരാജാക്കന്മാർ ഉണ്ടായിരുന്നു. അവർ തമ്മിലൊരു വൈരം പലപ്പോഴും രൂപപ്പെട്ടിരുന്നു.

16 കോടിയേരി എന്ന രാഷ്ട്രീയ മനുഷ്യൻ

ഡോ. പി എസ് ശ്രീകല

അറബിക്കടലിന്റെ തീരത്താണ് തലശ്ശേരി എന്ന പ്രദേശം. വടക്ക് അഞ്ചരക്കണ്ടിപ്പുഴയും തെക്ക് മയ്യഴിപ്പുഴയും കിഴക്ക് കായലോരങ്ങളുമാണ് തലശ്ശേരിക്ക് അതിർ വരയ്ക്കുന്നത്. അനേകം ചേരികളുടെ ആസ്ഥാനമെന്ന നിലയിൽ 'തലച്ചേരി' എന്നായിരുന്നു തലശ്ശേരി എന്നൊരു വാദമുണ്ട്. കച്ചേരികളുടെ ആസ്ഥാനമാണ് 'തലച്ചേരി' എന്നും 'തളിച്ചേരി'യാണ് 'തലശ്ശേരി'യായി മാറിയതെന്നും മറ്റു ചില വാദങ്ങളുമുണ്ട്. എന്തായാലും പാശ്ചാത്യ അധിനിവേശത്തിനുമുമ്പുള്ള രേഖകളിൽ 'തലശ്ശേരി' എന്ന പേര് പരാമർശിച്ചിട്ടുള്ളതായി കാണുന്നില്ല.

തലശ്ശേരി തുറമുഖമായിരുന്നെങ്കിലും പ്രധാന വ്യാപാരകേന്ദ്രം 'ധർമ്മടം' ആയിരുന്നു. തലശ്ശേരിക്കടുത്തുള്ള ധർമ്മടം പ്രാചീനകാലത്ത് ബുദ്ധ–ജൈന മതങ്ങളുടെ കേന്ദ്രമായിരുന്ന 'ധർമ്മപട്ടണം' എന്ന പേരിൽ അറിയപ്പെട്ടിരുന്നു. ബി സി കളിൽ ജീവിച്ചിരുന്ന ടോളമിയുടെ ഗ്രന്ഥങ്ങളിൽ ധർമ്മടം പരാമർശിക്കപ്പെടുന്നുണ്ട്.

എ ഡി ഒന്നാം നൂറ്റാണ്ടിൽത്തന്നെ കുരുമുളകുവ്യാപാരത്തിന് പേരുകേട്ട അങ്ങാടികൾ തലശ്ശേരിയിലുണ്ടായിരുന്നുവെന്ന് ഗ്രീക്ക് കൃതികൾ തെളിവു നല്കുന്നു.

ഏഴിമല രാജാക്കന്മാരുടെയും ചേരരാജാക്കന്മാരുടെയും അധീനതയിലായിരുന്ന നാട്ടുരാജ്യങ്ങൾക്കുള്ളിലാണ് തലശ്ശേരി ഉൾപ്പെട്ടിരുന്നത്. കോലത്തുനാട് എന്ന നാട്ടുരാജ്യത്തിന്റെ അധികാരപരിധിയിൽപെടുന്നതായിരുന്നു തലശ്ശേരി. കുറുങ്ങോട്ടു നായർ, ഇരുവൈനാട് നമ്പ്യാന്മാർ തുടങ്ങിയവരായിരുന്നു നാടുവാഴികൾ.

അക്കാലത്ത് ജാതിവ്യവസ്ഥയുടെയും ജന്മിസമ്പ്രദായത്തിന്റെയും സ്വാധീനത്തിനുവിധേയമായിരുന്നു തലശ്ശേരിയും. ഈ സാമൂഹ്യഘടനയെ ഉലച്ചത് ടിപ്പുവിന്റെ മലബാർ പ്രവേശനമാണ്. തുടർന്ന് യൂറോപ്യരുടെ ആധിപത്യത്തോടെ ജാതി–ജന്മി വ്യവസ്ഥയും വേരിളകാൻ തുടങ്ങി.

തലശ്ശേരിയിലെത്തിയ യൂറോപ്യരിൽ ആദ്യം കച്ചവടശാലകൾ തുറന്നത് പോർച്ചുഗീസുകാരാണ്. പിന്നീടുവന്ന ഡച്ചുകാരും കച്ചവടകേന്ദ്രമായി തലശ്ശേരിയെ കണ്ടു. ബ്രിട്ടീഷുകാരാകട്ടെ മറ്റെല്ലായിടത്തുമെമ്പോലെ തലശ്ശേരിയിലും ഭരണാധിപത്യം സ്ഥാപിക്കാൻ കൂടി ശ്രമിച്ചു. മലബാറിന്റെ ഭാഗമായിരുന്ന വയനാടൻ കാടുകളിലെയും കുടകിലെയും മറ്റും ഉല്പന്നങ്ങൾ പുഴകളിലൂടെ തലശ്ശേരിയിലെത്തിക്കാനും കടൽ മുഖാന്തരം അവ യൂറോപ്പിലേക്കു കടത്താനും സൗകര്യമുള്ള പ്രദേശം എന്നതാണ് ബ്രിട്ടീഷുകാരെ തലശ്ശേരിയിൽ ആധിപത്യമുറപ്പിക്കാൻ പ്രേരിപ്പിച്ചത്. ബ്രിട്ടീഷ് ഈസ്റ്റ് ഇന്ത്യാ കമ്പനിയുടെ പ്രഥമ ആസ്ഥാനവും തലശ്ശേരിയായിരുന്നുവെന്നതും ഓർക്കാവുന്നതാണ്. അതിനുമുമ്പ് കുറുങ്ങോട്ടുനായരുടെ സഹായത്തോടെ 1670 ൽ ഫ്രഞ്ചുകാരും തലശ്ശേരിയിൽ വ്യാപാരകേന്ദ്രം സ്ഥാപിച്ചിരുന്നു. പിന്നീട് ഫ്രഞ്ചുകാരുടെ താവളം മാഹിയായി മാറി.

തലശ്ശേരിക്കോട്ട

1683 ലാണ് ബ്രിട്ടീഷ് ഈസ്റ്റ് ഇന്ത്യാകമ്പനി തലശ്ശേരിയിൽ ഒരു പാണ്ടികശാല സ്ഥാപിക്കുന്നത്. 1704 ൽ കുറുങ്ങോട്ടുനായർ ഈ പാണ്ടികശാല ആക്രമിച്ചു. തുടർന്ന് പാണ്ടികശാലയുടെ സംരക്ഷണത്തിനായി അക്കൊല്ലം തന്നെ ഈസ്റ്റ് ഇന്ത്യാകമ്പനി കോട്ടയുടെ നിർമ്മാണം ആരംഭിച്ചു. 1708 ൽ കോട്ട യാഥാർത്ഥ്യമായി.

ഈസ്റ്റ് ഇന്ത്യാകമ്പനിയുടെ ഭരണകേന്ദ്രവും ആയുധപ്പുരയും സൈനികത്താവളവുമായിരുന്നു തലശ്ശേരികോട്ട. മലബാറിൽ ബ്രിട്ടീഷുകാരുടെ ആദ്യതാവളമായിരുന്നു അത്. കോട്ടയ്ക്കുള്ളിൽ തടവറകളും കമ്മട്ടവും ഉണ്ടായിരുന്നു. പഴശ്ശിരാജാവിന്റെ പതനത്തോടെ മലബാർ ഈസ്റ്റിന്ത്യാകമ്പനിയുടെ ഏകാധിപത്യത്തിനു കീഴിലാവുകയും കമ്പനി ചോദ്യം ചെയ്യപ്പെടാത്ത ശക്തിയായി മാറുകയും ചെയ്തു.

1802 ൽ മലബാറിലെ ആദ്യത്തെ ജില്ലാകോടതി തലശ്ശേരിയിൽ സ്ഥാപിതമായി. ക്രമേണ തലശ്ശേരി ഈസ്റ്റിന്ത്യാകമ്പനിയുടെ ഭരണസിരാകേന്ദ്രമായി മാറി.

ബാസൽമിഷനുമായി ബന്ധപ്പെട്ട് ഹെർമൻ ഗുണ്ടർട്ട് തലശ്ശേരി കേന്ദ്രീകരിച്ച് പ്രവർത്തനമാരംഭിക്കുന്നതും ഇക്കാലയളവിലാണ്. 1839 ൽ വിദ്യാഭ്യാസപ്രചാരണാർത്ഥം ഗുണ്ടർട്ട് തലശ്ശേരിയിലെത്തുന്നു. ഭാഷാദ്ധ്യാപനമായിരുന്നു ആ വരവിന്റെ ഉദ്ദേശ്യം. പാഠപുസ്തകങ്ങൾ തയ്യാറാക്കൽ, ഉന്നതവിദ്യാഭ്യാസത്തിൽ ഭാഷാപഠനത്തിനു സഹായക

മായ ഗദ്യ-പദ്യ ഭാഗങ്ങൾ ഉൾപ്പെടുത്തൽ തുടങ്ങിയ പ്രവർത്തനങ്ങളിൽ അദ്ദേഹം ശ്രദ്ധ കേന്ദ്രീകരിച്ചു.

മലബാറിൽ ജനകീയവിദ്യാഭ്യാസത്തിന് തുടക്കം കുറിച്ചത് ഗുണ്ടർട്ടാണെന്നു പറയാം. ആദ്യമായി ഒരു മലയാളം സ്കൂൾ ആരംഭിക്കുന്നത് അദ്ദേഹമാണ്. തലശ്ശേരിയിലെ തന്റെ ബംഗ്ലാവിന്റെ വരാന്തയായിരുന്നു സ്കൂളാക്കി മാറ്റിയത്. മേൽജാതിക്കാരെന്നു വിശേഷിപ്പിക്കപ്പെട്ടവർ ക്രിസ്ത്യാനി ആരംഭിച്ച സ്കൂളിൽ കുട്ടികളെ വിടാൻ തയ്യാറായില്ല. ജാതിയിൽ താഴ്ന്നവരായി കരുതപ്പെട്ടവർക്കു വിദ്യാഭ്യാസത്തിനുള്ള നല്ല അവസരമാണ് ഈ സ്കൂളിലൂടെ ലഭ്യമായത്. തിരുവിതാംകൂറിൽ ജാതിവിവേചനത്തിന്റെ ഭാഗമായി നിഷേധിക്കപ്പെട്ടിരുന്ന വിദ്യാഭ്യാസത്തെ, തലശ്ശേരിയിലെയും മലബാറിന്റെ പലഭാഗങ്ങളിലെയും സ്കൂളുകൾ ജനകീയമാക്കി മാറ്റുകയായിരുന്നു. ജാതിവിവേചനത്തിന്റെ തോത് മലബാറിൽ കുറഞ്ഞിരുന്നതിന്റെ ഒരു കാരണം ഈ ജനകീയ വിദ്യാഭ്യാസം തന്നെയാണ്. പ്രദേശവാസികളുടെ ആവശ്യപ്രകാരം കൂടുതൽ സ്കൂളുകൾ തുറന്നു.

ഈയൊരു ചരിത്രപശ്ചാത്തലത്തിലാണ് മത്സ്യത്തൊഴിലാളിമേഖലയായ തലായിയിൽ 1871 ൽ ഒരു സ്കൂൾ ആരംഭിക്കുന്നത്. കല്ലറത്തലായ് എൽ പി സ്കൂൾ എന്നായിരുന്നു പേര്.

1950-51 കാലത്ത് രൂപീകരിച്ച ഒരു പഞ്ചായത്താണ് കോടിയേരി. കല്ലായി, കോടിയേരി എന്നീ വില്ലേജുകളാണ് പഞ്ചായത്തിൽ അന്നുണ്ടായിരുന്നത്. നാടുവാഴികൾക്കു കീഴിലായിരുന്നു തലശ്ശേരി പ്രദേശം എന്നു പറഞ്ഞുവല്ലോ. ഈ രണ്ടു വില്ലേജുകളും രണ്ടു നാടുവാഴികളുടെ അധീനതയിലുള്ള പ്രദേശങ്ങളായിരുന്നു. പതിനാറാം നൂറ്റാണ്ടു മുതൽ കല്ലായി എന്ന പേരിലുള്ള പ്രദേശമുണ്ട്. കുറങ്ങോട്ടുനായർ എന്ന നാടുവാഴിയായിരുന്നു ആ പ്രദേശത്തിന്റെ അധികാരി. ചിറയ്ക്കൽ കോവിലകത്തിന്റെ കീഴിലായിരുന്നു ഈ നാടുവാഴികളെല്ലാം.

വി കെ കൃഷ്ണമേനോന്റെ നേതൃത്വത്തിലാണ് 1916 ൽ ബ്രിട്ടീഷ് വിരുദ്ധപ്രസ്ഥാനം തലശ്ശേരിയിൽ രൂപപ്പെടുന്നത്. ബ്രിട്ടീഷ് ആധിപത്യത്തിനെതിരെ സ്വാതന്ത്ര്യപ്രസ്ഥാനം തലശ്ശേരിയിൽ ശക്തമാകുന്നത് 1916 നുശേഷമാണ്. ഹോംറൂൾ പ്രസ്ഥാനത്തിന്റെ ഭാഗമായിരുന്നു ഈ പ്രസ്ഥാനം. 1918 ൽ കോൺഗ്രസിന്റെ ഒരു സമ്മേളനം തലശ്ശേരിയിൽ നടന്നു.

ഇംഗ്ലീഷ് സ്കൂളുകളിൽ ഏതു ജാതിയിൽപ്പെടുന്ന കുട്ടികൾക്കും പഠിക്കാൻ അവസരമുണ്ടായിരുന്നു. തലശ്ശേരിയിലെ സംസ്കൃത വിദ്യാലയത്തിൽ പിന്നാക്കവിഭാഗത്തിൽ പെടുന്നവർക്കും പഠിക്കാൻ തടസ്സമുണ്ടായിരുന്നില്ല. വിശ്വകർമ്മ, കണിയാൻ (ജ്യോത്സ്യ) എന്നീ സമുദായങ്ങളിൽപെട്ടവർക്കും അതിലൂടെ സംസ്കൃതഭാഷ പഠിക്കാൻ കഴിഞ്ഞു. അയിത്തം വളരെ കുറവായിരുന്നു. ഊതച്ചേരി ഗുരുക്കന്മാർ എന്നു പേരുകേട്ടവർ തീയസമുദായക്കാരായിരുന്നു. അവരിൽ നിന്നാണ് ഗുണ്ടർട്ട് മലയാളം പഠിച്ചത്.

കോടിയേരിക്കൊപ്പം അമ്മയും സഹോദരങ്ങളും

ഇതുകൊണ്ടൊക്കെയാവണം ബ്രിട്ടീഷുകാർക്ക് അനുകൂലമായി നിലകൊണ്ട ഒരു വിഭാഗം മലബാറിൽ, വിശേഷിച്ച് തലശ്ശേരിയിൽ ഉണ്ടായിരുന്നു. മലയാളത്തിലെ ആദ്യകാല ചെറുകഥാകാരന്മാരിൽ ഒരാളായ മൂർക്കോത്തുകുമാരൻ അക്കൂട്ടത്തിൽപ്പെടുന്നു. തലശ്ശേരി സെന്റ് ജോസഫ് സ്കൂളിലെ അദ്ധ്യാപകനായിരുന്നു അദ്ദേഹം. തീയസമുദായത്തിൽപ്പെട്ടവരെ സംഘടിപ്പിച്ച് ബ്രിട്ടീഷുകാർക്ക് അനുകൂലമായ പ്രസ്ഥാനം രൂപപ്പെടുത്താനാണ് അവർ ശ്രമിച്ചത്. സ്വാതന്ത്ര്യസമരപ്രസ്ഥാനത്തെ പരാജയപ്പെടുത്താൻ കായികമായ കയ്യേറ്റങ്ങൾക്കുൾപ്പെടെ സന്നദ്ധരായിരുന്ന ബ്രിട്ടീഷ് അനുകൂലികൾ അക്കാലത്ത് തലശ്ശേരിയിൽത്തന്നെ ഉണ്ടായിരുന്നു. എന്നാൽ സാധാരണക്കാരായ ഭൂരിഭാഗം ജനങ്ങൾ സ്വാതന്ത്ര്യസമരപ്രസ്ഥാനത്തിൽ അണിചേർന്നു.

തലശ്ശേരിയിലെ മുസ്ലിങ്ങൾ പ്രധാനമായും കച്ചവടക്കാരായിരുന്നു. കച്ചവടത്തിന്റെ ഭാഗമായ സംയമനവും സമാധാനവും അവർക്കിടയിൽ ഉണ്ടായിരുന്നു. ഹിന്ദുക്കൾക്കും മുസ്ലിങ്ങൾക്കുമിടയിൽ സാഹോദര്യഭാവം നിലനിന്നു. പല സമുദായങ്ങളിലും വിവിധ വിഭാഗങ്ങളിലും പെടുന്നവർ തലശ്ശേരിയിലെ സമാധാന അന്തരീക്ഷത്തിൽ ആകൃഷ്ടരായി തലശ്ശേരിയിലേക്ക് എത്തിയിട്ടുണ്ട്. തിരുവിതാംകൂറിൽ നിലനിന്ന വസ്ത്രധാരണത്തിലെ വിലക്കുകൾ ഉൾപ്പെടെ അക്കാലത്ത് തലശ്ശേരിയിൽ പ്രകടമായിരുന്നില്ല.

1934 ൽ കോൺഗ്രസ് സോഷ്യലിസ്റ്റുപാർട്ടി രൂപം കൊള്ളുമ്പോൾ അതിന്റെ ശക്തമായ പ്രവർത്തനത്തിനും തലശ്ശേരി കേന്ദ്രമായി. 1939 ൽ കമ്മ്യൂണിസ്റ്റ് പാർട്ടി രൂപം കൊള്ളുന്നതും തലശ്ശേരിയിലാണ്. നക്സലൈറ്റ് പ്രസ്ഥാനത്തിനും തുടക്കം കുറിച്ച പ്രദേശമാണ് തലശ്ശേരി.

1968 ഡിസംബറിൽ നക്സലൈറ്റുകളുടെ നേതൃത്വത്തിൽ തലശ്ശേരിയിൽ പൊലീസ് സ്റ്റേഷൻ ആക്രമണം നടന്നു.

കുഞ്ഞുണ്ണിക്കുറുപ്പിന്റെയും നാരായണി അമ്മയുടെയും ഏറ്റവും ഇളയ മകനായാണ് ബാലകൃഷ്ണൻ ജനിക്കുന്നത്. വലിയ ഭൂസ്വത്തിനുടമകളായിരുന്നു അച്ഛന്റെ കുടുംബം. അച്ഛന്റെ സഹോദരങ്ങൾ സർക്കാർ ജീവനക്കാരായിരുന്നു. ആ നിലയിൽ വിദ്യാഭ്യാസത്തിനു പ്രാധാന്യം നല്കിയിരുന്ന ഒരന്തരീക്ഷമാണ് ആദ്യകാലം മുതൽ ഉണ്ടായിരുന്നത്. മരുമക്കത്തായമായിരുന്നതിനാൽ അച്ഛന്റെ പേരിൽ സ്വത്തുക്കൾ ഉണ്ടായിരുന്നില്ല. അമ്മ വഴിയുള്ള സ്വത്താണ് കൈവശം ഉണ്ടായിരുന്നത്. അദ്ധ്യാപകനെന്ന നിലയിൽ അച്ഛന് ലഭിച്ചിരുന്ന വരുമാനമായിരുന്നു പ്രധാന ഉപജീവന മാർഗ്ഗം. ആ വരുമാനത്തിന്റെ പരിമിതി നേരത്തെ സൂചിപ്പിച്ചിട്ടുണ്ടല്ലോ.

വിമോചനസമരം

ആയിരത്തിത്തൊള്ളായിരത്തി അൻപത്തിയാറിൽ ഐക്യകേരളം രൂപീകരിച്ചതിനുശേഷം നടന്ന ആദ്യ തെരഞ്ഞെടുപ്പിനെ തുടർന്ന് 1957 ഏപ്രിൽ അഞ്ചിന് ഇ എം എസിന്റെ നേതൃത്വത്തിലുള്ള മന്ത്രിസഭ അധികാരത്തിൽ വന്നുവല്ലോ. വ്യക്തമായ പരിപാടി ജനങ്ങൾക്കുമുന്നിൽ അവതരിപ്പിച്ചുകൊണ്ടാണ് കമ്യൂണിസ്റ്റു പാർട്ടി തെരഞ്ഞെടുപ്പിനെ നേരിട്ടത്.

> എന്നെയും കമ്യൂണിസ്റ്റ് പാർട്ടിയുടെ മറ്റ് സ്ഥാനാർത്ഥികളെയും നിങ്ങൾ വിജയിപ്പിച്ചാലും ഇല്ലെങ്കിലും കമ്യൂണിസ്റ്റ് പാർട്ടിയുടെ പരിപാടി വിജയിപ്പിക്കാൻ വേണ്ടി ഞങ്ങൾ പ്രവർത്തിക്കും. കമ്യൂണിസ്റ്റ് പാർട്ടിയുടെ തെരഞ്ഞെടുപ്പ് വിജ്ഞാപനം നടപ്പിൽ വരുത്തണമെന്ന് നിങ്ങൾ ആഗ്രഹിക്കുന്നുണ്ടെങ്കിൽ എന്നെയും കമ്യൂണിസ്റ്റ് പാർട്ടിയുടെ മറ്റ് സ്ഥാനാർത്ഥികളെയും നിങ്ങൾ വിജയിപ്പിക്കണം.
>
> (*ഇ എം എസ് സമ്പൂർണ്ണകൃതികൾ*,
> 1956-57, സഞ്ചിക 17, പേജ് 290)

ഒഴിപ്പിക്കലിനെതിരായ ഓർഡിനൻസ് കൊണ്ടുവരുമെന്നതാണ് പ്രധാന പരിപാടിയായി കമ്യൂണിസ്റ്റ് പാർട്ടി ജനങ്ങൾക്കുമുന്നിൽ അവതരിപ്പിച്ചത്. ഇന്ത്യൻ ഭരണഘടനയ്ക്കുള്ളിൽ നിന്നുകൊണ്ട്, ജനങ്ങൾക്കുവേണ്ടി പ്രവർത്തിക്കുമെന്ന ഉറപ്പാണ് കമ്യൂണിസ്റ്റ് പാർട്ടി ജനങ്ങൾക്ക് നല്കിയത്. ഒഴിപ്പിക്കലിനെതിരായ ഓർഡിനനൻസ് കൊണ്ടുവരുമെന്ന പ്രഖ്യാപനത്തെ ചൈനയിലോ റഷ്യയിലോ നിന്ന് ഇറക്കുമതി ചെയ്യുന്ന പരിപാടിയായായാണ് നെഹ്റു ഉൾപ്പെടെയുള്ള കോൺഗ്രസുകാർ

വിമർശിച്ചത്. എന്നാൽ അക്കാര്യത്തിൽ വ്യക്തത വരുത്തിക്കൊണ്ട് ഇ എം എസ്, മേല്പറഞ്ഞ ലേഖനത്തിൽ തുടർന്ന് എഴുതി:

> ജെ സി കുമരപ്പ ചെയർമാനായി രൂപീകരിച്ച ഭൂനയകമ്മിറ്റി അംഗീകരിച്ച ബില്ലാണ് ഞങ്ങൾ നടപ്പിൽ വരുത്താനുദ്ദേശിക്കുന്നത്. ആ കമ്മിറ്റിയിൽ നെഹ്റു പ്രസിഡന്റായി ഒരു സബ്കമ്മിറ്റി രൂപീകരിച്ചതിൽ ശ്രീമൻ നാരായണൻ, അശോക മേത്ത, പ്രസാദറാവു മുതലായവർ കൊണ്ടു വന്നതായ ഭൂപരിധിനിർണ്ണയ കമ്മിറ്റിയുടെ ഏകകണ്ഠമായ ശുപാർശ നെഹ്റു സ്വീകരിച്ചു നടപ്പിൽ വരുത്തുന്നില്ല. ഈ കമ്മിറ്റിയുടെ ശുപാർശ യാണ് കമ്യൂണിസ്റ്റ് പാർട്ടി നടപ്പിലാക്കണമെന്ന് പറയുന്നത്. അത് റഷ്യയിൽ നിന്നോ ചൈനയിൽ നിന്നോ കൊണ്ടുവന്നതാണെന്നു പറയുന്നത് അസത്യമാണ്. (പേജ് 294)

നികുതിഭാരത്തിൽനിന്ന് പാവപ്പെട്ട ജനങ്ങളെ ഒഴിവാക്കണമെന്നതും കമ്യൂണിസ്റ്റ് പാർട്ടിയുടെ നയമായിരുന്നു. അധികാരം ലഭിച്ചാൽ അത് പ്രവർത്തികമാക്കുമെന്ന ഉറപ്പാണ് അന്ന് പാർട്ടി ജനങ്ങൾക്ക് നല്കിയത്. ഒഴിപ്പിക്കൽ തടയുക, വാരം-പാട്ടം വെട്ടിക്കുറയ്ക്കുക, കർഷകത്തൊഴിലാളികൾക്ക് ന്യായമായ ജോലിയും കൂലിയും ഉറപ്പാക്കുക, പാവപ്പെട്ട ജനങ്ങളിൽ അടിച്ചേല്പിച്ചിരിക്കുന്ന നികുതിഭാരം കുറയ്ക്കുക, തൊഴിലാളികളുടെ കൂലി 25 ശതമാനം വർദ്ധിപ്പിക്കുക തുടങ്ങിയ അടിയന്തര ക്ഷേമകാര്യങ്ങൾ കേരളത്തിൽ മാത്രമല്ല, ഇന്ത്യയിലും നടപ്പിലാക്കാൻ കഴിയുമെന്ന പ്രായോഗിക പ്രഖ്യാപനമാണ് കമ്യൂണിസ്റ്റ്പാർട്ടി നടത്തിയത്. കോൺഗ്രസിന്റെ നയമായി ഇക്കാര്യങ്ങൾ പറയാറുണ്ടായിരുന്നുവെങ്കിലും നെഹ്രുവിന്റെ പ്രസംഗങ്ങളിൽ മാത്രമായി അവ ഒതുങ്ങുകയായിരുന്നു. നാട്ടുരാജാക്കന്മാർക്ക് വർഷംതോറും അഞ്ചുകോടി രൂപ നൽകുന്നത് നിർത്തലാക്കണമെന്നും വിദേശത്തേക്ക് പോകുന്ന ലാഭം തടയണമെന്നും വൻകിട മുതലാളിമാരുടെ ലാഭത്തിനു പരിധി നിശ്ചയിക്കണമെന്നും പാർട്ടി ആവശ്യപ്പെട്ടു. ഇതിലൂടെ പാവങ്ങളെ നികുതിഭാരത്തിൽ നിന്നൊഴിവാക്കാമെന്ന നിർദ്ദേശമാണ് പാർട്ടി മുന്നോട്ടു വച്ചത്.

> കോൺഗ്രസ് ഗവണ്മെന്റിന്റെ നികുതിനയത്തിൽ അടിസ്ഥാനപരമായ മാറ്റം വരുത്തണമെന്ന് കമ്യൂണിസ്റ്റ്പാർട്ടി പറയുന്നു. കോൺഗ്രസിന്റെ നികുതി നയം കഴിവില്ലാത്തവന്റെ കയ്യിൽനിന്ന് അങ്ങേയറ്റം പിഴിഞ്ഞെടുക്കുന്ന ഒന്നാണ്. രണ്ടാം പഞ്ചവത്സര പദ്ധതിക്കുവേണ്ടി 112 കോടി ഉറുപ്പിക വില്പന നികുതി പിരിക്കാൻ പോകുന്നു. പഞ്ചസാരയിന്മേലും തുണിമേലും എക്സൈസ് ഡ്യൂട്ടി ചുമത്തുന്നതിനെ കമ്യൂണിസ്റ്റ് പാർട്ടി ശക്തമായി എതിർക്കുന്നു. പദ്ധതിക്ക് പണം വേണം. പണം പണക്കാരന്റെ

കൈയിൽനിന്നുണ്ടാക്കണം. ഇന്ത്യയിലെ ഏറ്റവും വലിയ പണക്കാരനായ ഹൈദരാബാദിലെ നൈസാമിന് സോഷ്യലിസം പ്രസംഗിക്കുന്ന നെഹ്റു കൊല്ലം തോറും 50 ലക്ഷം ഉറുപ്പിക മാലിഖാൻ കൊടുക്കുന്നുണ്ട്. തിരുവിതാംകൂർ രാജാവിന് കൊല്ലംതോറും പതിനെട്ടു ലക്ഷം ഉറുപ്പികയും കൊടുക്കുന്നുണ്ട്. ഇന്ത്യയിലാകെ ഇത്തരം 400 നാട്ടുരാജാക്കന്മാർക്കെല്ലാവർക്കും കൂടി അഞ്ചരകോടി ഉറുപ്പിക കൊല്ലത്തിൽ കൊടുക്കുന്നുണ്ട്. വിദേശി മുതലാളിമാർ കടത്തിക്കൊണ്ടുപോകുന്ന ലാഭം തടഞ്ഞ് ഈ നാട്ടിൽതന്നെ ചെലവഴിക്കണം. ഇന്നാട്ടിലെ വൻകിട മുതലാളിമാർ ഇറക്കിയ മൂലധനത്തിന്റെ ആറും ഏഴും ഇരട്ടി ലാഭം കൊല്ലം തോറും തട്ടുന്നുണ്ട്. ലാഭത്തിനു പരിധി നിശ്ചയിക്കണം. നമ്മുടെ സമ്പത്തിന്റെ ഭൂരിഭാഗവും ഒരുപിടി പണക്കാരുടെ കയ്യിൽ സ്വരൂപിക്കുകയാണിന്ന്. അത്തരക്കാരുടെ മേൽ നികുതി ചുമത്തണം. ഈ തോതിലുള്ള നികുതി പരിഷ്കരമാണ് കമ്യൂണിസ്റ്റ് പാർട്ടി ആവശ്യപ്പെടുന്നത്.

(ഇ എം എസ്, *സഞ്ചിക* 17, പേജ് 303)

പാർട്ടിയുടെ നയത്തിനും തെരഞ്ഞെടുപ്പിനോടനുബന്ധിച്ച് ജനങ്ങൾക്ക് മുന്നിൽവെച്ച പ്രകടനപത്രികയ്ക്കും ലഭിച്ച അംഗീകാരമായിരുന്നു കമ്യൂണിസ്റ്റ് പാർട്ടിയുടെ വിജയം. 1957 ഏപ്രിൽ 5ന് ഇ എം എസ് മുഖ്യമന്ത്രിയായുള്ള സർക്കാർ അധികാരത്തിലെത്താനിടയാക്കിയ സാഹചര്യമിതാണ്.

2

1950 കൾ ലോകചരിത്രത്തിൽ ശ്രദ്ധേയമാകുന്നതുതന്നെ സാമ്രാജ്യത്വശക്തികളുടെ നേതൃത്വത്തിൽ നടന്ന ശീതയുദ്ധത്തിലൂടെയാണ്. 1959ൽ ഗ്വാട്ടിമാലയിലെ പ്രസിഡണ്ടായിരുന്ന അർബൻസിനെ അട്ടിമറിച്ചുകൊണ്ടാണ് ഈ യുദ്ധം ആരംഭിച്ചത്. ജനകീയ സർക്കാരുകളെ തകർക്കുകയും പുരോഗമനവാദികളായ രാഷ്ട്രീയനേതാക്കളെ ഇല്ലാതാക്കുകയും ചെയ്യുക എന്നതായിരുന്നു ലക്ഷ്യം. 1965 ൽ ഇന്തൊനേഷ്യയിലെ കമ്യൂണിസ്റ്റുകാരായ പത്തുലക്ഷത്തിലധികം പേരെ കൂട്ടക്കൊല ചെയ്തുകൊണ്ടാണ് ആക്രമണം അവസാനിച്ചത്.

ഇതിനിടയിലാണ് കേരളത്തിലെ കമ്യൂണിസ്റ്റ് സർക്കാരിനെ അട്ടിമറിക്കാനുള്ള ശ്രമവും നടന്നത്. "സി ഐ എ യും അമേരിക്കൻ സ്റ്റേറ്റ് ഡിപ്പാർട്ട്മെന്റുകളും കേരളത്തിലെ സാമ്പത്തിക-സാംസ്കാരിക-ധൈഷണിക വിഭവങ്ങളെ ഉപയോഗപ്പെടുത്തു"കയായിരുന്നു. (*വിമോചനസമരത്തിന്റെ കാണാപ്പുറങ്ങൾ* - ഡോ. തോമസ് ഐസക്)

വിമോചനസമരമെന്ന പേരിൽ ജനകീയ സർക്കാരിനെ തകർക്കാനായി കേരളത്തിൽ രൂപപ്പെട്ട കമ്യൂണിസ്റ്റ് വിരുദ്ധ സമരത്തിൽ, കേരള

ഇ എം എസ് ഒന്നാം മന്ത്രിസഭ

ത്തിലെ വിവിധ രാഷ്ട്രീയപാർട്ടികൾ, കത്തോലിക്കാപള്ളി, എൻ എസ് എസ് തുടങ്ങിയ സമുദായസംഘടനകൾ എന്നിവയ്ക്കും ദേശീയതല ത്തിൽ കോൺഗ്രസിനും കേന്ദ്രസർക്കാരിനുമുള്ള പങ്കും വ്യക്തമാണ്. എന്നാൽ ക്രമാനുഗതമായി വികസിച്ചുവന്ന പ്രതിഷേധങ്ങളുടെ പരിണ തിയായിരുന്നില്ല വിമോചനസമരം. "ചിലർ മുൻകൂട്ടി ചമച്ച കഥയും തിര ക്കഥയും അനുസരിച്ച് കേരളത്തിൽ സംവിധാനം ചെയ്യപ്പെട്ട കുറ്റകര മായ ഒരു അട്ടിമറിയാണ് വിമോചനസമരവും സർക്കാരിന്റെ പിരിച്ചുവി ടലും" (*വിമോചനസമരത്തിന്റെ കാണാപ്പുറങ്ങൾ* - ഡോ. തോമസ് ഐസക്)

'കേരളമോഡൽ' എന്ന് പിൽക്കാലത്ത് വിശേഷിപ്പക്കപ്പെട്ട വികസ നാനുഭവങ്ങൾക്ക് അടിത്തറ ശക്തമാക്കിയത് ഐക്യകേരളത്തിൽ കമ്യൂ ണിസ്റ്റ് പാർട്ടിയുടെ നേതൃത്വത്തിലുള്ള ആദ്യത്തെ സർക്കാർ ആയിരുന്നു. ജന്മിത്വവും മുതലാളിത്തവും ചേർന്ന മേധാവിത്വം വഹിക്കുന്ന സാമൂ ഹ്യവ്യവസ്ഥയ്ക്കുള്ളിൽ പണിയെടുക്കുന്നവർക്കും പാവപ്പെട്ടവർക്കും മെച്ചപ്പെട്ട ജീവിതം നല്കാനാണ് ആ സർക്കാർ ശ്രമിച്ചത്. അതിനായി ഭൂപരിഷ്കരണത്തിൽ അധിഷ്ഠിതമായി കാർഷികമേഖലയെ ഊർജ്ജി തമാക്കേണ്ടത് ജന്മിത്വത്തിന്റെ ആധിപത്യം അവസാനിപ്പിക്കുന്നതിന് അനിവാര്യമായിരുന്നു. ഇതിലൂടെ ഭൂസ്വത്ത് പുനർവിതരണം ചെയ്യപ്പെട്ടു. അതാവട്ടെ, സവർണ്ണമേധാവിത്വത്തിന്റെ സാമ്പത്തികമേൽക്കോയ്മയെ ഉലയ്ക്കുന്നതുമായിരുന്നു.

കേരളത്തിലെ ഭൂപരിഷ്കരണകാര്യത്തിൽ കമ്യൂണിസ്റ്റ് നയം അതേപടി നടപ്പിലാക്കാൻ അല്ല ഇ എം എസ് സർക്കാർ ശ്രമിച്ചത്.

> രാജ്യത്തൊട്ടാകെയുള്ള ജനാധിപത്യശക്തികളുടെ വിപുലമായ അഭിപ്രായഗതിയുടെ അടിസ്ഥാനത്തിൽ മാത്രമാണ് ഞങ്ങൾ പ്രവർത്തനം തുടരുന്നത്. പൊതുജനാഭിപ്രായത്തിന്റെ അടിസ്ഥാ

നത്തിലാണ് പ്ലാനിങ് കമ്മീഷന്റെ ഭൂപരിഷ്കരണപാനൽ ചില ശുപാർശകൾ തയ്യാറാക്കിയിട്ടുള്ളത്. നിരവധി കൊല്ലങ്ങളോളമായി ഇന്ത്യയിലെ കർഷകർ നടത്തിയ അനുസ്യൂതമായ സമരത്തിന്റെ ആകെത്തുകയാണ് ആ റിപ്പോർട്ട്. കേരളത്തിലെ നിയമസഭാ അടുത്തുതന്നെ ഈ ശുപാർശയുടെ അടിസ്ഥാനത്തിൽ ഭൂപരിഷ്കാരങ്ങൾ നിയമമാക്കാനുദ്ദേശിക്കുന്നുണ്ട്. കൃഷിക്കാരുടെ മഹത്തായ ആവശ്യങ്ങളെ നിയമപരിധിയിൽ ഉൾക്കൊള്ളിക്കാൻ അവസരം കിട്ടുന്നുവെന്നത് എത്രയും അഭിമാനകരമാണ്.

(*ഇ എം എസ് സമ്പൂർണ്ണ കൃതികൾ*, സഞ്ചിക 19, പേജ് 109)

1957 ഡിസംബർ 21 ന് നിയമസഭയിൽ അവതരിപ്പിച്ച കാർഷിക ബന്ധ ബില്ല് കൃഷിക്കാരുടെ ജീവവായുവായിരുന്നു. 'കുടിയാൻ' എന്ന പ്രയോഗത്തെത്തന്നെ പുനർനിർവ്വചിക്കുന്ന നിയമമായി അതുമാറി. ഭൂവുടമകളിൽനിന്ന് കൃഷിഭൂമി പാട്ടത്തിനെടുത്ത എല്ലാ കൃഷിക്കാരെയും ഭൂപരിഷ്കരണത്തിന്റെ പരിധിയിൽ ഉൾപ്പെടുത്തി. കുടിയാന്മാർക്ക് കുടികിടപ്പു ഭൂമിയിൽ സ്ഥിരമായ അവകാശം ലഭിച്ചു. കുടിയൊഴിപ്പിക്കപ്പെട്ടവർക്ക് ഭൂമി വീണ്ടെടുക്കാനും നിയമം വ്യവസ്ഥ ചെയ്തു. പാട്ടം വലിയ തോതിൽ വെട്ടിക്കുറച്ചു.

ഒരാൾക്ക് കൈവശം വയ്ക്കാവുന്ന ഭൂമിയുടെ പരിധി നിശ്ചയിക്കുകയും അതനുസരിച്ചുള്ള മിച്ചഭൂമി സ്വന്തമായി ഭൂമിയില്ലാത്തവർക്കു വിതരണം ചെയ്യാൻ വ്യവസ്ഥപ്പെടുത്തുകയും ചെയ്തു. ഇത്തരത്തിൽ നിർദ്ധനർക്ക് ആശ്വാസമായി മാറിയ ഭൂപരിഷ്കരണനിയമം 1959 ജൂൺ 4ന് നിയമസഭ അംഗീകരിച്ചു.

നിയമം കൊണ്ടുദ്ദേശിക്കുന്നത് എന്തായിരുന്നുവെന്ന് ഇ എം എസ് അക്കമിട്ട് പറയുന്നുണ്ട്:

1. ഒരു വലിയ വിഭാഗം കുടിയാൻകൃഷിക്കാർക്ക് ഭൂപ്രഭുക്കളുടെ ചൂഷണത്തിൽ നിന്ന് ന്യായമായ സംരക്ഷണം ലഭിക്കേണ്ടതുണ്ട്. ഈ കൃഷിക്കാർ സ്വന്തം ഭൂമിയിലല്ല കൃഷി ചെയ്യുന്നത്; ജന്മിമാർ നേരിട്ടോ, ഒന്നോ അതിലധികമോ മധ്യവർത്തികൾ മുഖേനയോ പാട്ടത്തിനു കൊടുത്തിട്ടുള്ള ഭൂമിയിലാണ്. ഇവർക്ക് കിട്ടുന്ന സംരക്ഷണത്തിൽ ഇന്നുള്ള അമിതമായ പാട്ടനിരക്കിൽ ഗണ്യമായ കുറവുവരുത്തലും സ്ഥിരാവകാശവും ഉൾപ്പെടും.

2. ഇങ്ങനെ കുടിയാൻകൃഷിക്കാർക്ക് സംരക്ഷണം കൊടുക്കുമ്പോൾ പാവപ്പെട്ടവരായിട്ടുള്ള ജന്മിവിഭാഗത്തിന്റെ കാര്യം പരിഗണിക്കേണ്ടതുണ്ട്. അവരും അവരുടെ ഭൂമിയിൽ കൃഷി ചെയ്യുന്ന കൃഷിക്കാരും തമ്മിലുള്ള ബന്ധം, വലിയ ഭൂവുടമകളും അവരുടെ കൃഷിക്കാരും തമ്മിലുള്ള ബന്ധത്തിന് തുല്യമായി കണക്കാക്കപ്പെടരുത്. ഈ പ്രശ്നം സങ്കീർണ്ണമായ ഒന്നാണ്. ചെറു ജന്മിയോട്

നീതി കാണിക്കേണ്ടത് ആവശ്യമാണെന്ന് ഭൂപരിഷ്കരണത്തിന്റെ പ്രശ്നം ന്യായമായി പഠിച്ചിട്ടുള്ള ഏതൊരാളും സമ്മതിക്കുമെങ്കിലും ചെറുജന്മിമാരോടുള്ള ഈ വിട്ടുവീഴ്ചാമനോഭാവം കുടിയാൻ കൃഷിക്കാരുടെ മേലുള്ള ചൂഷണത്തെ ന്യായീകരിക്കുന്നതിനും തുടർന്നുപോവുന്നതിനുമുള്ള ഒരു ഉപകരണമായിത്തീരാതിരിക്കാൻ ശ്രദ്ധിക്കേണ്ടതുണ്ട്. കുടിയാൻ കൃഷിക്കാരന്റെയും ചെറുജന്മിയുടെയും പ്രശ്നത്തിന് എന്തുപരിഹാരം കണ്ടാലും ശരി, നൂറു ശതമാനം തൃപ്തി വരുത്താൻ സാദ്ധ്യമല്ലെന്നിരിക്കെ ഇരുകൂട്ടർക്കും ഭാഗികമായി തൃപ്തി കൈവരുത്താൻ മാർഗ്ഗങ്ങൾ കണ്ടുപിടിക്കുക എന്നതാണ് കരണീയമായിട്ടുള്ളത്.

3. ജന്മി-കുടിയാൻ ബന്ധത്തെ സംബന്ധിച്ച പ്രശ്നത്തിന് പരിഹാരം കാണുന്നതോടൊപ്പം വൻകിട ഭൂവുടമാസമ്പ്രദായം ഇല്ലായ്മ ചെയ്യുന്നതിനുള്ള മാർഗ്ഗങ്ങൾ തേടുക കൂടി ചെയ്യുന്നുണ്ട്. ഒരുവശത്ത് കൈവശഭൂമിക്ക് പരിധി ഏർപ്പെടുത്തിയും ഭൂമിയില്ലാത്തവർക്കും ഭൂദാഹമുള്ളവർക്കും മിച്ചഭൂമി വിതരണം ചെയ്തുമാണ് ഈ പ്രശനം പരിഹരിക്കാൻ ശ്രമിക്കുന്നത്. മറുവശത്ത്, ഭൂമിയുടെ വിലകൊടുത്ത് ഭൂമിയുടെ പൂർണ്ണ അവകാശികളാവാൻ കുടിയാന്മാർക്ക് സൗകര്യമുണ്ടാക്കിക്കൊടുക്കുകയും ചെയ്യുന്നു. ഒരു പട്ടികയുടെ അടിസ്ഥാനത്തിലായിരിക്കും ഇക്കാര്യം ചെയ്യുന്നത്. തീർച്ചയായും ഇതൊരു നിസ്സാരകാര്യമല്ല. നിജപ്പെടുത്തേണ്ട ഭൂപരിധിയുടെ ശരിയായ നിലവാരം നിശ്ചയിക്കുക, കുടിയാനെ പൂർണ്ണ ഉടമസ്ഥനാക്കുന്നതിന് അർഹനാക്കുന്ന തുക നിശ്ചയിക്കുക എന്നീ കാര്യങ്ങൾ എണ്ണമറ്റ പ്രയാസങ്ങളിൽ കൊണ്ടെത്തിക്കുന്നതാണ്. ഇന്നത്തെ സാഹചര്യത്തിൽ അനിശ്ചിതാവസ്ഥ അവസാനിക്കണമെങ്കിൽ ഈ പ്രയാസങ്ങളെ അഭിമുഖീകരിച്ചേ പറ്റൂ.

(*സമ്പൂർണ്ണ കൃതികൾ*, സഞ്ചിക 19, പേജ് 120 -21)

3

1957 ലെ തെരഞ്ഞെടുപ്പിൽ കമ്യൂണിസ്റ്റ് പാർട്ടിക്ക് മലബാർ മേഖലയിൽ ലഭിച്ച വോട്ട് താരതമ്യേന കുറവായിരുന്നു. എന്നാൽ, 1960 ലെ തെരഞ്ഞെടുപ്പിൽ മലബാർ പ്രദേശത്ത് വോട്ടുശതമാനം വർദ്ധിച്ചു. വിമോചനസമരത്തിന്റെ കാലത്തുതന്നെ സമരത്തോടുള്ള ആഭിമുഖ്യത്തിൽ തിരുവിതാംകൂർ-കൊച്ചി പ്രദേശത്തിനോളം ആവേശം മലബാർ പ്രകടിപ്പിച്ചിരുന്നില്ല. 1959 ജൂൺ 12നു നടന്ന ഹർത്താലിന് മലബാർ മേഖലയിൽ ഭാഗികമായ വിജയം മാത്രമേ ഉണ്ടായുള്ളൂ. ഇത് 1960 ലെ തെരഞ്ഞെടുപ്പിലും പ്രതിഫലിച്ചു. 1957 നെക്കാൾ 4.3 ലക്ഷം വോട്ട് മലബാ

റിൽ കമ്യൂണിസ്റ്റ് പാർട്ടിക്കു ലഭിച്ചു. വർദ്ധിച്ച ആകെ വോട്ടിന്റെ 59.5 ശതമാനവും കമ്മ്യൂണിസ്റ്റ് പാർട്ടിക്കായിരുന്നുതാനും (*വിമോചനസമരത്തിന്റെ കാണാപ്പുറങ്ങൾ* - ഡോ. തോമസ് ഐസക്)

മലബാർ മേഖലയിൽ കൃഷിക്കാർക്കും തൊഴിലാളികൾക്കുമിടയിൽ 1957ലെ സർക്കാരിനുണ്ടായ സ്വാധീനത്തെക്കൂടി ഇത് വ്യക്തമാക്കുന്നു. വിമോചനസമരത്തോടുള്ള അവരുടെ പ്രതികരണത്തിൽത്തന്നെ അത് പ്രകടമാണ്. കൂടുതൽ കർഷകത്തൊഴിലാളികളും പാവപ്പെട്ടവരും 1960 ൽ വോട്ടു ചെയ്യാനെത്തി എന്നതും ശ്രദ്ധേയമാണ്.

ഭൂപരിഷ്കരണനിയമം പാസാക്കി എങ്കിലും അത് നടപ്പിലാക്കി പൂർത്തീകരിക്കാൻ 1957ലെ സർക്കാരിനെ അനുവദിച്ചില്ലല്ലോ. കേരളത്തിലെ കുടിയായ്മ ഇല്ലാതായെന്നതു നേരാണ്. എന്നാൽ കർഷകത്തൊഴിലാളികൾക്ക് കുടികിടപ്പുമാത്രമേ ലഭിച്ചുള്ളൂ. കൃഷി ചെയ്യാനുള്ള ഭൂമി അവർക്ക് ലഭ്യമായില്ല. കാർഷികമേഖലയിലെ പകുതിയോളം പേർ കുടികിടപ്പു മാത്രമുള്ളവരും അതേസമയം കൃഷി ചെയ്യാൻ ഭൂമി ഇല്ലാത്തവരുമായ കർഷകത്തൊഴിലാളികളായി മാറി.

1957 ലെ ഇ എം എസ് സർക്കാർ വെട്ടിത്തെളിച്ച വികസനത്തിന്റെ മാർഗ്ഗത്തിലൂടെ ബഹുദൂരം മുന്നോട്ടുപോകാൻ കേരളത്തിനു കഴിഞ്ഞിട്ടില്ല. വികസനപ്രതിസന്ധി കേരളത്തിൽ പ്രകടമാവുന്നത് വിമോചനസമരകാലത്ത് ആരംഭിച്ച നിഷേധാത്മക രാഷ്ട്രീയത്തിന്റെ പ്രതിഫലനം എന്ന നിലയിലാണ്. പൊതുവായ വികസനകാര്യങ്ങളിൽ പ്രശ്നാധിഷ്ഠിതമായ യോജിപ്പ് ഉണ്ടാവണം എന്ന് ഇ എം എസ് ആവർത്തിച്ചുകൊണ്ടിരുന്നത് ഈ പ്രതിസന്ധി പരിഹരിക്കുന്നതിനുവേണ്ടിയാണ്.

സി പി ഐ (എം) ന്റെ എക്കാലത്തെയും സമീപനമാണിത്. ഇതെഴുതുന്ന രണ്ടാം പിണറായിസർക്കാരിന്റെ കാലത്തും നവകേരളം എന്ന ലക്ഷ്യം മുൻനിർത്തിയുള്ള വികസനപ്രവർത്തനങ്ങളിൽ കക്ഷിരാഷ്ട്രീയ വ്യത്യാസമില്ലാതെ എല്ലാവരും സഹകരിക്കണം എന്ന നിലപാടാണ് സർക്കാർ സ്വീകരിക്കുന്നത്, അതാവട്ടെ സി പി ഐ (എം) ന്റെ നയവുമാണ്.

4

മലബാർ പ്രവിശ്യയിലെ തലശ്ശേരി വില്ലേജിൽപ്പെടുന്ന കോടിയേരി എന്ന പ്രദേശത്ത് ജനിച്ച ബാലകൃഷ്ണൻ വിമോചനസമരകാലത്താണ് തന്റെ സ്കൂൾ വിദ്യാഭ്യാസം ആരംഭിക്കുന്നത്.

അദ്ധ്യാപകനായ അച്ഛന്റെ കൈപിടിച്ച്, 1959 ൽ, അഞ്ചാം വയസ്സിൽ, ബാലകൃഷ്ണൻ ആദ്യമായി സ്കൂളിലേക്കെത്തി. കോടിയേരിയിലെ ജൂനിയർ ബേസിക് സ്കൂളിലായിരുന്നു വിദ്യാഭ്യാസം. ആദ്യമായി സ്കൂളിലേക്ക് പോകുന്നുവെന്ന പരിഭ്രമമോ ആകാംക്ഷയോ തന്നെ ബാധിച്ചിരുന്നില്ലെന്ന് അദ്ദേഹം ഓർക്കുന്നു:

രണ്ടുതരം ചിന്തകളാണ് മനസ്സിലുണ്ടായിരുന്നത് എന്നുപറയാം. ഒന്ന്, അത്രയും നാൾ ഇഷ്ടംപോലെ കളിച്ചുനടക്കാനുള്ള സ്വാതന്ത്ര്യം ഉണ്ടായിരുന്നു. വീടിനു സമീപം ധാരാളം കുട്ടികൾ ഉണ്ടായിരുന്നു. കൂടുതലും സമപ്രായക്കാർ തന്നെ. ഞങ്ങളുടെ വീടിനാണ് കുറച്ചേറെ പറമ്പുണ്ടായിരുന്നത്. അതുകൊണ്ട് കളി സ്ഥലമായി ഞങ്ങൾ കുട്ടികൾ അവിടം ഉപയോഗിച്ചിരുന്നു. അകലെയെങ്ങും പോകേണ്ടിവരുന്നില്ലെന്ന തുകൊണ്ട് അമ്മ യ്ക്കും അത് ആശ്വാസമായിരുന്നു. ധാരാളം സമയം കളിക്കാൻ ലഭിച്ചിരുന്നു. സ്കൂളിൽ പോകുന്നതോടെ അത് ഇല്ലാതാവുമോ എന്നൊരു സങ്കടം മനസ്സിലുണ്ടായിരുന്നു. മറ്റൊന്ന്, ഒരു സന്തോ ഷമാണ്. കുറച്ചുദൂരം നടന്നുവേണം സ്കൂളിൽ എത്തേണ്ടത്. വയൽ വരമ്പത്തുകൂടിയും പറമ്പുകളിൽ കൂടിയും മറ്റും വേണം നടന്നുപോകേണ്ടത്. അച്ഛനോടൊപ്പം നടക്കുമ്പോൾ പാടത്തിന്റെ ഭംഗി ആസ്വദിക്കാൻ ഞാൻ ഇഷ്ടപ്പെട്ടിരുന്നു. കതിര് കൊത്തി ത്തിന്നാൻ ധാരാളം കിളികളൊക്കെ എത്തും. അവയെ കാണു ന്നതൊക്കെ ഒരു സന്തോഷമായിരുന്നു. ഇതല്ലാതെ പഠിക്കാനുള്ള വലിയ താല്പര്യമോ വീട്ടിൽ നിന്ന് പകൽ ഏറെ നേരം മാറി നില്ക്കേണ്ടി വരുമെന്ന വിഷമമോ എന്നിൽ ഉണ്ടായിരുന്നില്ല.

സ്കൂളിൽ പോയിത്തുടങ്ങിയ കാലത്ത് കൂട്ടുകാരോടൊപ്പം കളി ക്കാനുള്ള സമയം കുറഞ്ഞുപോകുമെന്ന സങ്കടം തോന്നിയിരുന്നെങ്കിലും സ്കൂൾ പഠനം ആരംഭിച്ചതോടെ താല്പര്യം പഠനത്തിലേക്കും വായ നയിലേക്കും തിരിഞ്ഞു. അഞ്ചാം ക്ലാസിൽ പഠിക്കുമ്പോഴാണ് അച്ഛന്റെ മരണം. അച്ഛന്റെ വിയോഗം വലിയ ആഘാതമാണ് കുടുംബത്തിൽ ഏല്പിച്ചത്. കുടുംബത്തിന്റെ പരിപാലനം പൂർണ്ണമായും അമ്മയുടെ ചുമതലയായി മാറി. അതിനിടയിലും പുരാണകഥകളും മറ്റും പറഞ്ഞു കേൾപ്പിക്കാനും മകനെക്കൊണ്ട് ഉറക്കെ വായിപ്പിക്കാനും അമ്മ ശ്രദ്ധിച്ചിരുന്നു. ഇത് വായനയോട് നല്ലൊരഭിമുഖ്യം രൂപപ്പെടുത്തുന്നതിന് സഹായകമായി എന്ന് അദ്ദേഹം ഓർക്കുന്നുണ്ട്.

കുടികിടപ്പവകാശനിയമം

ഉദ്യോഗസ്ഥഭരണത്തിൽനിന്ന് പൂർണ്ണമായും ജനങ്ങളുടെ ഭരണമെന്നതിലേക്ക് കേരളത്തെ നവീകരിക്കാനാണ് 1957 ലെ ഇ എം എസ് സർക്കാർ ശ്രമിച്ചത്. ഭൂപരിഷ്കരണം പോലെത്തന്നെ പ്രധാനമായാണ് ഭരണപരിഷ്കാരത്തെയും കണ്ടത്. കൃഷിയുടെ നവീകരണത്തിനും സാമ്പത്തിക-സാമൂഹ്യ ബന്ധങ്ങളിലെ പരിവർത്തനങ്ങൾക്കും ഏറ്റവും വലിയ തടസ്സമായി നില്ക്കുന്നത് ഭൂവുടമാവ്യവസ്ഥയാണ്. കാലഹരണപ്പെട്ട ഈ വ്യവസ്ഥ മാറ്റിയെടുക്കണമെന്നാണ് കമ്യൂണിസ്റ്റ് പാർട്ടി ലക്ഷ്യംവെച്ചത്. ഇതിനായി, പാട്ടത്തിന്റെ തോത് വെട്ടിക്കുറയ്ക്കുക, കുടിയാന്മാരെ ഒഴിപ്പിക്കുന്നത് തടയാനും കൈവശക്കാർക്ക് ഭൂമിയിൽ സ്ഥിരാവകാശം ഉറപ്പാക്കാനും വ്യവസ്ഥചെയ്യുക, കുടിയാന്മാരുടെ മേൽ അന്യായമായ ഭാരം ചുമത്താനുള്ള നീക്കം ഇല്ലാതാക്കുക, ചെറുകിട ഭൂവുടമകളുടെ താല്പര്യം സംരക്ഷിക്കുക, ഒരാൾക്ക് കൈവശം വയ്ക്കാവുന്ന പരമാവധി ഭൂമിയുടെ പരിധി നിശ്ചയിക്കുക, മിച്ചഭൂമി, ഭൂരഹിതർക്ക് വിതരണം ചെയ്യുക തുടങ്ങിയ കാർഷിക സൗഹൃദ മാർഗ്ഗങ്ങളാണ് നടപ്പിലാക്കാൻ ഉദ്ദേശിച്ചിരുന്നത്. ഇതിനെതിരെ നടന്ന ഭരണഘടനാവിരുദ്ധവും ജനാധിപത്യവിരുദ്ധവുമായ സമരമായിരുന്നു വിമോചനസമരം. അതിന്റെ താൽക്കാലിക വിജയത്തെത്തുടർന്നു നടത്തിയ പ്രസ്താവനയിൽ ഇ എം എസ് ഇങ്ങനെ പറഞ്ഞു:

> മന്ത്രിസ്ഥാനം പോയി എന്നതുകൊണ്ട് ഞങ്ങളാരും നാടുവിടാൻ പോകുന്നില്ല. ജനങ്ങൾക്കുവേണ്ടി ഇനിയും പ്രവർത്തിച്ച് അവരുടെ വിശ്വാസം കൂടുതൽ ആർജ്ജിച്ചുകൊണ്ട് ജനങ്ങളുടെ ഇടയിൽത്തന്നെ പ്രവർത്തിക്കുമെന്ന് ഞങ്ങൾ ഉറപ്പുതരുന്നു. അടുത്ത

> തെരഞ്ഞെടുപ്പിനെക്കുറിച്ച് ഞങ്ങളാരും യാതൊരു വീരവാദവും ഇപ്പോൾ മുഴക്കുന്നില്ല. ജനങ്ങൾ തന്നെ വിധി നിർണയിക്കട്ടെ.
> (*ഇ എം എസ് സമ്പൂർണ്ണ കൃതികൾ*, സഞ്ചിക 22, പേജ് 47)

1964 ൽ ഇന്ത്യൻ കമ്യൂണിസ്റ്റ് പാർട്ടിയിൽ പിളർപ്പുണ്ടാകുന്നു. അതിനു ശേഷം ഇന്ത്യയിൽ നടന്ന ആദ്യത്തെ തെരഞ്ഞെടുപ്പ് 1965 ൽ കേരളത്തിലാണ്. 1964 ൽ ആർ ശങ്കർ മന്ത്രിസഭയ്ക്കെതിരായ അവിശ്വാസപ്രമേയം പാസായതിനെ തുടർന്ന് മന്ത്രിസഭ രാജിവച്ച സാഹചര്യത്തിലായിരുന്നു തെരഞ്ഞെടുപ്പ്. രാജ്യത്തുടനീളം കമ്യൂണിസ്റ്റ് പാർട്ടി പ്രവർത്തകരെ അറസ്റ്റ് ചെയ്തുകൊണ്ടിരിക്കുന്ന സമയം. നോമിനേഷൻ സമർപ്പിക്കാൻ എത്തിയവരെയും അറസ്റ്റു ചെയ്യുകയായിരുന്നു. പൊതുയോഗങ്ങൾ നടത്താൻപോലും കഴിയാത്തവിധം തടസ്സപ്പെടുത്തലുകൾ രൂക്ഷമായിരുന്നു. സ്ഥാനാർത്ഥികൾക്ക് വോട്ടർമാരെ നേരിൽ കണ്ടു വോട്ടഭ്യർത്ഥിക്കാൻ പോലും കഴിയാത്ത സാഹചര്യത്തിലാണ് കമ്യൂണിസ്റ്റ് പാർട്ടി തെരഞ്ഞെടുപ്പിനെ നേരിട്ടത്. പ്രാദേശികപ്രവർത്തകരുൾപ്പെടെ ജയിലിൽ ആയിരുന്നു.

"രാജ്യരക്ഷാനിയമപ്രകാരം, ഇ എം എസ് ഒഴിച്ച് സി പി ഐ (എം) ന്റെ നേതാക്കൾ മിക്കവാറും ജയിലിൽ ആയിരുന്നു. എസ് എസ് പിയുമായി വ്യക്തമായ ധാരണയും മുസ്ലിം ലീഗുമായും കേരള കോൺഗ്രസുമായും ചില സീറ്റുകളിൽ നീക്കുപോക്കുണ്ടാക്കിയുമാണ് സി പി ഐ (എം) തെരഞ്ഞെടുപ്പിനെ നേരിട്ടത്." (*കേരളത്തിന്റെ രാഷ്ട്രീയ ചരിത്രം*, ആർ കെ ബിജുരാജ്, പേജ് 118) പ്രജാ സോഷ്യലിസ്റ്റ് പാർട്ടിയും സോഷ്യലിസ്റ്റ് പാർട്ടിയും ലയിച്ചാണ് സംയുക്ത സോഷ്യലിസ്റ്റ് പാർട്ടി (എസ് എസ് പി)നിലവിൽവന്നത്.

തെരഞ്ഞെടുപ്പ് ഫലം വന്നപ്പോൾ കേരളത്തിലെ യഥാർത്ഥ കമ്യൂണിസ്റ്റ് പാർട്ടി സി പി ഐ (എം) ആണെന്ന് തെളിയിച്ചുകൊണ്ട് വിജയിക്കാൻ പാർട്ടിക്ക് കഴിഞ്ഞു. എന്നാൽ, സർക്കാർ രൂപീകരിക്കാനുള്ള ഭൂരിപക്ഷം ഇല്ലാതിരുന്നതിനാൽ നിയമസഭ പിരിച്ചുവിടുകയാണുണ്ടായത്.

1967 ൽ നടന്ന തെരഞ്ഞെടുപ്പിൽ സി പി ഐ (എം) നേതൃത്വം നൽകിയ സപ്തകക്ഷിമുന്നണി വിജയിക്കുകയും ഇ എം എസ് മുഖ്യമന്ത്രിയാവുകയും ചെയ്തു.

> രണ്ടാം ഇ എം എസ് സർക്കാർ ചെയ്ത ഏറ്റവും മികച്ച കാര്യം സെക്കണ്ടറിതലം വരെയുള്ള വിദ്യാഭ്യാസം സൗജന്യമാക്കാൻ തീരുമാനിച്ചതാണ്. 1969 ജനുവരി ആറിനായിരുന്നു ആ തീരുമാനം. ഹൈസ്കൂൾ തലത്തിലുണ്ടായിരുന്ന ഫീസ് ഇല്ലാതായി. അതോടെ ജാതി-മത-ലിംഗ ഭേദമില്ലാതെ എല്ലാവർക്കും വിദ്യാഭ്യാസം പ്രാപ്യമായി. ആറേകാൽ രൂപയായിരുന്നു അന്ന്

> ഹൈസ്കൂൾ തല ഫീസ്. നിർണ്ണായകവും സുപ്രധാനവുമായ ഈ തീരുമാനത്തിന് ഭൂപരിഷ്കരണത്തിന്റെ അത്രയും തന്നെ പ്രാധാന്യം ഉണ്ടായിരുന്നു. കേരളം നേടിയ പല വികസന ങ്ങൾക്കും സാമൂഹിക മുന്നേറ്റത്തിനും അടിത്തറ പാകിയത് ഈ സൗജന്യ വിദ്യാഭ്യാസ തീരുമാനമായിരുന്നു.
>
> (*കേരളത്തിന്റെ രാഷ്ട്രീയചരിത്രം*, ആർ കെ ബിജുരാജ്, പേജ് 129)

ഇതിനിടെ, 1968 ൽ നക്സലൈറ്റുകളുടെ നേതൃത്വത്തിൽ തലശ്ശേരി പോലീസ് സ്റ്റേഷൻ ആക്രമണം നടന്നു. ഐക്യകേരളപ്പിറവിക്ക്ശേഷം രാഷ്ട്രീയ അധികാരം ലക്ഷ്യമാക്കി നടന്ന ആദ്യത്തെ സായുധ ആക്രമണ മായിരുന്നു അത്. ഞങ്ങളാണ് കലാപത്തിന് പിന്നിൽ എന്ന് രേഖപ്പെടു ത്തിയ കടലാസ് നക്സലൈറ്റുകൾ തലശ്ശേരിയിലും പിന്നീട് പുൽപ്പള്ളി പോലീസ് സ്റ്റേഷൻ ആക്രമണത്തിന് ശേഷവും വിതരണം ചെയ് തിരുന്നു. ആ രീതിയിലും സംഘർഷം നിലനിന്ന പ്രദേശമാണ് തലശ്ശേരി.

സപ്തമുന്നണിയിലെ ആഭ്യന്തരപ്രശ്നങ്ങളെ തുടർന്ന് മന്ത്രിസഭ രാജിവയ്ക്കുന്ന സാഹചര്യം ഉണ്ടായി. തുടർന്നുള്ള ആരോപണ-പ്രത്യാരോപണങ്ങളാൽ 1969 ൽ ഇ എം എസ് ഗവർണറെക്കണ്ട് രാജി സമർപ്പിച്ചു. 1969 നവംബർ ഒന്നിന് സി പി ഐ നേതാവ് സി അച്യുത മേനോൻ മുഖ്യമന്ത്രിയായി ചുമതലയേറ്റു. നിയമസഭ വിളിച്ചുചേർക്കാൻ പോലും തയ്യാറാവാതിരുന്നതിനാൽ ശക്തമായ സമരങ്ങളുമായി സി പി ഐ (എം) മുന്നോട്ടുപോയി.

2

അക്കാലത്താണ് ഭൂപരിഷ്കരണഭേദഗതി നിയമം പാസാക്കി നടപ്പിലാക്കണമെന്ന ആവശ്യം സി പി ഐ (എം) മുന്നോട്ടുവയ്ക്കുന്നത്.

> ഭേദഗതി നിയമമാക്കാനും നടപ്പാക്കാനും ഏതൊക്കെ രീതിയിൽ പ്രവർത്തിക്കാം എന്നതിനെപ്പറ്റി തീരുമാനിക്കാൻ 1969 ഡിസംബർ 12 നു ആലപ്പുഴ അറവുകാട് ക്ഷേത്രമൈതാനിയിൽ കർഷക രുടെയും കർഷകത്തൊഴിലാളികളുടെയും യോഗം ചേർന്നു. കേരളത്തിന്റെ വടക്ക്, തെക്ക് ഭാഗത്തുനിന്നുൾപ്പെടെ മൂന്നു ജാഥകൾ പുറപ്പെട്ടു. ഗ്രാമങ്ങൾ കയറിയിറങ്ങിയാണ് ജാഥകൾ ആലപ്പുഴ എത്തിയത്. കെ ടി പി, കെ എസ് പി, എസ് എസ് പി പ്രവർത്തകർ സമ്മേളനത്തിൽ പങ്കെടുത്തു. എ കെ ജി ആയിരുന്നു അദ്ധ്യക്ഷൻ. ഉദ്ഘാടനം ചെയ്തത് പാർട്ടി കേന്ദ്ര കമ്മിറ്റി അംഗമായ ഹരേ കൃഷ്ണ കോനാർ. ക്രിയാത്മകമായ ഒരു സമരപരിപാടി പ്രഖ്യാപിക്കാനാണ് നാമിവിടെ കൂടിയിരി ക്കുന്നത് എന്ന് ആമുഖമായി എ കെ ജി സൂചിപ്പിച്ചു. കേരളം ഭൂപരിഷ്കരണ ബില്ലിൽ കൃഷിക്കാർക്കും ഭൂരഹിതരായ

കർഷകത്തൊഴിലാളികൾക്കും നൽകിയ എല്ലാ അവകാശങ്ങളും 1970 ജനുവരി 1 മുതൽ നടപ്പിൽ വന്നതായി കണക്കാക്കുമെന്ന് സമ്മേളനം പ്രഖ്യാപിച്ചു. പാട്ടവും വരവും പാട്ടക്കുടിശ്ശികയും നല്കുന്ന സമ്പ്രദായം പറ്റില്ല. ഭൂപരിഷ്കരണ ബിൽ അനുസരിച്ച് പ്രതിഫലം നല്കുമെന്നും സമ്മേളനം തീരുമാനിച്ചു.

സമ്മേളനത്തിൽ എ കെ ജി പറഞ്ഞു:

കൃഷിക്ക് ഉപകരിക്കുന്നതും വിതരണത്തിനുവേണ്ടി മുൻഗവണ്മെന്റ് നീക്കിവച്ചതുമായ തരിശുഭൂമി ഭൂരഹിതർക്ക് വിതരണം ചെയ്യാൻ അടിയന്തര നടപടികൾ കൈക്കൊള്ളുന്നതിനു ഗവണ്മെന്റിനെ നിർബന്ധിക്കുന്ന പ്രത്യക്ഷ നടപടികൾ അത്തരം ഗവണ്മെന്റ് ഭൂമികളിൽ ആരംഭിക്കും.'' രണ്ടു ദിവസത്തെ പ്രതിനിധി സമ്മേളനത്തിനുശേഷം 14 ന് ആലപ്പുഴയിൽ നടന്ന കർഷക ത്തൊഴിലാളി പ്രകടനത്തിൽ മൂന്നുലക്ഷത്തിലധികം ആളുകൾ പങ്കെടുത്തു. സമ്മേളനത്തിൽ അദ്ധ്യക്ഷം വഹിച്ച എ കെ ജി ഭൂപരിഷ്കരണ നിയമം 1970 ജനുവരി 1 മുതൽ എവിടെയെല്ലാം നടപ്പിലാക്കാൻ കഴിയുമോ അവിടെയെല്ലാം നടപ്പിലാക്കുമെന്ന് പ്രഖ്യാപിച്ചു.

(*കേരളത്തിന്റെ രാഷ്ട്രീയ ചരിത്രം*, ആർ കെ ബിജുരാജ്, പേജ് 181)

കോടിയേരിയുടെ കുടുംബത്തിൽനിന്നും കുടികിടപ്പവകാശ നിയമത്തിന്റെ ഭാഗമായി ഭൂമി നഷ്ടപ്പെട്ടു. ഭൂമി വിട്ടുകൊടുക്കാൻ ഭൂവുടമകളെ സമീപിക്കാനും വിസമ്മതിക്കുന്നവരിൽ നിന്ന് ബലമായി പിടിച്ചെടുത്ത് ഭൂരഹിതർക്ക് നല്കാനും പാർട്ടി തീരുമാനിച്ചിരുന്നു. അക്കാലത്ത്, പാർട്ടി അംഗമായിരുന്ന കോടിയേരിക്കും തന്റെ കുടുംബത്തിൽ നിന്ന് ഭൂമി നല്കേണ്ടിവരുമെന്ന് അറിയാമായിരുന്നു. അമ്മയിൽനിന്ന് അക്കാര്യത്തിൽ ഒരു എതിർപ്പും ഉണ്ടായില്ല എന്ന് അദ്ദേഹം ഓർക്കുന്നുണ്ട്. ഭൂരഹിതർക്ക് അവകാശപ്പെട്ടത് അവർക്ക് ലഭിക്കുന്നു എന്നൊരു സമീപനമാണ് അക്കാര്യത്തിൽ അമ്മ സ്വീകരിച്ചത്.

ഇത്തരം കാര്യങ്ങൾ സംബന്ധിക്കുന്ന രാഷ്ട്രീയ വിശകലനവും നിരീക്ഷണവും *ദേശാഭിമാനിപത്രം* നിരന്തരം പ്രസിദ്ധീകരിച്ചുകൊണ്ടിരുന്നു. അവയിലധികവും ഇ എം എസ് എഴുതുന്ന ലേഖനങ്ങളായിരുന്നുതാനും. അവയുടെ വായന ബാലകൃഷ്ണനെന്ന കുട്ടിയുടെ രാഷ്ട്രീയധാരണ ഉറപ്പിക്കുകയായിരുന്നു.

3

സ്കൂളിലെ പഠനത്തോടൊപ്പം സ്വയം ആർജ്ജിച്ചെടുത്ത രാഷ്ട്രീയ വിദ്യാഭ്യാസമാണ് നേതൃത്വഗുണങ്ങളുള്ള ഇടതുപക്ഷ രാഷ്ട്രീയക്കാര

നായ കോടിയേരി ബാലകൃഷ്ണനെ സൃഷ്ടിച്ചത്. അതിനു കൂടുതൽ സഹായകമായത് സ്കൂളിനടുത്തുള്ള വായനശാലയാണ്. അപ്പോഴേക്കും ആദ്യത്തെ സ്കൂളിൽ നിന്ന് തലശ്ശേരിയിലെ ഒണിയൻ സ്കൂളിലേക്ക് മാറിയിരുന്നു.

വായനശാലയിൽ സ്ഥിരം സന്ദർശകനായിരുന്നു ബാലകൃഷ്ണൻ. അധികമാരും വായിക്കാറില്ലായിരുന്ന *ദേശാഭിമാനി* പത്രം മുടങ്ങാതെ വായിക്കുന്ന ആ വിദ്യാർത്ഥിയെ ശ്രദ്ധിക്കാൻ തുടങ്ങിയത് ബീഡിതൊഴിലാളികളാണ്. അവരിൽ പലരും അവനുമായി സൗഹൃദത്തിലായി. സ്കൂളിലെ വിദ്യാർത്ഥികളെ സംഘടിപ്പിക്കുന്നതിനെക്കുറിച്ച് ഒരു ദിവസം അവരിലൊരാൾ ബാലകൃഷ്ണനോട് സംസാരിക്കുകയുണ്ടായി. ബീഡി തൊഴിലാളികളുടെ നേതാവായിരുന്ന കടൂർ ജയരാജനായിരുന്നു അത്. അന്ന് അതിൽ വലിയ താല്പര്യമൊന്നും തോന്നിയില്ല. അതുകൊണ്ട് കുട്ടികളെ സംഘടിപ്പിക്കാനൊന്നും മുതിർന്നതുമില്ല. എന്നാൽ, *ദേശാഭിമാനി* പത്രത്തോടുള്ള താല്പര്യം വളർന്നു. അതിൽ പറയുന്ന രാഷ്ട്രീയകാര്യങ്ങളിൽ കഴമ്പുണ്ടെന്ന ചിന്തയും ഉറച്ചുവന്നു. ജയരാജനുമായുള്ള സൗഹൃദവും തുടർന്നു.

ഒരു ദിവസം വായനശാലയിൽ പത്രം വായിച്ചിരിക്കുമ്പോൾ, രണ്ടു പേർ വന്ന് പുറത്തേക്ക് കൂട്ടിക്കൊണ്ടുപോയി. സി പി ഐ (എം) ന്റെ പ്രാദേശിക നേതാക്കളായിരുന്ന സ. എൻ രാഘവനും സ. എം വി രാജു മാസ്റ്ററുമായിരുന്നു അവർ. ഓണിയൻ ഹൈസ്കൂളിൽ സ്റ്റുഡന്റ്സ് ഫെഡറേഷന്റെ യൂണിറ്റ് രൂപീകരിക്കേണ്ടതിനെക്കുറിച്ചാണ് അവർ അന്നു സംസാരിച്ചത്. കെ എസ് എഫ് എന്ന വിദ്യാർത്ഥി സംഘടനയെക്കുറിച്ച് *ദേശാഭിമാനിപത്ര*ത്തിൽ നിന്ന് ലഭിച്ച അറിവുമാത്രമേ ഉണ്ടായിരുന്നുള്ളൂ. സംഘടനാപ്രവർത്തകനാവണം എന്നൊന്നും അന്ന് തോന്നിയിരുന്നില്ല. എന്നാൽ കടൂർ ജയരാജന്റെയും എൻ രാഘവന്റെയും രാജുമാസ്റ്ററുടെയും നിരന്തരമായ നിർബ്ബന്ധത്തെത്തുടർന്ന് സ്കൂളിൽ കെ എസ് എഫിന്റെ യൂണിറ്റ് രൂപീകരണവുമായി സഹകരിക്കാൻ ബാലകൃഷ്ണൻ തയ്യാറായി.

പത്തുപതിനഞ്ചു വിദ്യാർത്ഥികളെ മാത്രമേ ആദ്യയോഗത്തിൽ പങ്കെടുപ്പിക്കാൻ കഴിഞ്ഞുള്ളൂ. വായനശാലയുടെ മുകളിലുള്ള മുറിയിൽ വച്ചായിരുന്നു യോഗം. ആ യോഗത്തിൽ യൂണിറ്റ് സെക്രട്ടറിയായി തെരഞ്ഞെടുക്കപ്പെട്ടു.

പിന്നീട് വിപുലമായ രീതിയിൽ യൂണിറ്റ് സമ്മേളനം ചേർന്നു. അന്ന് കെ എസ് എഫിന്റെ സംസ്ഥാന സെക്രട്ടറിയായിരുന്ന പിണറായി വിജയനാണ് സമ്മേളനം ഉദ്ഘാടനം ചെയ്തത്. തുടർന്ന് കാഞ്ഞങ്ങാട് വെച്ച് കെ എസ് എഫിന്റെ ജില്ലാ സമ്മേളനം ചേർന്നു. ഓണിയൻ ഹൈസ്കൂൾ യൂണിറ്റിൽ നിന്നും പ്രതിനിധികളായി പങ്കെടുത്ത രണ്ടുപേരിൽ ഒരാൾ ബാലകൃഷ്ണനായിരുന്നു. മറ്റെയാൾ ബാലൻ. പ്രതിനിധിയായി പേര് രജിസ്റ്റർ ചെയ്യുമ്പോൾ ബാലൻ സ്ഥലപ്പേരു കൂട്ടിച്ചേർത്ത് മൂഴിക്കര

ബാലൻ എന്നും കോടിയേരി ബാലകൃഷ്ണൻ എന്നും രേഖപ്പെടുത്തി. കോടിയേരി ബാലകൃഷ്ണൻ എന്ന പേരിൽ അന്ന് ചർച്ചയിൽ പങ്കെടുക്കുകകൂടി ചെയ്തതോടെ ആ പേര് സ്ഥിരപ്പെട്ടു.

കെ എസ് എഫിന്റെ യൂണിറ്റ് സെക്രട്ടറി എന്ന നിലയിൽ സ്കൂളിലെ വിദ്യാർത്ഥികളെ രാഷ്ട്രീയബോധമുള്ളവരാക്കിമാറ്റാൻ മാത്രമല്ല, സ്കൂളിലെ അസൗകര്യങ്ങൾ മാനേജ്മെന്റിനെ ബോദ്ധ്യപ്പെടുത്താനും അവ പരിഹരിക്കുന്നതിൽ സമ്മർദ്ദപ്പെടുത്താനും വേണ്ടിവന്നാൽ സമരം ചെയ്യാനും കോടിയേരിയുടെ നേതൃത്വത്തിൽ കെ എസ് എഫ് ശ്രമിച്ചു. ക്ലാസ്മുറികൾ ആവശ്യത്തിനില്ലെന്നതും ലാബോ കളിസ്ഥലമോ ഇല്ലെന്നതുമെല്ലാം പരിമിതികൾ ആയിരുന്നു. ഇവയ്ക്കുവേണ്ടി ആവശ്യമുന്നയിച്ചതോടെ സ്കൂൾ അധികൃതർ സംഘടനാപ്രവർത്തനത്തെ എതിർത്തു. ഹെഡ്മാസ്റ്ററായിരുന്ന കരുണാകരൻ മാസ്റ്റർ നിർദ്ദയമായിത്തന്നെ നേരിട്ടു. സംഘടനാപ്രവർത്തനം അനുവദിക്കില്ലെന്ന് അദ്ദേഹം തീർത്തു പറഞ്ഞു. ആ നിലപാടിനെതിരെ കെ എസ് എഫ് യൂണിറ്റ് സ്കൂൾ പരിസരത്ത് പ്രതിഷേധയോഗം സംഘടിപ്പിച്ചു. യോഗത്തിൽ സംസാരിക്കാനെത്തിയത് സഖാക്കൾ സി പി അബൂബക്കറും എ കെ ബാലനുമായിരുന്നു. സി പി അബൂബക്കർ അന്ന് ബിരുദാനന്തര ബിരുദ വിദ്യാർത്ഥിയായിരുന്നു, എ കെ ബാലൻ പ്രീഡിഗ്രിക്കു പഠിക്കുകയായിരുന്നു. പിന്നീട് സർക്കാർ കോളേജ് അധ്യാപകനായി വിരമിച്ച സി പി അബൂബക്കർ ഇപ്പോൾ ദേശാഭിമാനി വാരികയുടെ പത്രാധിപരാണ്; എ കെ ബാലനാവട്ടെ, പാർട്ടി കേന്ദ്രകമ്മിറ്റി അംഗവും.

സംഘടനാപ്രവർത്തനം തടയാനുള്ള സ്കൂൾ അധികാരികളുടെ ശ്രമങ്ങൾ അവഗണിച്ചുകൊണ്ട് കെ എസ് എഫ് മുന്നോട്ടുപോയി. ഈങ്ങയിൽ പീടികയിലെ തൊഴിലാളികൾ പകർന്നു നൽകിയ കരുത്തായിരുന്നു അന്ന് സംഘടനയുടെ ഊർജ്ജമെന്ന് കോടിയേരി ഓർക്കുന്നു.

സ്കൂൾ വിദ്യാർത്ഥിയായിരിക്കുമ്പോൾത്തന്നെ വായനശാലയിൽ അംഗമായി. വായനശാലയുടെ മുകളിലെ മുറിയിൽ അവധി ദിവസങ്ങളിൽ രാഷ്ട്രീയവിദ്യാഭ്യാസത്തിനായി പഠനക്ലാസുകൾ നടത്തിയിരുന്നു. വിദ്യാർത്ഥികൾക്കുവേണ്ടി നടത്തിയിരുന്ന ആ ക്ലാസുകളിൽ പങ്കാളിത്തം കുറവായിരുന്നെങ്കിലും പങ്കെടുക്കുന്നവർ ഗൗരവത്തോടെ കാര്യങ്ങൾ പഠിക്കാൻ ശ്രമിച്ചു.

വായനശാലയിൽ അംഗത്വമെടുത്തതിനാൽ പുസ്തകങ്ങൾ വീട്ടിൽ കൊണ്ടുപോയി വായിക്കുന്നശീലം തുടങ്ങി. രാഷ്ട്രീയത്തോട് ആഭിമുഖ്യം വളർത്തുന്നതിൽ വായനയുടെ സ്വാധീനം വലുതായിരുന്നു. "എന്റെ രാഷ്ട്രീയ വിദ്യാഭ്യാസത്തിന്റെ അടിത്തറ ദേശീയവായനശാലയും ഗ്രന്ഥശാലയുമായുള്ള നിത്യസമ്പർക്കത്തിലൂടെ ഞാൻ ആർജ്ജിച്ച അറിവും തിരിച്ചറിവും ആയിരുന്നു" - കോടിയേരി പറയുന്നു.

രാഷ്ട്രീയ വിദ്യാഭ്യാസത്തിനും സംഘടനാ പ്രവർത്തനത്തിനുമായി സമയം വിനിയോഗിച്ചിരുന്നെങ്കിലും അതൊരിക്കലും പഠനത്തെ ബാധി

ക്കാതിരിക്കാൻ ശ്രദ്ധിച്ചിരുന്നു. അന്നന്നുപഠിപ്പിക്കുന്ന പാഠഭാഗങ്ങൾ അന്നന്നുതന്നെ പഠിക്കുക എന്നതായിരുന്നു രീതി. സംഘടനാനേതൃത്വ ത്തിൽ വന്നശേഷം അതിനുകഴിഞ്ഞിരുന്നില്ല. അതിനുമുമ്പ്, സംഘടനാ പ്രവർത്തനം തുടങ്ങിയശേഷവും വീട്ടിലെത്തിയാൽ അന്നന്നത്തെ പാഠ ഭാഗങ്ങൾ വായിച്ചുമനസ്സിലാക്കാൻ ഒരു നിശ്ചിതസമയം കണ്ടെത്തിയി രുന്നു. അത് പഠനത്തെയും പരീക്ഷയെയും സഹായിച്ചിരുന്നു.

അവധി ദിവസങ്ങളിൽ ബീഡിക്കമ്പനികളിൽ ചെന്നിരിക്കുകയും തൊഴിലാളികളോട് സംസാരിക്കുകയും ചെയ്യുകയെന്നത് ശീലമായി. അവർക്ക് പത്രം വായിച്ചുകൊടുക്കുകയും അവരുമായി രാഷ്ട്രീയകാ ര്യങ്ങൾ ചർച്ച നടത്തുകയും ചെയ്തു. തൊഴിലാളികളുമായി ദൃഢമായ ബന്ധം ഇതിലൂടെ രൂപപ്പെട്ടു. അവരുടെ ജീവിതവും മനസ്സും അടുത്ത റിഞ്ഞു. ചുണ്ടായി അച്യുതൻ എന്നയാൾ നടത്തിയിരുന്ന ബീഡിക്കമ്പ നിയിലാണ് കൂടുതൽ സമയം ചെലവഴിച്ചത്. തൊഴിലാളികളുടെ കൂട്ട ത്തിലൊരാളായി കോടിയേരി മാറുകയായിരുന്നു. രാഷ്ട്രീയത്തെക്കുറിച്ചും സംഘടനാപ്രവർത്തനത്തെക്കുറിച്ചും മനസ്സിലാക്കാൻ അവരോളം നല്ല അദ്ധ്യാപകർ ഉണ്ടായിരുന്നില്ല. തൊഴിലാളികൾ പകർന്നു നൽകിയ ഊർജ്ജത്തിൽനിന്നാണ് കോടിയേരി ബാലകൃഷ്ണൻ എന്ന തൊഴിലാ ളിവർഗ്ഗ രാഷ്ട്രീയ നേതാവ് രൂപപ്പെട്ടത് എന്നു പറയാം.

തലശ്ശേരി കലാപം

തലശ്ശേരിയിൽ വ്യാപകമായി ആർ എസ് എസ് ആക്രമണങ്ങൾ നടക്കുന്ന കാലമാണത്. ആർ എസ് എസ് ജനസംഘം കേരളത്തിൽ പലയിടത്തും പ്രവർത്തിച്ചിരുന്നു. ജനപിന്തുണ നേടാനോ രാഷ്ട്രീയശക്തിയായി മാറാനോ അവർക്ക് കഴിഞ്ഞിരുന്നില്ല. എന്നാൽ, കമ്യൂണിസ്റ്റുകാർക്കുനേരെ കായികാക്രമണം നടത്തുക എന്നതായിരുന്നു അവരുടെ പ്രധാന പ്രവർത്തനം. ശാഖകളിൽ അതിനായുള്ള പരിശീലനങ്ങൾ വ്യാപകമായി നടത്തിവന്നിരുന്നു. ആർ എസ് എസിനെ നിരോധിച്ചിരുന്നകാലത്തും ശാഖാപ്രവർത്തനം അവർ തുടർന്നിരുന്നു. ബഹുജനപ്രവർത്തനം അക്കാലത്ത് അവർക്കുണ്ടായിരുന്നില്ല.

1960 കളിൽ നടന്ന തെരഞ്ഞെടുപ്പുകളിൽ ചിലയിടങ്ങളിൽ അവർ മത്സരിച്ചുവെങ്കിലും നാമമാത്രമായ വോട്ടുമാത്രമേ ലഭിച്ചിരുന്നുള്ളൂ. അതോടെ കലാപങ്ങൾ സൃഷ്ടിക്കുന്നതിൽ അവർ ശ്രദ്ധ കേന്ദ്രീകരിച്ചു. മതപരമായ ധ്രുവീകരണം ആയിരുന്നു അതിലൂടെ ലക്ഷ്യമാക്കിയത്. ഇതാകട്ടെ, രാജ്യത്താകമാനം അവർ സ്വീകരിച്ച ഒരു തന്ത്രമായിരുന്നു. 1961 ൽ മധ്യപ്രദേശിലെ ജബൽപൂരിലും 1969 ൽ ഗുജറാത്തിലും 1970 ൽ മഹാരാഷ്ട്രയിലെ ഭിവാന്ദിയിലും വലിയ കലാപങ്ങൾക്ക് ആർ എസ് എസ് നേതൃത്വം നല്കി. 1969 സെപ്തംബറിലാണ് ഗുജറാത്തിലെ അഹമ്മദാബാദ് ജഗന്നാഥ ക്ഷേത്ര പരിസരത്ത് വർഗ്ഗീയകലാപം ഉണ്ടായത്. ഈ കലാപത്തെക്കുറിച്ച് അന്വേഷിച്ച ജസ്റ്റിസ് പി ജഗമോഹൻ കമ്മീഷൻ സംഘർഷം തുടങ്ങുന്നതിലും അത് കലാപമായി വ്യാപിപ്പിക്കുന്നതിലും ആർ എസ് എസിന്റെ പങ്ക് വെളിപ്പെടുത്തി. ഈ കലാപത്തിൽ കോൺഗ്രസിനും പങ്കുണ്ടായിരുന്നു എന്നതാണ് വസ്തുത. മുസ്ലിങ്ങളെ ദേശവിരുദ്ധർ എന്ന് വിശേഷിപ്പിച്ച് ആക്രമിക്കുന്നതിൽ കോൺഗ്രസും ആർ എസ് എസിനൊപ്പം ചേർന്നു.

മഹാരാഷ്ട്രയിലെ ഭിവാന്ദിയിൽ ശിവജി ഘോഷയാത്ര വർഗ്ഗീയ മുദ്രാവാക്യങ്ങൾ വിളിച്ചുകൊണ്ടാണ് ആർ എസ് എസ് സംഘടിപ്പിച്ചത്. ആർ എസ് എസ് നയിക്കുന്ന സംഘപരിവാർ സംഘടനകളിലൊന്നായ 'രാഷ്ട്രീയ ഉത്സവ്മണ്ഡലി'നാണ് സംഘർഷത്തിന്റെ ഉത്തരവാദിത്വമെന്ന് സി പി മദൻ കമ്മീഷൻ വിലയിരുത്തി. 1970 ലായിരുന്നു ഈ സംഭവം. തുടർന്ന് മഹാരാഷ്ട്രയിലെതന്നെ ഗുൽഗാവിൽ ഉണ്ടായ സംഘർഷത്തിൽ 42 മുസ്ലീങ്ങളും ഒരു ഹിന്ദുവും കൊല്ലപ്പെട്ടു (ഡോ. എ വത്സലൻ, *തലശ്ശേരികലാപം നേരും നുണയും*). ഒരു ഹിന്ദുയുവതിയെ ചില മുസ്ലിം ചെറുപ്പക്കാർ അപമാനിച്ചു എന്നുപറഞ്ഞുകൊണ്ടാണ് സംഘർഷം രൂപപ്പെട്ടത്. എന്നാൽ അതൊരു കെട്ടുകഥയാണെന്ന് അന്വേഷണകമ്മീഷൻ കണ്ടെത്തി.

നുണക്കഥകളും വിദ്വേഷം വളർത്തുന്ന മുദ്രാവാക്യങ്ങളും ഉപയോഗിച്ചാണ് എല്ലായ്പോഴും ആർ എസ് എസ് കലാപങ്ങളുണ്ടാക്കുന്നത്. പ്രാദേശികമായി പരിഹരിക്കാവുന്ന പ്രശ്നങ്ങളെയും വർഗ്ഗീയവല്ക്കരിച്ച് വലിയ കലാപങ്ങളാക്കി മാറ്റാനുള്ള തന്ത്രം ആർ എസ് എസിനറിയാം. രാഷ്ട്രീയ മുതലെടുപ്പാണ് ലക്ഷ്യം. അഹിന്ദുക്കളെയും ദളിതരെയും ഇല്ലാതാക്കുവാനാണ് അത്തരം കലാപങ്ങളിൽ ശ്രമിക്കുന്നത്. മതനിരപേക്ഷതയ്ക്കും ജാതിവിരുദ്ധതയ്ക്കും മുൻഗണന നല്കുന്ന കമ്യൂണിസ്റ്റ്പാർട്ടി അവരുടെ മുഖ്യശത്രുവാകുന്നത് അതുകൊണ്ടാണ്.

ന്യൂനപക്ഷാവകാശങ്ങളെക്കുറിച്ചും സമുദായ സൗഹാർദ്ദത്തെക്കുറിച്ചും വ്യക്തമായ ബോധമുള്ള സമൂഹമാണ് കേരളം. ആർ എസ് എസിനെ കൂടുതൽ അസ്വസ്ഥമാക്കുന്നതും കേരളത്തിന്റെ ഈ ബോധമാണ്. ഈ ബോധമണ്ഡലത്തിലേക്ക് വർഗ്ഗീയത കടത്തിവിടാൻ ആർ എസ് എസ് എപ്പോഴും ശ്രമിക്കുന്നുണ്ട്. 1951 ൽ പൊന്നാനിയിലും 1953 ൽ ബേപ്പൂരിലും സംഘർഷം സൃഷ്ടിച്ചത് അതിനുവേണ്ടിയാണ്. അവ പടരാൻ കേരളസമൂഹം അനുവദിച്ചില്ല. എന്നാൽ 1960 കളിൽ അഖിലേന്ത്യാതലത്തിൽ വർഗ്ഗീയ കലാപങ്ങൾ സൃഷ്ടിച്ചുകൊണ്ട് കേരളത്തിലേക്കും ആളിക്കത്തിക്കാൻ ശ്രമിച്ചതിന്റെ ഫലമാണ് 1971 ലെ 'തലശ്ശേരി കലാപം.'

2

കേരളത്തിൽ കോൺഗ്രസ്-ലീഗ് മുന്നണി ഭരിക്കുന്ന കാലത്താണ് തലശ്ശേരികലാപം ഉണ്ടാവുന്നത്. പ്രാദേശിക ഇടപെടലിലൂടെ പരിഹരിക്കാമായിരുന്ന പ്രശ്നത്തിൽ പോലീസോ സർക്കാരോ അതിനു തയ്യാറായില്ല. അതിലൂടെ ആർ എസ് എസിന് കലാപം പടർത്താൻ അവസരമൊരുക്കുകയായിരുന്നു. തലശ്ശേരിയിലെ മുസ്ലിങ്ങളെ ഉൻമൂലനം ചെയ്യുക എന്ന ലക്ഷ്യം വെച്ചുകൊണ്ടുള്ള വർഗ്ഗീയലഹളയായിരുന്നു ആർ എസ് എസ് ആസൂത്രണം ചെയ്തത്. സി പി ഐ (എം) ന്റെ

ഇടപെടൽകൊണ്ടാണ് തലശ്ശേരിയിലെ മുസ്ലിം സമുദായത്തിൽ പെടുന്നവർ സുരക്ഷിതരായി തുടർന്നത്. മുസ്ലിം പള്ളികളും മദ്രസകളും സംരക്ഷിക്കാൻ സി പി ഐ (എം) പ്രവർത്തകർ അവിടെ മുന്നിട്ടിറങ്ങി. സർക്കാരും ചില മാധ്യമങ്ങളും ആർ എസ് എസ് - സി പി ഐ (എം) സംഘട്ടനം എന്ന പേരിൽ ആർ എസ് എസ് സൃഷ്ടിച്ച വർഗ്ഗീയ കലാപത്തെ വിശേഷിപ്പിക്കുകയുണ്ടായി. ദുർബ്ബലമായിരുന്ന ആർ എസ് എസിന് രാഷ്ട്രീയത്തിൽ ഒരു ഇടം (space) ഉണ്ടാക്കിക്കൊടുക്കാനാണ് കോൺഗ്രസ്-ലീഗ്സഖ്യത്തിന്റെ സർക്കാർ ശ്രമിച്ചത്. ആർ എസ് എസി നൊപ്പം ചേർന്ന് സി പി ഐ (എം) പ്രവർത്തകരെ ആക്രമിക്കാനും കോൺഗ്രസ്-ലീഗ്സഖ്യം തയ്യാറായി!

കമ്യൂണിസ്റ്റ് പാർട്ടിയെ ശത്രുവായി കാണുന്ന ഈ പ്രവണതയ്ക്ക് ഒരടിസ്ഥാനമുണ്ട്. ജന്മിത്വത്തിന്റെയും സാമ്രാജ്യത്വത്തിന്റെയും മേധാവി ത്വത്തിനെതിരെ തൊഴിലാളികളെ സംഘടിപ്പിച്ചുകൊണ്ടാണ് സ്വാത ന്ത്ര്യസമര കാലത്തും കമ്യൂണിസ്റ്റ്പാർട്ടി പ്രവർത്തിച്ചത്. സ്വാതന്ത്ര്യത്തി നുശേഷവും മേധാവിത്വവർഗ്ഗത്തിന് മാറ്റമുണ്ടായില്ല. അതുകൊണ്ടുതന്നെ കമ്യൂണിസ്റ്റ് പാർട്ടിയുടെ പ്രവർത്തനം അതേരീതിയിൽ തുടർന്നു. തൊഴിലാളികളെ അംഗീകരിക്കാൻ കഴിയാത്ത ജന്മി-മുതലാളിത്തവർഗ്ഗം കമ്യൂണിസ്റ്റ് വിരുദ്ധ ചേരിയിൽ സംഘടിച്ചു. അവരുടെ നിലപാട് ആർ എസ് എസിനാണ് ഗുണകരമായിത്തീർന്നത്.

ഭൂപരിഷ്കരണനിയമം നടപ്പിലാവാൻ തുടങ്ങിയതോടെ കമ്യൂണിസ്റ്റ് വിരുദ്ധർ കൂടുതൽ അസ്വസ്ഥരായി. കുടികിടപ്പവകാശം ലഭ്യമായവരിൽ ഭൂരിഭാഗവും കർഷകത്തൊഴിലാളികളായിരുന്നുവല്ലോ. അവരിലധികവും അധഃസ്ഥിതരും മതന്യൂനപക്ഷത്തിൽപെടുന്നവരുമായിരുന്നു. അവരുടെ പിന്തുണയിൽ കമ്യൂണിസ്റ്റ് പ്രസ്ഥാനം ശക്തിയാർജ്ജിക്കുന്നുവെന്നത് ആർ എസ് എസിന് സഹിക്കാനാവുമായിരുന്നില്ല. കമ്യൂണിസ്റ്റ് പാർട്ടി യിൽനിന്ന് ജനങ്ങളെ അടർത്തിമാറ്റാൻ അവർ തയ്യാറാക്കിയ തന്ത്രമാണ് വർഗ്ഗീയ കലാപം. അതിനാണ് 1971 ൽ തലശ്ശേരി സാക്ഷ്യം വഹിച്ചത്.

3

പത്താംക്ലാസ് പരീക്ഷയുടെ അവസാന ദിവസമായിരുന്നു അത്. സംഘടനാപ്രവർത്തനം പഠനത്തിൽനിന്ന് അകറ്റുന്നുവെന്ന് തോന്നിയ അദ്ധ്യാപകർ നല്കിയ ഉപദേശം പഠനത്തിൽ കൂടുതൽ ശ്രദ്ധ കേന്ദ്രീ കരിക്കാൻ കോടിയേരിയെ പ്രേരിപ്പിച്ചിരുന്നുവല്ലോ. കെ എസ് എഫിന്റെ യൂണിറ്റ് ഭാരവാഹിയായതോടെ, അതുവരെയും പഠനത്തിൽ ഒന്നാമനാ യിരുന്ന താൻ പിന്നാക്കം പോവുകയാണെന്നൊരു തോന്നൽ കോടിയേ രിക്കും ഉണ്ടായിരുന്നു. കെ എസ് എഫിന്റെ താലൂക്ക് സെക്ര ട്ടറിയായതോടെ സംഘടനാപ്രവർത്തനത്തിൽ മാത്രമായി ശ്രദ്ധ. പഠന ത്തെക്കാൾ പ്രധാനമാണ് വിദ്യാർത്ഥികൾക്കും തൊഴിലാളികൾക്കും

വേണ്ടിയുള്ള പ്രവർത്തനം എന്നു ചിന്തിക്കാനാണ് ആ കൗമാരക്കാരന് തോന്നിയത്. അതേസമയം, തന്റെ ഭാവിയെക്കുറിച്ച് ആശങ്കയുള്ള, അഭ്യുദയ കാംക്ഷികളായ അദ്ധ്യാപകരുടെയും അക്കാലത്ത് പാർട്ടിയുടെ പ്രാദേശിക നേതാവായിരുന്ന രാജുമാസ്റ്ററുടെയും ഉപദേശം അനുസരിക്കേണ്ടതുണ്ടെന്ന് കരുതി സംഘടനാപ്രവർത്തനത്തിന് രണ്ടുമാസക്കാലം അയവു നല്കി പഠനത്തിലേക്ക് ശ്രദ്ധ ചെലുത്തി. നല്ലരീതിയിൽ പരീക്ഷയെ അഭിമുഖീകരിക്കാൻ ആ തീരുമാനം സഹായിക്കുകയും ചെയ്തു.

1969 ലായിരുന്നു എസ് എസ് എൽ സി പരീക്ഷ. പരീക്ഷ കഴിഞ്ഞ് സംഘടനാപ്രവർത്തനത്തിൽ സജീവമാകാനായിരുന്നു തീരുമാനം. കെ എസ് എഫിൽ മാത്രമല്ല പ്രാദേശിക രാഷ്ട്രീയത്തിലും അപ്പോൾ ഇടപെടുന്നുണ്ടായിരുന്നു. ആർ എസ് എസിന്റെ ആക്രമണങ്ങൾ തലശ്ശേരിയിൽ വ്യാപകമായിരുന്ന കാലമായിരുന്നു അതെന്ന് നേരത്തെ സൂചിപ്പിച്ചുവല്ലോ. പരീക്ഷ കഴിഞ്ഞ് പാർട്ടി ലോക്കൽ കമ്മിറ്റി അംഗമായിരുന്ന സ. കെ ജയരാജനുമായി, ആർ എസ് എസുകാർ കേന്ദ്രീകരിച്ചുനിൽക്കുന്ന ഒരു പ്രദേശത്തു കൂടി യാത്ര ചെയ്യുമ്പോഴാണ് അപ്രതീക്ഷിതമായി കോടിയേരിക്കുനേരെ ആക്രമണം ഉണ്ടാകുന്നത്. ജയരാജന് ആക്രമണത്തിൽ ഗുരുതരമായ പരിക്കു പറ്റി. അദ്ദേഹം അത്യാസന്നനിലയിലായിരുന്നു.

> കമ്യൂണിസ്റ്റ് നിയന്ത്രണത്തിലുള്ള സ്റ്റുഡന്റ് ഫെഡറേഷന്റെ താലൂക്ക് സെക്രട്ടറി കോടിയേരി ബാലകൃഷ്ണൻ (16), ജനസംഘം പ്രവർത്തകനായ എൻ രാമകൃഷ്ണൻ (23) മാർക്സിസ്റ്റ് പ്രവർത്തകനായ ജയരാജൻ (30) എന്നിവരും യാതൊരു രാഷ്ട്രീയവുമില്ലാത്തവരെന്ന് പറയപ്പെടുന്ന പിലാക്കൂലിലെ ഒരു ഇരുമ്പു കച്ചവടക്കാരനായ ബേലുണ്ണി (32) യുമാണ് വൈകുന്നേരം ആശുപത്രിയിൽ പ്രവേശിപ്പിക്കപ്പെട്ടവർ. ബാലകൃഷ്ണനും രാമകൃഷ്ണനും മല്ലർ റോഡിൽ വച്ചാണ് ആക്രമണത്തിന് വിധേയരായത്. ബാലകൃഷ്ണൻ ഓണിയൻ ഹൈസ്കൂളിൽനിന്ന് എസ് എസ് എൽ സി പരീക്ഷ കഴിഞ്ഞ് മടങ്ങിവരുമ്പോൾ ആർ എസ് എസ് കാരെന്ന് പറയപ്പെ ടുന്ന ഒരു സംഘം ആളുകൾ ആക്രമിക്കുകയാണത്രേ ഉണ്ടായത്. അയാളുടെ തലയ്ക്ക് പരിക്കേറ്റിരുന്നു. അതുകഴിഞ്ഞ് പത്ത് മിനിട്ടിനു ശേഷമാണ് മാർക്സിസ്റ്റുകാർ രാമകൃഷ്ണനെ ആക്രമിച്ചത്.
>
> (*മാതൃഭൂമി* 1969 ഏപ്രിൽ 28)

വാടിക്കൽ രാമകൃഷ്ണൻ കൊലപാതകം എന്ന പേരിൽ ഈ സംഭവം പിന്നീട് ശ്രദ്ധ നേടി. ആദ്യമായി ഒരു ആർ എസ് എസ് പ്രവർത്തകൻ കൊല്ലപ്പെട്ട സംഭവമായിരുന്നു അത്. രാമകൃഷ്ണൻ ആശുപത്രിയിൽ വച്ചാണ് മരണപ്പെട്ടത്. (തലശ്ശേരികലാപം, പേജ് 25). തല

ശ്ശേരിയിലെ എം എൽ എ ആയിരുന്ന രാജുമാസ്റ്ററും പിണറായി വിജയനും പ്രതികളായിരുന്നെങ്കിലും പിന്നീട് ആ കേസ് തള്ളിപ്പോവുകയായിരുന്നു. കെട്ടിച്ചമച്ച കേസാണെന്നും പ്രതികളായി ചേർക്കപ്പെട്ടവർക്ക് കൊലപാതകത്തിൽ ഒരു ബന്ധവുമില്ലെന്നും കോടതി വിധിയെഴുതി.

4

യഥാർത്ഥത്തിൽ തലശ്ശേരികലാപം ആർ എസ് എസിന്റെ ആസൂത്രിത നീക്കമായിരുന്നു. നേരത്തെ സൂചിപ്പിച്ചതുപോലെ സർക്കാരിന്റെ ഇടപെടൽകൊണ്ട് പരിഹരിക്കാമായിരുന്ന ഒരു പ്രശ്നത്തെ ആർ എസ് എസിനു വിട്ടു കൊടുക്കുകയായിരുന്നു. അതിനുള്ള കളമൊരുക്കലിന്റെ ഭാഗമായിരുന്നു കോടിയേരിക്കുനേരെ നടന്ന ആക്രമണമുൾപ്പെടെയുള്ളവ. 1968 ലെ ബീഡിത്തൊഴിലാളി സമരമായിരുന്നു സാഹചര്യം. കേന്ദ്രസർക്കാർ 1966 ൽ പാസാക്കിയ ബീഡി ആന്റ് സിഗാർ വർക്കേഴ്സ് കണ്ടീഷൻ ഓഫ് എംപ്ലോയ്മെന്റ് ആക്ട് 1968 മുതൽ കേരളത്തിൽ നടപ്പിലാക്കുമെന്ന് ഇ എം എസ് മുഖ്യമന്ത്രിയായുള്ള സർക്കാർ പ്രഖ്യാപിച്ചിരുന്നു. 'പ്രസ്തുത നിയമത്തിനനുസരിച്ചുള്ള ആനുകൂല്യങ്ങൾ തൊഴിലാളികൾക്ക് നൽകാൻ തയ്യാറല്ലാത്ത ബീഡിമുതലാളിമാർ സർക്കാറിനെതിരെ തിരിഞ്ഞു. മാംഗ്ലൂർ ഗണേശ് ബീഡിയും ഭാരത് ബീഡിയും കേരളത്തിലെ കമ്പനികൾ പൂട്ടി പ്രവർത്തനം കർണ്ണാടകത്തിലേക്ക് മാറ്റി. അവിഭക്ത കണ്ണൂർ ജില്ലയിലെ 12,000 ബീഡിത്തൊഴിലാളികൾ നിലനില്പിനുവേണ്ടി സമരമാരംഭിച്ചു. ഗണേശ് ബീഡി കമ്പനിയുടെ മംഗലാപുരത്തെ ആസ്ഥാനത്തേക്ക് വരെ സമരം വ്യാപിച്ചു. കമ്പനികളിലെ സാധനങ്ങൾ കടത്തിക്കൊണ്ടുപോകാനുള്ള ശ്രമം സമരം കാരണം തടസ്സപ്പെട്ടു. തൊഴിലാളിസമരത്തെ പരാജയപ്പെടുത്താൻ 'ഔട്ട്വർക്ക്' (പാസ്ബുക്ക്) സമ്പ്രദായം തുടങ്ങി. ഗണേശ് ബീഡിയുടെ പേര് മാറ്റി 'ഗുരുപ്രഭ', 'മഹാലക്ഷ്മി' എന്നീ പേരുകളിൽ കുറഞ്ഞ കൂലി കൊടുത്ത് തൊഴിലാളികളെ ചൂഷണം ചെയ്യാനാണ് ബീഡി മുതലാളിമാർ ശ്രമിച്ചത്. ഇതിനുള്ള ഏജന്റുമാരായി പ്രവർത്തിക്കാനും തൊഴിലാളിസമരങ്ങൾ അടിച്ചമർത്താനുമായി ആർ എസ് എസ് ജനസംഘം പ്രവർത്തകരെയാണ് മുതലാളിമാർ കേരളത്തിൽ നിയോഗിച്ചത്. കണ്ണൂർ, കക്കാട്, കണ്ണോത്തും ചാൽ തുടങ്ങിയ സ്ഥലങ്ങളിൽ ആർ എസ് എസുകാർ തൊഴിലാളികളെ ആക്രമിച്ചു. ഇവരുടെ ആക്രമണങ്ങളിൽനിന്നും തൊഴിലാളികളെ സംരക്ഷിക്കാൻ സി പി ഐ എം മുന്നോട്ടുവന്നു. കണ്ണൂർ ജില്ലയിലെ ആർ എസ് എസ്-സി പി ഐ (എം) സംഘർഷത്തിന്റെ അടിവേരിതാണ്.

പണിയില്ലാതായ തൊഴിലാളികളെ പുനരധിവസിപ്പിക്കാൻ സി പി ഐ (എം) നേതൃത്വത്തിലുള്ള ഗവൺമെന്റ് നടത്തിയ പരിശ്രമമാണ്

കേരള ദിനേശ് ബീഡി സഹകരണസംഘം ആരംഭിക്കാനിടയായത്. എ കെ ജി, സി എച്ച് കണാരൻ, സി കണ്ണൻ, അഴീക്കോടൻ രാഘവൻ, ടി വി തോമസ്, മത്തായി മാഞ്ഞൂരാൻ തുടങ്ങിയവരാണ് ഇതിന് നേതൃത്വം നല്കിയത്. 1969 ഫെബ്രുവരി 15 ന് ദിനേശ്ബീഡി സൊസൈറ്റി രൂപീകരിച്ചു പ്രവർത്തിച്ചു തുടങ്ങി. അതോടെ ബീഡിത്തൊഴിലാളികളോടുള്ള ആർ എസ് എസിന്റെ ശത്രുത മൂർച്ഛിക്കുകയും അവരുടെ കായികാക്രമണം ദിനേശ് ബീഡി കമ്പനികളുടെ നേരെയാവുകയും ചെയ്തു.

ദിനേശ്ബീഡി കമ്പനികൾക്കെതിരെയുള്ള ആർ എസ് എസുകാരുടെ ആദ്യ ആക്രമണം ധർമ്മടം മേലൂരിലായിരുന്നു. 1969 മാർച്ച് 17ന് തലശ്ശേരി, കൂത്തുപറമ്പ് ഭാഗങ്ങളിലെ ഇരുപത്തഞ്ചോളം സായുധരായ ആർ എസ് എസുകാർ മൂന്ന് കാറുകളിലായി മേലൂരിലെ ഏഴാം നമ്പർ ദിനേശ്ബീഡി കമ്പനിക്കടുത്ത് ചായക്കച്ചവടം നടത്തുന്ന മൂർക്കോത്ത് തട്ടാരി കണാരി, മകൻ നാണു, നാണുവിന്റെ മകൾ ഉഷ എന്നിവരെ ആക്രമിച്ച് പരിക്കേല്പിച്ചു. അതിനുശേഷം മേലൂരിലെ 8-ാം നമ്പർ ദിനേശ്ബീഡി കമ്പനിയിൽ കയറി തൊഴിലാളികളായ സി ഗോവിന്ദൻ, നാലാമ്പ്രത്ത് ബാലൻ, മീനോത്ത് ബാലൻ തുടങ്ങിയവരെയും ആക്രമിക്കുകയും സാരമായി പരിക്കേല്പിക്കുകയും ചെയ്തു. നിഷ്ഠുരമായ ആക്രമണ വിവരമറിഞ്ഞ് ജനങ്ങൾ ഓടിയെത്തുമ്പോഴേക്കും അക്രമികൾ വാഹനങ്ങൾ ഉപേക്ഷിച്ച് പുഴക്കരയിലെത്തി, മുൻകൂട്ടി തയ്യാറാക്കിവെച്ച തോണിയിൽ കയറി മുഴപ്പിലങ്ങാട് ഭാഗത്തേക്ക് രക്ഷപ്പെടുകയും ചെയ്തു. മുഴപ്പിലങ്ങാട് വെച്ചും മേലൂർ ദിനേശ്ബീഡി കമ്പനിയിൽ ജോലിചെയ്യുന്ന പ്രവർത്തകരെ ആക്രമിക്കുകയുണ്ടായി. രോഷാകുലരായ നാട്ടുകാർ അക്രമികൾ ഉപേക്ഷിച്ചുപോയ കാറുകൾ തകർക്കുകയും തീയിടുകയും ചെയ്തു. അതുവരെയുള്ള രാഷ്ട്രീയ സംഘർഷങ്ങളിൽ നിന്ന് വ്യത്യസ്തമായി ദണ്ഡ്, കൊടുവാൾ, സ്പ്രിങ്ബെൽറ്റ്, സൈക്കിൾ ചെയിൻ തുടങ്ങിയ മാരകായുധങ്ങൾ എതിരാളികൾക്കെതിരെ ആർ എസ് എസുകാർ ഉപയോഗിക്കാൻ തുടങ്ങിയത് ഈ ഘട്ടത്തിലായിരുന്നു. (*മാതൃഭൂമി*, 1969 മാർച്ച് 18; പുഞ്ചയിൽ നാണു, *ധർമ്മടം വില്ലേജും കമ്യൂണിസ്റ്റ് പ്രസ്ഥാനവും*, 2016, പു. 76, 77)

5

മുസ്ലിങ്ങൾക്കെതിരായ വിദ്വേഷ പ്രചാരണങ്ങളിലൂടെ വർഗ്ഗീയത പടർത്തി ഫലം കൊയ്യാമെന്നാണ് ആർ എസ് എസ് കരുതിയത്. 1967 ലെ ഇ എം എസ് ഗവൺമെന്റ് മലപ്പുറം ജില്ലാ രൂപീകരണം തീരുമാനിച്ചപ്പോൾത്തന്നെ ആർ എസ് എസ് അസ്വസ്ഥമായി. ജനസംഘത്തിന്റെ നേതൃത്വത്തിൽ മലപ്പുറം ജില്ലാ വിരുദ്ധ പ്രക്ഷോഭം ആരംഭിച്ചു. "കേരളത്തിൽ ഒരു പാകിസ്ഥാൻ നിർമ്മിക്കാനാണ്" ഇ എം എസ് സർക്കാർ ശ്രമിക്കുന്നത് എന്നായിരുന്നു അവരുടെ പ്രചാരണം. 1970 ൽ

അച്യുതമേനോൻ മുഖ്യമന്ത്രിയായതോടെ ഈ പ്രചാരണത്തിന്റെ ദുരുദ്ദേശ്യം വെളിപ്പെടുത്താനുള്ള ശ്രമങ്ങൾ സർക്കാരിന്റെ ഭാഗത്തുനിന്ന് നിർജ്ജീവമായി. മുസ്ലിംവിരുദ്ധ വികാരം വളർത്താനുള്ള ആർ എസ് എസിന്റെ ശ്രമങ്ങൾക്ക് ഇത് വളമേകി. തലശ്ശേരിയിലെ കച്ചവടക്കാരിൽ ഭൂരിപക്ഷവും മുസ്ലീങ്ങളായിരുന്നു. അവരെ ആട്ടിപ്പായിക്കുകയായിരുന്നു ലക്ഷ്യം. ഇതിനുള്ള ആസൂത്രിതവും തന്ത്രപരവുമായ പദ്ധതിയായിരുന്നു, 1971 ലെ തലശ്ശേരി കലാപം.

കലാപത്തിനുമുമ്പ് അത് നടക്കാൻ പോകുന്നുവെന്ന് സി പി ഐ (എം) നും സർക്കാരിനും ധാരണയുണ്ടായിരുന്നു. വി എസ് അച്യുതാനന്ദൻ നിയമസഭയിൽ, "28-ാം തീയതി മാർക്സിസ്റ്റ് കമ്യൂണിസ്റ്റ് പാർട്ടി നേതാവ് അഴീക്കോടൻ രാഘവൻ, തിരുവനന്തപുരത്ത്വച്ച് ആഭ്യന്തര മന്ത്രിയെക്കണ്ടു ഇങ്ങനെയൊരു സംഭവം ഉണ്ടാകാൻ പോകുന്നുവെന്ന് തലശ്ശേരിയിൽനിന്ന് വിവരം കിട്ടിയിട്ടുണ്ടെന്നും അതിനു സീരിയസായി നടപടി എടുക്കണമെന്നും പറഞ്ഞില്ലേ" എന്ന ചോദ്യം ഉന്നയിച്ചു. അങ്ങനെ പറഞ്ഞിരുന്നുവെന്നും അത് ആധികാരികമായി തോന്നിയതിനാൽ അക്രമ സാദ്ധ്യതയെപ്പറ്റി പിറ്റേദിവസം തന്നെ കളക്ടറെ വിളിച്ചു പറഞ്ഞുവെന്നും കെ കരുണാകരൻ ഉത്തരം പറഞ്ഞു. (*കേരള രാഷ്ട്രീയചരിത്രം*, ആർ കെ ബിജുരാജ്, പേജ് 223)

മേലൂട്ട് മുത്തപ്പൻ മടപ്പുരയിലെ ഉത്സവത്തിന്റെ ഭാഗമായി നടന്ന കലശഘോഷയാത്രയിലേക്ക് നൂർജഹാൻ ഹോട്ടലിൽനിന്ന് ചെരുപ്പേറുണ്ടായി എന്ന് ആരോപിച്ചായിരുന്നു ആക്രമണം തുടങ്ങിയത്. തലശ്ശേരി റയിൽവേ മേൽപ്പാലത്തിനടുത്താണ് മേലൂട്ട് മുത്തപ്പൻപുര. സാധാരണ സ്ത്രീകളും കുട്ടികളും ഉൾപ്പെടുന്ന ഘോഷയാത്രയിൽ അന്ന് പുരുഷന്മാർ മാത്രമേ ഉണ്ടായിരുന്നുള്ളൂ. ടൗൺഹാൾ റോഡ് വഴി സാധാരണ നടത്താറുണ്ടായിരുന്ന ഘോഷയാത്ര അന്ന് ഒ വി റോഡ് വഴിയാണ് സഞ്ചരിച്ചത്. ഒ വി റോഡിലായിരുന്നു നൂർജഹാൻ ഹോട്ടൽ. ഘോഷയാത്രയിലുണ്ടായിരുന്നവർ ഹോട്ടലിലേക്ക് ഇരച്ചുകയറി ഹോട്ടൽ തല്ലി തകർത്തു. അവിടെയുണ്ടായിരുന്ന വരെ മർദ്ദിച്ചു. പിന്നീട് നാരങ്ങാപ്പുറം പള്ളിയും മദ്രസയും ആക്രമിച്ചു. നിരവധി മുസ്ലിങ്ങൾക്ക് പരിക്കേറ്റു.

പിറ്റേന്ന്, ഹിന്ദുക്കൾക്കുനേരെ പ്രത്യാക്രമണമുണ്ടായി. തലശ്ശേരി കത്തുകയാണെന്നും അവിടത്തെ ഹിന്ദുക്കളുടെ നില പരിതാപകരമാണെന്നും മുസ്ലിങ്ങൾ, ഹിന്ദുക്കളെ ഇല്ലാതാക്കാൻ ശ്രമിക്കുകയാണെന്നും പ്രചാരണം നടന്നു. ഈ പ്രചാരണം ഫലം കണ്ടു. തലശ്ശേരി പ്രദേശത്തെ ഹിന്ദുക്കളിൽ പലരെയും ഈ പ്രചാരണം സ്വാധീനിച്ചു. മുസ്ലിങ്ങളുടെ വീടുകളും കടകളും ആരാധനാലയങ്ങളും നശിപ്പിക്കപ്പെട്ടു.

അന്ന് കൂത്തുപറമ്പ് എം എൽ എ യായിരുന്ന പിണറായി വിജയന്റെ നേതൃത്വത്തിൽ സി പി ഐ(എം) പ്രവർത്തകർ സമാധാനശ്രമങ്ങളിൽ വ്യാപൃതരായി. കലാപം നടന്ന 28 നുശേഷം അടുത്തദിവസം തന്നെ സ. പിണറായി ഉൾപ്പെടെ അവിടെ എത്തി. ആർ എസ് എസ്

സായുധസംഘം അവരെ എതിർത്തു. മരിക്കാനും തയ്യാറാണെന്നും സമാധാനം പുനഃസ്ഥാപിച്ചേ മടങ്ങുകയുള്ളൂ എന്നും പിണറായി ഉറപ്പിച്ചുപറഞ്ഞു.

ജനുവരി 1 ന് ഇ എം എസ് തലശ്ശേരിയിലെത്തി. മട്ടാമ്പ്രത്തെ തകർക്കപ്പെട്ട മുസ്ലിംപള്ളി ഇ എം എസ് സന്ദർശിക്കാനെത്തിയപ്പോൾ മതപണ്ഡിതന്മാരാണ് സ്വീകരിക്കാനെത്തിയത്. മട്ടാമ്പ്രം പള്ളിക്കുപുറത്ത് ചെരുപ്പഴിച്ചു വെച്ച് ഇ എം എസ് അകത്തു കയറിയപ്പോൾ അവിടുത്തെ ഖത്തീബ് പറഞ്ഞു: "ചെരുപ്പ് അഴിക്കണമെന്നില്ല. പോലീസുകാർ ബൂട്ടിട്ട് കയറി പള്ളിയാകെ അശുദ്ധമാക്കിയതാണ്." കോടിയേരി പഞ്ചായത്തിൽപ്പെട്ട പാറാൽപള്ളിയിലെ ഖത്തീബ് ഇ എം എസിന്റെ കൈകൾ പിടിച്ച് പൊട്ടിക്കരഞ്ഞു. അവർക്ക് നേരിടേണ്ടിവന്ന പീഡനങ്ങൾ ഇ എം എസിന്റെ മുന്നിൽ നിരത്തി. അവരെ രക്ഷിക്കാൻ പാർട്ടിയുണ്ടാകുമെന്ന് ഇ എം എസ് വാക്കുകൊടുത്തു. ഇ എം എസിന്റെ സന്ദർശനം ആളുകളിൽ ആത്മവിശ്വാസം പകർന്നു.

സി പി ഐ (എം) ന്റെ സമാധാനശ്രമങ്ങൾക്കിടയിലും ആർ എസ് എസ് കലാപം തുടർന്നുകൊണ്ടേയിരുന്നു. പ്രശ്നം അവസാനിപ്പിക്കാൻ ഇടപെടണമെന്നാവശ്യപ്പെട്ട് അന്നത്തെ പ്രതിപക്ഷനേതാവ് എ കെ ജി, പ്രധാനമന്ത്രിയായിരുന്ന ഇന്ദിരാഗാന്ധിക്ക് കത്തെഴുതി. ഒരു ഇടപെടലും ഉണ്ടായില്ല.

1971 ഡിസംബർ 28 ന് കലാപം തുടങ്ങി. തുടർന്ന് സർക്കാരിന്റെ ഇടപെടലിനായി സി പി ഐ (എം) നിരവധി ശ്രമങ്ങൾ നടത്തി. എന്നാൽ 1972 ഫെബ്രുവരിയിൽ മാത്രമാണ് ഒരു അന്വേഷണ കമ്മീഷനെ നിയോഗി ക്കാൻ സർക്കാർ തയ്യാറായത്. ഹൈക്കോടതി ജഡ്ജി ജസ്റ്റിസ് ജോസഫ് വിതയത്തിൽ കമ്മീഷൻ റിപ്പോർട്ട് 1972 മെയ് 31 ന് സമർപ്പിച്ചു. റിപ്പോർട്ടിൽ ഇങ്ങനെ പറയുന്നു:

> തലശ്ശേരിയിൽ ഹിന്ദുക്കളും മുസ്ലിങ്ങളും നൂറ്റാണ്ടുകളായി സഹോദരങ്ങളെപോലെ ജീവിച്ചു വരികയായിരുന്നു. ആർ എസ് എസും ജനസംഘവും അവരുടെ ഘടകങ്ങൾ രൂപീകരിച്ച് പ്രവർത്തനം തുടങ്ങിയതോടെയാണ് സ്ഥിതിഗതികളിൽ മാറ്റമുണ്ടായത്. അവരുടെ മുസ്ലിം വിദ്വേഷ പ്രചാരണം, അതിനോട് മുസ്ലിംലീഗെന്ന വർഗ്ഗീയസംഘടനയുടെ പ്രതികരണങ്ങൾ, ഇതിനെതുടർന്നുണ്ടായ വർഗ്ഗീയ സംഘർഷങ്ങൾ എല്ലാമാണ് അസ്വസ്ഥതകൾക്ക് പശ്ചാത്തലമൊരുക്കിയത് (*വിതയത്തിൽ റിപ്പോർട്ട്* J. 249).

വർഗ്ഗീയകലാപം സൃഷ്ടിക്കുന്നതിലും സാമുദായിക സംഘർഷം മൂർച്ഛിപ്പിക്കുന്നതിനും സംഘപരിവാർ അനുവർത്തിക്കുന്ന രീതിശാസ്ത്രം ചരിത്രപരമായി വിശകലനം ചെയ്തുകൊണ്ടാണ് വിതയത്തിൽ കമ്മീഷൻ തലശ്ശേരി കലാപത്തിന്റെ പശ്ചാത്തലം പരിശോധിക്കുന്നത്.

ജനസംഘവും ആർ എസ് എസുമാണ് തലശ്ശേരിലഹളയുടെ കാരണക്കാർ എന്നും അവരുടെ വർഗ്ഗീയതയുടെ തീക്ഷ്ണത ഗുരുജി ഗോൾവാൾക്കറുടെ *വിചാരധാര*യിൽ നിന്നും മറ്റു പ്രസിദ്ധീകരണങ്ങളിൽനിന്നും ഉദ്ധരണികളോടെ വിശദീകരിച്ചു കൊണ്ടാണ് വിതയത്തിൽ കമ്മീഷൻ സ്ഥിരീകരിക്കുന്നത്. "ആർ എസ് എസിന്റെ നിലപാടനുസരിച്ച് മുസ്ലിങ്ങൾ അവരുടെ വിഭാഗീയ മനോഭാവം മാറ്റി ഇന്ത്യൻ ദേശീയ ജീവിതത്തിന്റെ മുഖ്യധാരയിലെത്താതെ സാമുദായിക സൗഹാർദ്ദമുണ്ടാകില്ല. ഇന്ത്യയിലെ വർഗ്ഗീയലഹളകൾ അവസാനിപ്പിക്കാൻ ഗുരുജി ഗോൾവാൾക്കർക്ക് ലളിതമായ ഒരു പരിഹാരമുണ്ട്. അദ്ദേഹം പറഞ്ഞു: മുസ്ലിങ്ങൾ അവരുടെ നായകനായി രാമനെ അംഗീകരിക്കുക എങ്കിൽ എല്ലാ വർഗ്ഗീയപ്രശ്നങ്ങളും ഇല്ലാതാകും" (ഓർഗനൈസർ, 1971 ജൂൺ 20). അതാണ് എരഞ്ഞോളിയിലെ കുഞ്ഞമ്മദ് മാസ്റ്ററുടെ വീടാക്രമിച്ച സമയത്ത് അക്രമികൾ അദ്ദേഹത്തോട് പറഞ്ഞത്. "നിനക്ക് നിന്റെ ജീവൻ രക്ഷിക്കണമെങ്കിൽ നീ വീടിന് ചുറ്റും രാമ രാമ എന്ന് പറഞ്ഞ് മൂന്ന് പ്രാവശ്യം വലം വയ്ക്കണം." കുഞ്ഞമ്മദ് മാസ്റ്റർ അങ്ങനെ ചെയ്തു. എന്നാൽ സാമുദായിക സൗഹാർദ്ദം നിലനിർത്താൻ ഇന്ത്യയിലെ 70 ദശലക്ഷം മുസ്ലിങ്ങൾ അങ്ങനെ ചെയ്യുമെന്ന് പ്രതീക്ഷിക്കാനാവില്ല.

ആർ എസ് എസിന്റെ ഈ നിലപാട് മുസ്ലിങ്ങളെ അവരുടെ വർഗ്ഗീയ സംഘടനയിൽ അഭയം തേടാനാണ് സഹായിക്കുക. (റിപ്പോർട്ട് പേജ് 249)

മുസ്ലിം പള്ളികളെയും മുസ്ലിം ജനവിഭാഗത്തെയും ഹിന്ദുത്വ വർഗ്ഗീയ വാദികളിൽനിന്ന് സംരക്ഷിക്കാൻ സി പി ഐ (എം) മാത്രമേ ഉണ്ടായിരുന്നുള്ളൂ. സി പി ഐ (എം) നോടുള്ള ആർ എസ് എസിന്റെ ശത്രുതാ മനോഭാവം വർദ്ധിക്കുകയായിരുന്നു. കർഷകസംഘം നേതാവും സി പി ഐ (എം) മാങ്ങാട്ടിട ലോക്കൽ കമ്മിറ്റി അംഗവുമായിരുന്ന യു കെ കുഞ്ഞിരാമനെ ആർ എസ് എസ് സംഘം കൊലപ്പെടുത്തി. ന്യൂനപക്ഷങ്ങളുടെ സംരക്ഷണത്തിന് സി പി ഐ (എം) മുന്നിട്ടിറങ്ങി എന്നതിന്റെ പക ആർ എസ് എസിനെ കൊലപാതക രാഷ്ട്രീയത്തിലേക്ക് എത്തിച്ചു. എന്നിട്ടും സി പി ഐ (എം) പിന്തിരിഞ്ഞില്ല. ന്യൂനപക്ഷങ്ങളിൽ ഭൂരിഭാഗവും സി പി ഐ (എം) നൊപ്പം നിന്നു. ഹിന്ദുത്വ വർഗ്ഗീയതയുടെ ആക്രമണോത്സുകത നേരിട്ടറിയാൻ തലശ്ശേരിയിലെ ജനങ്ങൾക്കു കഴിഞ്ഞു.

യു കെ കുഞ്ഞിരാമൻ

"ഐക്യകേരളത്തിൽ നടന്ന

ഏറ്റവും വലിയ വർഗ്ഗീയ കലാപമായിട്ടാണ് തലശ്ശേരി സംഭവം വിലയിരുത്തപ്പെടുന്നത്. സർക്കാർ നിഷ്ക്രിയമായി. കലാപം നടക്കുമ്പോൾ ആഭ്യന്തരമന്ത്രി കേരളത്തിലില്ല. പോലീസ് കയ്യും കെട്ടി നിന്നു. കൂത്തുപറമ്പിനടുത്ത് മാങ്ങാട്ടിടത്ത് സി പി ഐ (എം) പ്രവർത്തകനായ യു കെ കുഞ്ഞിരാമനെ ജനസംഘം കൊലപ്പെടുത്തി. ആലക്കണ്ടി വത്സലൻ, കാഞ്ഞിരക്കണ്ടി നാണു എന്നിവർക്ക് കുത്തേറ്റു. ജനുവരി മൂന്നിന് അർദ്ധരാത്രിക്കുശേഷം നീർവേലി ബസാറിനടുത്തുവച്ച് മൂന്നു പേരെയും ജനസംഘക്കാർ ആക്രമിക്കുകയായിരുന്നു. എം വി രാഘവൻ എഴുതുന്നു:

> തലശ്ശേരിയിൽ നടന്ന സാമുദായിക സംഘട്ടനത്തെ തുടർന്ന് മാങ്ങാട്ടിടത്തുള്ള മെരുവമ്പായിപ്പള്ളി, നീർവേലിപ്പള്ളി എന്നീ മുസ്ലിം ആരാധനാലയങ്ങൾ തകർക്കാനും അവിടത്തെ ഏതാനും മുസ്ലിം വീടുകൾ കൊള്ളയടിക്കാനും കൊള്ളിവയ്ക്കാനുമുള്ള ജനസംഘക്കാരുടെ സംഘടിതശ്രമത്തെ പരാജയപ്പെടുത്താൻ യു കെ കുഞ്ഞിരാമന്റെ നേതൃത്വത്തിലുള്ള വോളന്റീയർ സഖാക്കൾ രാപ്പകൽ വ്യത്യാസമില്ലാതെ കാവൽ നിന്നു. ഇതിലുള്ള രോഷമാണ് കൊലപാതകത്തിൽ കലാശിച്ചത്.' സി പി ഐ (എം) മാങ്ങാട്ടിടം ലോക്കൽ കമ്മിറ്റി അംഗമായിരുന്നു യു കെ കുഞ്ഞിരാമൻ.
>
> (*കേരളത്തിന്റെ രാഷ്ട്രീയ ചരിത്രം*, ആർ കെ ബിജുരാജ്, പേജ് 220)

6

ആർ എസ് എസ് കലാപത്തിനു നടത്തിയ മുന്നൊരുക്കങ്ങളിലൊന്നായിവേണം കോടിയേരിക്കുനേരെ നടന്ന ആക്രമണത്തെ കാണേണ്ടത്. തലയ്ക്കു ഗുരുതരമായി പരിക്കേറ്റു ചികിത്സയിലായിരുന്ന ആ കൗമാരക്കാരനെക്കുറിച്ച് അമ്മയും കുടുംബാംഗങ്ങളും കൂടുതൽ ആകുലരായി. അഞ്ചു മക്കളിൽ ഏറ്റവും ഇളയ കുട്ടിയാണ്. മൂത്ത സഹോദരങ്ങളുമായി നല്ല പ്രായ വ്യത്യാസവുമുണ്ട്. അതുകൊണ്ട് കുടുംബത്തിൽനിന്നുള്ള സ്നേഹവാത്സല്യങ്ങൾ കൂടുതലായിരുന്നു.

മകന്റെ രാഷ്ട്രീയപ്രവർത്തനം അമ്മയ്ക്ക് എപ്പോഴും ആശങ്കയുണ്ടാക്കിയിരുന്നു. കോൺഗ്രസിന് വോട്ടു ചെയ്യുകയും ആ രാഷ്ട്രീയപ്രസ്ഥാനത്തോട് അനുഭാവം പുലർത്തുകയും ചെയ്യുന്ന ഒരു കുടുംബമായിരുന്നു അത്. സാധാരണ നിലയിൽ ഭക്തിയും ആചാരങ്ങളും വിശ്വാസങ്ങളും പാലിച്ചുപോന്ന വ്യക്തിയായിരുന്നു അമ്മ. അച്ഛന്റെ മരണശേഷം കുടുംബത്തിന്റെ ഉത്തരവാദിത്വം മുഴുവൻ ഏറ്റെടുക്കേണ്ടിവന്ന സ്ത്രീയാണവർ. എല്ലാ ദിവസവും പുരാണകഥകൾ മക്കൾക്ക് പറഞ്ഞുകൊടുക്കാൻ അവർ ശ്രദ്ധിച്ചിരുന്നു. കർക്കിടകമാസത്തിൽ മുടങ്ങാത്ത

രാമായണവായന കോടിയേരി ഓർക്കുന്നു. അമ്മയോടൊപ്പമിരുത്തി മകനെയും അത് വായിപ്പിക്കാൻ അവർ ശ്രമിച്ചിരുന്നു. മകൻ പഠനത്തിൽ മിടുക്കനാണെന്നതും പെരുമാറ്റത്തിലെയും സ്വഭാവത്തിലെയും സദ്ശീലങ്ങളും അമ്മയ്ക്ക് അഭിമാനമായിരുന്നു. എന്നാൽ പഠനത്തിന് നിർബ്ബന്ധിക്കാനോ അക്കാര്യത്തിൽ ശ്രദ്ധിക്കാനോ അവർ മുതിർന്നിട്ടില്ല. പശുക്കളെയും ആടുകളെയും പരിപാലിച്ചും പാൽ വിറ്റുള്ള വരുമാന ത്തിൽനിന്ന് വീട്ടുചെലവ് നടത്തിയും കുടുംബം പുലർത്തിയ ഒരു സാധാരണ സ്ത്രീയായിരുന്നു അവർ.

പ്രാഥമികതലത്തിലുള്ള വിദ്യാഭ്യാസമേ ഉണ്ടായിരുന്നുള്ളൂ. എന്നാൽ, പ്രായോഗിക ബുദ്ധിയും ലോകവിവരവും ആർജ്ജിച്ചിരുന്നു, അമ്മയെന്ന് അനുഭവങ്ങളിൽനിന്ന് കോടിയേരി സാക്ഷ്യപ്പെടുത്തുന്നു. വീട്ടിൽ അക്കാലത്ത് വരുത്തിയിരുന്നത് *മാതൃഭൂമി* ദിനപത്രമാണ്. ആ വീട്ടിലെന്നല്ല, ചുറ്റുപാടുമുള്ള വീടുകളിലും മാതൃഭൂമിക്കായിരുന്നു പ്രചാരം. *ദേശാഭിമാനി* വരുത്തിയിരുന്ന ഒരു വീടിനെക്കുറിച്ചേ ഓർമ്മയുള്ളൂ; അത് വകയിലൊരമ്മാവനായ നാണുമാസ്റ്ററുടെ വീടാണ്. അദ്ദേഹത്തിന് കുടുംബത്തിനുള്ളിൽ പൊതുസ്വീകാര്യത ഉണ്ടായിരുന്നു. അദ്ദേഹത്തിന്റെ അഭിപ്രായങ്ങളെ എല്ലാവരും മാനിച്ചിരുന്നു.

മാതൃഭൂമി ദിനപത്രത്തിന്റെ വായനക്കാരിയായിരുന്നു അമ്മ. പത്രം പൂർണ്ണമായി വായിക്കുക അവരുടെ ദിനചര്യയുടെ ഭാഗമായിരുന്നു. നാട്ടിലെ രാഷ്ട്രീയകാര്യങ്ങൾ അവർ അതിലൂടെ മനസ്സിലാക്കാൻ ശ്രമി ച്ചിരുന്നു. മകൻ സ്കൂളിലെ സംഘടനാനേതാവായി എന്നറിഞ്ഞപ്പോൾ ത്തന്നെ അമ്മ ആകുലയായിരുന്നു. "അതൊക്കെ ഒരുപാട് പ്രശ്നം നിറഞ്ഞ കാര്യങ്ങളാണ്. വലിയ ബുദ്ധിമുട്ടാണ്. നീ അതിലേക്കൊന്നും പോകേണ്ട" - അമ്മ ഉപദേശിച്ചു. സഹജമായ സൗമ്യതയോടെ മകൻ അമ്മ പറയുന്നത് കേട്ടിരിക്കുകമാത്രം ചെയ്തു. ആ അമ്മയ്ക്ക് അങ്ങനെ പറയാനേ കഴിയൂ എന്നും തന്റെ വഴി ശരിതന്നെയാണെന്നും ഹൈസ്കൂൾ കാലത്തുതന്നെ കോടിയേരി മനസ്സിലാക്കിയിരുന്നു.

പത്താംക്ലാസ് പരീക്ഷയുടെ അവസാനദിവസം നേരിട്ട ആക്രമണം, പക്ഷേ, അമ്മയെ അത്യന്തം ദുഃഖത്തിലാഴ്ത്തി. സഹോദരങ്ങളുടെയും നിർബ്ബന്ധം കണക്കിലെടുത്ത് നാട്ടിൽനിന്ന് മാറിനില്ക്കേണ്ടതായിവന്നു. രണ്ടു സഹോദരിമാർ വിവാഹിതരായി മദ്രാസിൽ താമസിക്കുന്നുണ്ടാ യിരുന്നു. അച്ഛന്റെ മരണത്തിനും മുമ്പായിരുന്നു അവരുടെ വിവാഹം. വിവാഹങ്ങളെക്കുറിച്ചുള്ള ഓർമ്മകളൊന്നും മനസ്സിലില്ല. തീരെ കുഞ്ഞാ യിരിക്കുമ്പോഴോ താൻ ജനിക്കുന്നതിനുമുമ്പോ ആയിരുന്നിരിക്കണം സഹോദരിമാരുടെ വിവാഹം നടന്നതെന്ന് അദ്ദേഹം പറയുന്നു. ഈ സഹോദരിമാരുടെ അടുത്തേക്കാണ് മാറിനില്ക്കേണ്ടിവന്നത്.

മൂത്ത സഹോദരിയുടെ ഭർത്താവ് റെയിൽവേ ഉദ്യോഗസ്ഥനും മറ്റൊരു സഹോദരിയുടെ ഭർത്താവ് ബിസിനസ്കാരനുമായിരുന്നു. ഇരുവരും മദ്രാസിൽ കുടുംബത്തോടെ സ്ഥിരതാമസമാക്കിയിരുന്നു.

അവിടെ അവരോടൊപ്പം രണ്ടുമാസം നിന്നു. പരീക്ഷ കഴിഞ്ഞുള്ള അവധിക്കാലമായിരുന്നതിനാൽ പഠനത്തെക്കുറിച്ചും അന്ന് ആലോചിച്ചില്ല. അവിടെ എന്തെങ്കിലും ജോലി തേടിപിടിച്ച് ജീവിക്കാനാണ് അമ്മയും സഹോദരങ്ങളും ഉപദേശിച്ചത്.

ഒരു ചിട്ടിക്കമ്പനിയിൽ ജോലി കിട്ടി. വളരെ കുറഞ്ഞ കൂലിയാണ് കിട്ടിയിരുന്നത്. പത്തു രൂപയായിരുന്നു എന്നാണ് ഓർമ്മ. എങ്കിലും ഒരു ജോലി ചെയ്ത് ജീവിക്കുക എന്നൊരു മനോഭാവമായിരുന്നു അപ്പോഴുണ്ടായിരുന്നത്. വീട്ടുകാരുടെ താല്പര്യവും അതുതന്നെയായിരുന്നുവല്ലോ.

അപ്പോഴും പാർട്ടിയുമായുള്ള ബന്ധം തുടരാൻ ശ്രമിച്ചിരുന്നു. ഇന്നത്തേതുപോലുള്ള സൗകര്യങ്ങളൊന്നും നാടുമായി ബന്ധപ്പെടാൻ ഉണ്ടായിരുന്നില്ലല്ലോ. അതുകൊണ്ട് നാട്ടിൽ നടക്കുന്ന ദൈനംദിന പാർട്ടിപ്രവർത്തനത്തെയോ രാഷ്ട്രീയ കാര്യങ്ങളെയോ സംബന്ധിച്ച് വ്യക്തമായ വിവരമൊന്നും ലഭിച്ചിരുന്നില്ല. എന്നാൽ, അവിടെയും *ദേശാഭിമാനി* പത്രം കിട്ടുന്ന ഒരു സ്ഥാപനം കണ്ടെത്തി. മലയാളിയുടേതായിരുന്നു ആ സ്ഥാപനം. അവിടെപ്പോയി *ദേശാഭിമാനി* വായിക്കുന്നത് പതിവാക്കിയിരുന്നു. നാട്ടിലെ പൊതുരാഷ്ട്രീയസ്ഥിതിഗതികൾ മനസ്സിലാക്കാൻ അത് സഹായകമായി.

രണ്ടുമാസം കഴിഞ്ഞപ്പോൾ എസ് എസ് എൽ സി പരീക്ഷാഫലം പുറത്തുവന്നു. പരീക്ഷയിൽ വിജയിച്ചു. തുടർന്ന് പഠിക്കണം എന്ന താല്പര്യമുണ്ടായി. അക്കാര്യം സഹോദരിമാരെ അറിയിച്ചു. നാട്ടിൽപോയി പഠിക്കണം - അതായിരുന്നു ആഗ്രഹം. അങ്ങനെ നാട്ടിലേക്കു തിരിച്ചു.

അടിയന്തരാവസ്ഥ

അക്കാലത്ത് തലശ്ശേരിയുടെ പരിസരത്ത് കോളേജുകൾ കുറവാണ്. കോഴ്സുകളും കുറവ്, അവയ്ക്ക് സീറ്റും കുറവ്. പ്രൈവറ്റ് രജിസ്ട്രേഷൻ ഉണ്ടായിരുന്നില്ല. എന്തായാലും പ്രീഡിഗ്രിക്കു ചേരണമെന്നുതന്നെ തീരുമാനിച്ചു. ആയിടയ്ക്ക് മാഹിയിൽ ഒരു പുതിയ കോളേജ് നിലവിൽ വന്നു - മാഹി മഹാത്മാഗാന്ധി കോളേജ്. അന്ന് കാലിക്കറ്റ് യൂണിവേഴ്സിറ്റിക്കു കീഴിലായിരുന്നു ആ കോളേജ്. പിന്നീട് പോണ്ടിച്ചേരി യൂണിവേഴ്സിറ്റിയിൽ അഫിലിയേറ്റ് ചെയ്തു. ഒരു സഹോദരി വിവാഹം കഴിഞ്ഞു താമസിക്കുന്നത് മാഹിയിലായിരുന്നു. അവരുടെ വിലാസത്തിൽ കോളേജിലേക്ക് അപേക്ഷ നല്കി. ഹിസ്റ്ററിയും ഇക്കണോമിക്സുമടങ്ങുന്ന ഗ്രൂപ്പാണ് തെരഞ്ഞെടുത്തത്. ചരിത്രത്തോട് കുട്ടിക്കാലം മുതൽ താല്പര്യമുണ്ട്. ദേശീയ വായനശാലയിൽനിന്നു വായിക്കാനെടുക്കാറുണ്ടായിരുന്നതിൽ അധികവും ചരിത്ര പുസ്തകങ്ങളായിരുന്നു. മാഹി മഹാത്മാഗാന്ധി കോളേജിൽ തുടക്കകാലത്ത് ഹിസ്റ്ററിയും ഇക്കണോമിക്സുമുള്ള ഗ്രൂപ്പേ ഉണ്ടായിരുന്നുള്ളൂതാനും. അങ്ങനെ, ചരിത്രപുസ്തകങ്ങൾ വായിക്കുന്നതിലുണ്ടായിരുന്ന താല്പര്യം ഔപചാരിക ചരിത്രപഠനത്തിലേക്ക് തിരിഞ്ഞു.

കോളേജിൽ ഭൗതികസൗകര്യങ്ങൾ വളരെ പരിമിതമായിരുന്നു. അധികാരികൾക്ക് നിവേദനങ്ങളും അപേക്ഷകളും വിദ്യാർത്ഥികൾ നിരന്തരം നല്കിവന്നു. എന്നാൽ, അവയൊന്നും പരിഗണിക്കാൻ അവർ തയ്യാറില്ല. അതോടെ വിദ്യാർത്ഥികൾ സംഘടിച്ചു. അവരെ സംഘടിപ്പിച്ചു സമരത്തിലേക്കു നീങ്ങാൻ നേതൃത്വം നല്കിയത് കോടിയേരിയാണ്. പ്രീഡിഗ്രി ഒന്നാംവർഷ വിദ്യാർത്ഥിയായിരുന്ന സമയത്താണത്.

കാമ്പസിൽ വിദ്യാർത്ഥിപ്രക്ഷോഭം ശക്തമായി. പ്രിൻസിപ്പൽ

ഉൾപ്പെടെയുള്ള അധികാരികൾ വിദ്യാർത്ഥികൾക്കെതിരെ കർശനമായ നടപടികളിലേക്ക് കടന്നു. ചിലരെ സസ്പെന്റ് ചെയ്തു. കോടിയേരിയെ കോളേജിൽനിന്ന് പുറത്താക്കി. ആ സമരം ഏതെങ്കിലും വിദ്യാർത്ഥി സംഘടനയുടെ പേരിൽ നടന്നതായിരുന്നില്ല. കോളേജിൽ എസ് എഫ് ഐ യുടെ പ്രവർത്തനം തുടങ്ങിയിരുന്നില്ല. എല്ലാ വിദ്യാർത്ഥികളും പൊതുവായ ആവശ്യങ്ങൾക്കുവേണ്ടി സംഘടിക്കുകയായിരുന്നു. അതിന് നേതൃത്വം നല്കി എന്നതുകൊണ്ട് കോടിയേരി പുറത്താക്കപ്പെട്ടു. നടപടികൾ പിൻവലിപ്പിക്കാൻ പുറത്തുനിന്ന് രാഷ്ട്രീയപാർട്ടികളുടെ സമ്മർദ്ദം ഉണ്ടായി. എന്നാൽ നടപടികൾ പിൻവലിക്കാതിരിക്കാൻ പോണ്ടിച്ചേരി ഗവർണർ ഉൾപ്പെടെ ഇടപെടുകയുണ്ടായി. ഒരു കാരണ വശാലും കോടിയേരിക്കെതിരെയുള്ള നടപടി പിൻവലിക്കില്ലെന്ന് അധി കാരികൾ ഉറപ്പിച്ചു. കമ്യൂണിസ്റ്റുകാരൻ ഇനി കോളേജിൽ വേണ്ടാ എന്നതായിരുന്നു അവരുടെ നിലപാട്.

അന്ന് കോളേജിന്റെ പ്രിൻസിപ്പൽ കൊല്ലം സ്വദേശിയായ രവീന്ദ്രൻ എന്ന അദ്ധ്യാപകനായിരുന്നു. കൊല്ലം എസ് എൻ കോളേജിൽ അദ്ധ്യാപകനായി പ്രവർത്തിച്ചിരുന്ന വ്യക്തിയായിരുന്നു അദ്ദേഹം. രക്ഷാ കർത്താവിനെ വിളിച്ചുകൊണ്ടുവന്നാൽ നടപടി പിൻവലിക്കുന്ന തിനെക്കുറിച്ച് ആലോചിക്കാം എന്ന ഒരു അഭിപ്രായം അദ്ദേഹം പറഞ്ഞു. കോടിയേരി അതിനു തയ്യാറായിരുന്നില്ല. “സമരം ചെയ്തത് ഞാനാണ്. അതും ന്യായമായ ആവശ്യങ്ങൾക്കുവേണ്ടി. അതിന്റെ പേരിൽ അമ്മയെ ബുദ്ധിമുട്ടിക്കുന്നത് ശരിയല്ല. അമ്മയെ കൊണ്ടുവരാൻ കഴിയില്ല” - കോടിയേരി അറിയിച്ചു. അങ്ങനെയെങ്കിൽ തനിക്ക് ഒന്നും ചെയ്യാനാ വില്ലെന്ന് പ്രിൻസിപ്പൽ പറഞ്ഞു. കോടിയേരിയെ ഒരു കാരണവശാലും തിരിച്ചെടുക്കരുത് എന്ന അഭിപ്രായമാണ് മറ്റെല്ലാർക്കും എന്നും തനി ക്കുമേൽ അവരുടെ വലിയ സമ്മർദ്ദമുണ്ടെന്നും പ്രിൻസിപ്പൽ കൈമലർ ത്തി.

കുറച്ചുദിവസം കഴിഞ്ഞു. പഠനം മുടങ്ങിയിരിക്കുകയാണ്. ഏതു വിധേനയും പഠിച്ചേ മതിയാവൂ. കോഴ്സ് പൂർത്തിയാക്കണം. കോളേ ജിലെത്തി പ്രിൻസിപ്പലിനെ നേരിൽ കാണാൻ കോടിയേരി തീരുമാനിച്ചു. “എന്റെ വിദ്യാഭ്യാസത്തിന്റെ പ്രശ്നമാണിത്. ഭാവിയെ നിർണ്ണയിക്കുന്ന കാര്യമാണ്. പഠിക്കണം എന്ന ആഗ്രഹം എനിക്കുണ്ട്. കോഴ്സ് പൂർ ത്തിയാക്കണം. ഇടയ്ക്കുവച്ച് കോളേജ് മാറിപ്പോകാൻ കഴിയില്ല. അതു കൊണ്ട് ഈ കോളേജിൽതന്നെ തുടർന്ന് പഠിക്കാൻ അനുവദിക്കണം” - പ്രിൻസിപ്പലിനോട് നേരിൽ പറഞ്ഞു. ഒടുവിൽ പുറത്താക്കൽ നടപടി പിൻവലിച്ച് തുടർന്നു പഠിക്കാൻ അനുമതി നല്കി.

അങ്ങനെയാണ് പ്രീഡിഗ്രി പഠനം തുടരാനും പൂർത്തിയാക്കാനും കഴിഞ്ഞത്. കോളേജിൽ എസ് എഫ് ഐ യുടെ യൂണിറ്റ് രൂപീകരിക്കു കയാണ് പിന്നീട് ചെയ്തത്. അക്കാലത്ത് കോടിയേരി എസ് എഫ് ഐ യുടെ കണ്ണൂർ ജില്ലാ പ്രസിഡണ്ടായിരുന്നു. ആദ്യത്തെ കോളേജ്

യൂണിയൻ തെരഞ്ഞെടുപ്പിൽ കോടിയേരി മത്സരിച്ചു വിജയിച്ചു യൂണിയൻ ചെയർമാനായി.

1970 ലെ എസ് എഫ് ഐ രൂപീകരണ സമ്മേളനത്തിൽ മാഹി കോളേജിലെ വിദ്യാർത്ഥിയായിട്ടാണ് പങ്കെടുത്തത്. അക്കാലത്ത് ബിരുദ-ബിരുദാന്തര ബിരുദ കോഴ്സുകൾ ഉള്ള കോളേജുകൾ കണ്ണൂരിൽ കുറവായിരുന്നു. അതുകൊണ്ടുതന്നെ പ്രീഡിഗ്രിക്കു പഠിക്കുന്നവരൊക്കെയാണ് പലപ്പോഴും നേതൃസ്ഥാനങ്ങളിലേക്ക് വന്നിരുന്നത്.

പതിനെട്ടുവയസ്സു പൂർത്തിയാകുന്നതിനുമുമ്പുതന്നെ പാർട്ടി അംഗത്വവും കോടിയേരിക്ക് ലഭിച്ചിരുന്നു. പ്രാദേശിക പാർട്ടിപ്രവർത്തനത്തിലെ സജീവമായ ഇടപെടലായിരുന്നു അതിനൊരു കാരണം. വീടിനു സമീപമുള്ള ഈങ്കയിൽ പീടിക ബ്രാഞ്ചിലായിരുന്നു അംഗത്വം. 1971 ൽ ബ്രാഞ്ച് സെക്രട്ടറിയുടെ ചുമതലയും പാർട്ടി അദ്ദേഹത്തിനു നല്കി.

2

സ്വതന്ത്ര ഇന്ത്യയിൽ സംഭവിച്ച നഗ്നമായ ജനാധിപത്യ ധ്വംസനമായിരുന്നു അടിയന്തരാവസ്ഥ. മനുഷ്യാവകാശവും ഭരണഘടനാപരമായ പൗരാവകാശങ്ങളും പരിപൂർണ്ണമായി നിഷേധിക്കപ്പെട്ടു. ജനാധിപത്യവും അഭിപ്രായസ്വാതന്ത്ര്യവും ഇല്ലാതായ കാലയളവായിരുന്നു 1975 ജൂണ് 25 മുതൽ 1977 മാർച്ച് 20 വരെയുള്ള 21 മാസം.

ഭരണകൂടത്തിന്റെ നിലനില്പുതന്നെ അപകടത്തിലാകുമെന്ന ആശങ്കയാണ് അടിയന്തരാവസ്ഥ പ്രഖ്യാപിക്കാൻ ഇന്ദിരാഗാന്ധിയെ പ്രേരിപ്പിച്ചത്. ജനങ്ങളുടെ നിത്യജീവിതവുമായി ബന്ധപ്പെട്ട വിലക്കയറ്റം, ദാരിദ്ര്യം, അഴിമതി, ഭക്ഷ്യക്ഷാമം തുടങ്ങിയവ അതിരൂക്ഷമായിരുന്നു. അസമത്വവും അനീതിയും അവയുടെ പാരമ്യത്തിലെത്തിയിരുന്നു. ഇവയ്ക്കെതിരായ ജനകീയ മുന്നേറ്റങ്ങൾ ഭരണകൂടത്തെ അസ്വസ്ഥമാക്കി. ജനാധിപത്യപരമായി അവയെ അഭിമുഖീകരിക്കുന്നതിൽ ഭരണകൂടം പരാജയപ്പെട്ടു. ഈ സാഹചര്യമാണ് അടിയന്തരാവസ്ഥാപ്രഖ്യാപനത്തിലേക്ക് നയിച്ചത്.

പ്രധാനമന്ത്രി ഇന്ദിരാഗാന്ധിക്കെതിരെ 1975 ജൂൺ 12 നു ഉണ്ടായ അലഹബാദ് ഹൈക്കോടതി വിധി അടിയന്തരാവസ്ഥ പ്രഖ്യാപനത്തിനു മറ്റൊരു നിർണ്ണായക കാരണമായി. 1971 ൽ നടന്ന തെരഞ്ഞെടുപ്പിലെ എതിർ സ്ഥാനാർഥി രാജ്നാരായൺ ഫയൽ ചെയ്ത തെരഞ്ഞെടുപ്പ് കേസിൽ ജസ്റ്റിസ് ജഗൻമോഹൻലാൽ സിൻഹ പ്രസ്താവിച്ച വിധി ഇന്ദിരയ്ക്കെതിരെയായിരുന്നു. ഇന്ദിരാഗാന്ധിയുടെ ലോക്സഭാ അംഗത്വം റദ്ദാക്കപ്പെട്ടു. ആറു വർഷത്തേക്ക് തെരഞ്ഞെടുപ്പിൽ പങ്കെടുക്കാൻ പാടില്ല. അപ്പീൽവാദം കേട്ട സുപ്രീം കോടതി ഇന്ദിരാഗാന്ധിക്ക് പ്രധാനമന്ത്രിയായി തുടരാമെന്നും വോട്ടവകാശമില്ലാതെ പാർലമെന്റിൽ പങ്കെടുക്കാമെന്നും പ്രസ്താവിച്ചു. എന്നാൽ ഭര

ണരംഗത്തും സാമൂഹ്യരംഗത്തും കുഴപ്പങ്ങൾ മൂർച്ഛിച്ചുകൊണ്ടിരുന്നു. ഒടുവിൽ ഇന്ദിരയുടെ തീരുമാനമനുസരിച്ച് അവരുടെ പാവയെന്ന് വിശേഷിപ്പിക്കാവുന്ന രാഷ്ട്രപതി ഫക്രുദ്ദീൻ അലി അഹമ്മദ് ഇന്ത്യൻ ഭരണഘടനയുടെ 352-ാം വകുപ്പിന്റെ ഒന്നാം ഉപവകുപ്പ് അനുസരിച്ച് രാജ്യത്ത് അടിയന്തരാവസ്ഥ പ്രഖ്യാപിച്ചു. പ്രഖ്യാപനം ഉണ്ടായ ഉടനെത്തന്നെ പത്രങ്ങൾക്കുമേൽ സെൻസർഷിപ്പ് ഏർപ്പെടുത്തി. പ്രതിപക്ഷ നേതാക്കളെ തടവിലാക്കി. ഇന്ദിര മറ്റൊന്നുകൂടി ചെയ്തു. പൗരന്മാർക്ക് മൗലികാവകാശങ്ങൾ ഉറപ്പു നൽകുന്ന ഭരണഘടനയുടെ 14, 21, 22 വകുപ്പുകൾ നിർവീര്യമാക്കി. മൗലികാവകാശങ്ങൾക്കു വേണ്ടി കോടതിയെ സമീപിക്കാനുള്ള അവകാശം സസ്പെൻഡ് ചെയ്തായിരുന്നു രാഷ്ട്രപതിയുടെ ഉത്തരവ്.' (*കേരളത്തിന്റെ രാഷ്ട്രീയ ചരിത്രം*, ആർ കെ ബിജുരാജ്, പേജ് 256)

ജനാധിപത്യവും പൗരാവകാശങ്ങളും നിഷേധിച്ച് പ്രഖ്യാപിക്കപ്പെട്ട അടിയന്തരാവസ്ഥയോട് നിശ്ശബ്ദമായല്ല കേരളം പ്രതികരിച്ചത്. സ്വേച്ഛാധിപത്യത്തിനെതിരായ പലതരം പ്രതികരണങ്ങൾ കേരളത്തിൽ ഉയർന്നുവന്നു. ഭരണകൂടത്തിന്റെ നിലനില്പ് അപകടത്തിലാവുമെന്ന ഭയമാണ് അടിയന്തരാവസ്ഥ പ്രഖ്യാപനത്തിലേക്ക് നയിച്ചത്. അതൊരു ഭരണകൂടതന്ത്രമായിരുന്നു.

കേരളത്തിലെ പ്രതിഷേധങ്ങൾ ഇന്ത്യാചരിത്രത്തിലെ സുപ്രധാന ഏടുകളാണ്. സ്ത്രീകളും വിദ്യാർത്ഥികളും തൊഴിലാളികളും പ്രതിഷേധത്തിന്റെ മുൻനിരയിലുണ്ടായിരുന്നു. നിയമസഭയെ ഉൾപ്പെടെ ഉലയ്ക്കുന്നവിധത്തിൽ ശക്തമായ പ്രക്ഷോഭമാണ് തൊഴിലാളി സ്ത്രീകളുടെ നേതൃത്വത്തിൽ നടന്നത്. കേരളത്തിന്റെ രാഷ്ട്രീയപ്രബുദ്ധത ഉണർന്നുപ്രവർത്തിച്ച കാലമായിരുന്നു അടിയന്തരാവസ്ഥയുടേത്.

സി പി ഐ, കോൺഗ്രസ്, മുസ്ലിംലീഗ് തുടങ്ങി അടിയന്തരാവസ്ഥയെ അനുകൂലിച്ചിരുന്ന രാഷ്ട്രീയപാർട്ടികൾ അധികാരസ്ഥാനത്തായിരുന്നു. ബഹുജനങ്ങളിൽ ഭൂരിഭാഗവും ഇവർക്കെതിരായി നിലകൊണ്ടു. അവർ നിർഭയം പോരാട്ടഭൂമിയിലെത്തി. പ്രതിഷേധങ്ങളുടെ വസ്തുതാപരമായ രേഖപ്പെടുത്തൽ അക്കാലത്ത് ഉണ്ടായില്ല. സെൻസർഷിപ്പിന്റെ പേരിൽ അവയെല്ലാം തമസ്കരിക്കപ്പെട്ടു. എന്നാൽ ചരിത്രത്തെ മറച്ചുവയ്ക്കാൻ ആവില്ലല്ലോ.

3

വിദ്യാർത്ഥികളുടെ പ്രതിഷേധമായിരുന്നു കത്തിക്കയറിയത്. കാമ്പസുകളിൽ നിന്നായിരുന്നു തുടക്കം. പൊതുഇടങ്ങളിലേക്ക് അത് പടർന്നുപിടിച്ചു. തിരുവനന്തപുരത്ത് യൂണിവേഴ്സിറ്റി കോളേജ് പ്രതിഷേധത്തിന്റെ ഒരു കേന്ദ്രമായിരുന്നു. മണ്ണാർക്കാട് എം ഇ എസ്

കോളേജ്, പയ്യന്നൂർ കോളേജ്, മടപ്പള്ളി ഗവ. കോളേജ്, എറണാകുളം മഹാരാജാസ് കോളേജ്, കോഴിക്കോട് മെഡിക്കൽ കോളേജ് തുടങ്ങിയ കാമ്പസുകളിൽ പ്രതിഷേധം ഇരമ്പി. അക്കാലത്ത് എസ് എഫ് ഐ യുടെ സംസ്ഥാന സെക്രട്ടറിയും യൂണിവേഴ്സിറ്റി കോളേജിലെ വിദ്യാർത്ഥിയുമായിരുന്നു കോടിയേരി.

പ്രീഡിഗ്രിപഠനം വിജയകരമായി പൂർത്തിയായെങ്കിലും തുടർപഠനത്തിലേക്ക് ഉടനെ കടക്കാൻ കഴിഞ്ഞില്ല. സാമ്പത്തിക ബുദ്ധിമുട്ടു തന്നെയായിരുന്നു പ്രധാന കാരണം. ഒരു വർഷം മുഴുവൻസമയ രാഷ്ട്രീയ പ്രവർത്തകനായി കോടിയേരിയിൽത്തന്നെ കഴിഞ്ഞു.

1973 ൽ കൊല്ലത്തുചേർന്ന സംസ്ഥാന സമ്മേളനം കോടിയേരിയെ സെക്രട്ടറിയായി തെരഞ്ഞെടുത്തു. ജി സുധാകരനായിരുന്നു പ്രസിഡണ്ട്. ലോക്കൽ കമ്മിറ്റി സെക്രട്ടറിസ്ഥാനത്തു നിന്നൊഴിഞ്ഞാണ് എസ് എഫ് ഐ യുടെ നേതൃത്വം ഏറ്റെടുത്തത്. അതോടെ പ്രവർത്തനകേന്ദ്രം തിരുവനന്തപുരമായി. യൂണിവേഴ്സിറ്റി കോളേജിൽ ചരിത്രം മുഖ്യവിഷയമാക്കി ബിരുദപഠനത്തിനു ചേരുന്നത് ആ സാഹചര്യത്തിലാണ്.

സംസ്ഥാന സെക്രട്ടറിയായതോടെ സംഘടനാപ്രവർത്തനത്തിൽ കൂടുതൽ ശ്രദ്ധ കേന്ദ്രീകരിക്കാൻ തുടങ്ങി. കാമ്പസിനുള്ളിൽ ഉണ്ടാവുന്നത് കുറവായിരുന്നു. ക്ലാസുകളിൽ ഹാജരാവാനും പലപ്പോഴും കഴിഞ്ഞിരുന്നില്ല. എന്നാൽ, സഹപാഠികളുടെയും അദ്ധ്യാപകരുടെയും സഹായം പഠനത്തിൽ മുന്നോട്ടുപോകാൻ പ്രയോജനകരമായി. ക്ലാസ് നോട്ടുകളും ആവശ്യമുള്ള പുസ്തകങ്ങളും മറ്റും സുഹൃത്തുക്കൾ എത്തിച്ചു നല്കി. പഠനത്തിൽ വീഴ്ചയുണ്ടാവരുതെന്ന നിർബ്ബന്ധം അക്കാലത്ത് ഉണ്ടായിരുന്നു. അതേസമയം, തുല്യമായ പ്രാധാന്യം സംഘടനാപ്രവർത്തനത്തിനും നല്കി. പില്ക്കാലത്ത് യു ഡി എഫ് എം എൽ എയായ എം എ വാഹിദ്, ചരിത്രകാരനായ മലയിൻകീഴ് ഗോപാലകൃഷ്ണൻ തുടങ്ങിയവർ നല്ല നിലയിൽ സഹായിച്ചിരുന്നു.

എസ് എഫ് ഐ ക്ക് അക്കാലത്ത് സംസ്ഥാന കമ്മിറ്റി ഓഫീസ് കെട്ടിടമൊന്നും ഉണ്ടായിരുന്നില്ല. പാളയത്ത് പഴയ പാർട്ടി ഓഫീസിനോടു ചേർന്ന മുറിയാണ് എസ് എഫ് ഐ യുടെ സംസ്ഥാന ഓഫീസെന്ന നിലയിൽ ഉണ്ടായിരുന്നത്. (രക്തസാക്ഷിമണ്ഡപത്തിനുമുന്നിൽനിന്ന് ബേക്കറി ജംഗ്ഷനിലേക്ക് പോകുമ്പോൾ പാളയം മാർക്കറ്റിലേക്കുള്ള വലതുവശത്തെ വഴിയിലായിരുന്നു അക്കാലത്ത് പാർട്ടി സംസ്ഥാന കമ്മിറ്റി ഓഫീസ് പ്രവർത്തിച്ചിരുന്നത്.) അവിടെ കിടക്കാൻ സൗകര്യമൊന്നും ഉണ്ടായിരുന്നില്ല. ഒരു പഴയ കെട്ടിടമായിരുന്നു അത്. യൂണിവേഴ്സിറ്റി കോളേജിന് സമീപമുള്ള ലോഡ്ജിലാണ് വിദ്യാർത്ഥികൾ കേന്ദ്രീകരിച്ചിരുന്നത്. അത്യാവശ്യം താമസസൗകര്യവും അവിടെ ഉണ്ടായിരുന്നു. ഇപ്പോൾ ട്രിഡാ ഷോപ്പിങ് കോംപ്ലക്സായ സാഫല്യം സ്ഥിതി ചെയ്യുന്നത് അന്നത്തെ ലോഡ്ജിരുന്ന സ്ഥലത്താണ്.

കോടിയേരിയുടെ താമസം എം എൽ എ ക്വാർട്ടേഴ്സിൽ ആയിരുന്നു. ജി സുധാകരനും ഒപ്പമുണ്ടായിരുന്നു. 1974 ൽ എം എ ബേബി പ്രസിഡണ്ടായപ്പോഴും അവിടെത്തന്നെയായിരുന്നു താമസം.

1975 ലെ അടിയന്തരാവസ്ഥക്കാലത്ത് കോടിയേരി യൂണിവേഴ്സിറ്റി കോളേജിലെ വിദ്യാർത്ഥിയാണ്. അടിയന്തരാവസ്ഥക്കാലത്ത് ആദ്യം അറസ്റ്റുചെയ്തത് വിദ്യാർത്ഥികളെയായിരുന്നു. അടിയന്തരാവസ്ഥ പ്രഖ്യാപിച്ച ദിവസം - 1975 ജൂൺ 25 അർദ്ധരാത്രിതന്നെ കോടിയേരിയെ അറസ്റ്റു ചെയ്തു. രണ്ടുദിവസം കസ്റ്റഡിയിൽ വച്ചശേഷം വിട്ടയച്ചു. പല സ്ഥലത്തുനിന്നും വിദ്യാർത്ഥിനേതാക്കളെ അറസ്റ്റ് ചെയ്തിരുന്നു. എ കെ ജി യുടെ ഇടപെടൽ കാരണമാണ് വിട്ടയയ്ക്കാൻ തയ്യാറായത്.

അടിയന്തരാവസ്ഥയ്ക്കെതിരെ ആദ്യം പരസ്യമായി പ്രതികരിച്ചത് എസ് എഫ് ഐ ആണ്. വിദ്യാർത്ഥികൾ രംഗത്തിറങ്ങണമെന്ന് എസ് എഫ് ഐ ആഹ്വാനം ചെയ്തു. പലയിടത്തുനിന്നും പ്രതിഷേധ പ്രകടനങ്ങൾ നടന്നു. കേരളത്തിൽ മാത്രം 600 വിദ്യാർത്ഥികൾക്കെതിരെ കേസെടുത്തു.

കോടിയേരി കസ്റ്റഡിയിൽനിന്നു പുറത്തുവന്നശേഷം സംസ്ഥാന കമ്മിറ്റി യോഗം ചേർന്ന് തുടർപ്രക്ഷോഭപരിപാടികൾ ആലോചിച്ചു. എന്നാൽ, അടിയന്തരാവസ്ഥക്കാലത്തിനുമുമ്പെന്നപോലെ പരസ്യമായി പ്രവർത്തിക്കാൻ കഴിയില്ലെന്നു മനസ്സിലാക്കി. പുതിയൊരു തന്ത്രം സംഘടന ആവിഷ്കരിച്ചു. രഹസ്യമായും പരസ്യമായും പ്രവർത്തിക്കാൻ നേതാക്കളുടെ രണ്ട് ഗ്രൂപ്പ് ഉണ്ടാക്കി. രഹസ്യപ്രവർത്തനം നടത്താൻ നിശ്ചയിച്ച ഗ്രൂപ്പിൽ കോടിയേരി തുടങ്ങിയവരും പരസ്യപ്രവർത്തനം നടത്തേണ്ടവരിൽ എം എ ബേബി ഉൾപ്പെടെയുള്ളവരുമാണ് ഉണ്ടായിരുന്നത്. ഇരുഗ്രൂപ്പും തീരുമാനിച്ചപോലെ പ്രവർത്തനങ്ങളുമായി മുന്നോട്ടുപോയി.

1975 ജൂലൈ ഒന്നാം തീയതി തിരുവനന്തപുരം നഗരത്തിൽ വിദ്യാർത്ഥികളുടെ പ്രകടനം നടന്നു. പരസ്യപ്രവർത്തനത്തിനു നിയോഗിക്കപ്പെട്ട ഗ്രൂപ്പിന്റെ നേതൃത്വത്തിലായിരുന്നു പ്രകടനം. പോലീസിന്റെ ഭാഗത്തുനിന്ന് ക്രൂരമായ ആക്രമണമാണ് അവർക്ക് നേരിടേണ്ടിവന്നത്. കടുത്ത മർദ്ദനത്തിന് അവർ വിധേയരായി.

> അഞ്ചാം നാൾ ജൂലൈ ഒന്നിന് തിരുവനന്തപുരം യൂണിവേഴ്സിറ്റി കോളേജിൽ നിന്ന് സെക്രട്ടറിയേറ്റിലേക്ക് വിദ്യാർത്ഥി മാർച്ച് നടന്നു. ജൂൺ 30 നു രഹസ്യമായി യോഗം ചേർന്നാണ് അടുത്ത ദിവസത്തെ മാർച്ചിനെപ്പറ്റി തീരുമാനം എടുത്തത്. 25 പേർ യൂണിവേഴ്സിറ്റി കോളേജിൽ ഒന്നിച്ചു. തിരുവനന്തപുരം ജില്ലാകമ്മിറ്റിയാണ് പ്രകടനം സംഘടിപ്പിച്ചത്. എസ് എഫ് ഐ സംസ്ഥാന പ്രസിഡന്റ് എം എ ബേബി, ജി സുധാകരൻ, എം വിജയകുമാർ എന്നിവരായിരുന്നു നേതൃത്വം നൽകിയത്. പ്രകടനം

> ഏജീസ് ഓഫീസിനു മുന്നിൽ എത്തിയപ്പോൾ പോലീസ് വളഞ്ഞു. പിന്നെ ക്രൂര മർദ്ദനം. 24 പേർ അറസ്റ്റിലായി. ഇവരെ വണ്ടിയിലിട്ടും കന്റോൺമെന്റ് സ്റ്റേഷനിലിട്ടും മർദ്ദിച്ചു. അടിവസ്ത്രം മാത്രം ധരിപ്പിച്ചായിരുന്നു മർദ്ദനം. ഇവരെ ഒന്നരമാസത്തേക്ക് റിമാൻഡ് ചെയ്തു. റിമാൻഡിലായവർക്ക് ജഡ്ജി ഫാത്തിമാബീവി ജാമ്യം അനുവദിച്ചെങ്കിലും 1976 ഫെബ്രുവരിയിൽ ഹൈക്കോടതി ജാമ്യം റദ്ദാക്കി. 24 പേരും പൂജപ്പുര സെൻട്രൽ ജയിലിലായി.
> (*കേരളത്തിന്റെ രാഷ്ട്രീയ ചരിത്രം*, ആർ കെ ബിജുരാജ്, പേജ് 276 -277)

തുടർന്ന് പോലീസിന്റെ ഭാഗത്തുനിന്ന് ആക്രമണമൊന്നും ഉണ്ടാവില്ലെന്ന് എസ് എഫ് ഐ കരുതി. രഹസ്യപ്രവർത്തനത്തിനു നിയോഗിക്കപ്പെട്ടിരുന്നവർ പരസ്യമായ പ്രവർത്തനത്തിലേക്കുവന്നു. കാമ്പസുകളിൽ ചേരുന്ന വിദ്യാർത്ഥിയോഗങ്ങളിൽ കോടിയേരി പങ്കെടുക്കാൻ തുടങ്ങി. മടപ്പള്ളി സർക്കാർ കോളേജിൽ നടന്ന ഒരു യോഗത്തിൽ പങ്കെടുത്തുകൊണ്ടിരിക്കുമ്പോൾ കോടിയേരിയെ അറസ്റ്റു ചെയ്യാനായി പോലീസ് കാമ്പസ് വളയുകയുണ്ടായി. അപ്രതീക്ഷിതമായിരുന്നു ആ സംഭവം. എന്നാൽ, അവിടത്തെ വിദ്യാർത്ഥികൾ ചില ഊടുവഴികളിലൂടെ, പോലീസിന്റെ കയ്യിൽപ്പെടാതെ കോടിയേരിയെ രക്ഷിച്ചു.

പിന്നീട് എസ് എഫ് ഐ യുടെ ഒരു പ്രവർത്തനവും അനുവദിക്കില്ലെന്ന സമീപനമാണ് പോലീസ് സ്വീകരിച്ചത്. ധർണ്ണ നടത്തിയാലും മർദ്ദനവും അറസ്റ്റും പതിവായി. അത്തരം വാർത്തകളൊന്നും പത്രത്തിൽ വരില്ല. സെൻസർഷിപ്പ് അത്രമാത്രം കർശനമായിരുന്നു. അതുകൊണ്ടുതന്നെ വിദ്യാർത്ഥികൾക്ക് എന്തുസംഭവിച്ചാലും പുറംലോകം അതൊന്നും അറിയുമായിരുന്നില്ല. തിരുവനന്തപുരത്ത് എം എ ബേബി, എം വിജയകുമാർ, ജി സുധാകരൻ തുടങ്ങിയ നേതാക്കൾക്ക് ക്രൂരമായ മർദ്ദനമേറ്റതും അവരെ അറസ്റ്റു ചെയ്തതും ഒരു പത്രവും റിപ്പോർട്ട് ചെയ്തിരുന്നില്ല. രക്തം തളം കെട്ടിക്കിടക്കുന്ന തെരുവുകൾ നിത്യകാഴ്ചയായിരുന്നു. അതൊന്നും ആരും ശ്രദ്ധിക്കാൻപോലും ധൈര്യപ്പെട്ടിരുന്നില്ല!

4

പല സ്ഥലത്തും സി പി ഐ (എം) പ്രവർത്തകരെയും വിദ്യാർത്ഥികളെയും അറസ്റ്റുചെയ്യുന്നത് തുടർന്നുകൊണ്ടിരുന്നു. അതിനെക്കുറിച്ച് അറിയാനായി പാർട്ടിയുടെ തലശ്ശേരി ഏര്യാകമ്മിറ്റി ഓഫീസിൽ എത്തിയ കോടിയേരിയെ, പുറത്തേക്കിറങ്ങുമ്പോൾ പോലീസ് വളയുകയും അറസ്റ്റ് ചെയ്യുകയും ചെയ്തു. രണ്ടുമൂന്നു ദിവസം പല സ്റ്റേഷനുകളിലായി കസ്റ്റഡിയിൽ വച്ചു. പിന്നീടാണ് 'മിസ' (MISA -

Maintenance of Internal Securtiy Act) പ്രകാരമാണ് അറസ്റ്റ് എന്ന് അറിയിക്കുന്നത്. കളക്ടറുടെ വാറണ്ടുണ്ട് എന്നും പറഞ്ഞു. മിസ പ്രകാരം അറസ്റ്റ് ചെയ്താൽ കോടതിയിൽ ഹാജരാക്കില്ല. എത്രകാലം വേണമെങ്കിലും ജയിലിൽ അടയ്ക്കാം. (അടിയന്തരാവസ്ഥകാലത്തിനു ശേഷം മിസ റദ്ദാക്കി. ഇപ്പോൾ ആ നിയമം നിലവിലില്ല.)

മിസ പ്രകാരം കണ്ണൂർ സെൻട്രൽ ജയിലിൽ ഒന്നരവർഷത്തോളം തടവുശിക്ഷ അനുഭവിച്ചു. പിണറായി ഉൾപ്പെടെയുള്ള കുറേ നേതാക്കളും പ്രവർത്തകരും അന്ന് ജയിൽവാസമനുഭവിച്ചവരിൽ ഉണ്ട്. ഒന്നര വർഷം കഴിഞ്ഞപ്പോൾ വിട്ടയച്ചു.

പുറത്തുണ്ടായിരുന്നത്ര വിരോധം ജയിലിനുള്ളിൽ പോലീസിന്റെ ഭാഗത്തുനിന്ന് ഉണ്ടായില്ല. സാധാരണ തടവുകാരായിത്തന്നെ പരിഗണിച്ചു. സാധാരണ തടവുകാർക്കുള്ള ആനുകൂല്യങ്ങൾ തന്നെയാണ് അനുവദിച്ചത്. സിമന്റു പൂശിയ വെറും നിലത്താണ് കിടന്നിരുന്നത്. കഴിക്കാൻ തോന്നുന്നവിധമായിരുന്നില്ല ഭക്ഷണം. ചികിത്സാസൗകര്യങ്ങളൊന്നും ഉണ്ടായിരുന്നില്ല. കുടുംബാംഗങ്ങളെ കാണാൻ അനുവദിച്ചിരുന്നില്ല. സന്ദർശകരെ പൂർണ്ണമായും നിരോധിച്ചിരുന്നു.

"പാർട്ടിക്കുവേണ്ടിയാണ്, നാടിനുവേണ്ടിയാണ് ഇതൊക്കെ സഹിക്കുന്നത് എന്ന് മനസ്സിൽ ഉറപ്പിച്ചിരുന്നതുകൊണ്ട് ഒരു തരത്തിലുള്ള നിരാശയും അനുഭവപ്പെട്ടിരുന്നില്ല. മാപ്പെഴുതിക്കൊടുത്താൽ കേസിൽ നിന്നൊഴിവാക്കി ജയിൽ മോചിതനാകാമായിരുന്നു. അങ്ങനെ പുറത്തുവന്ന ഒരാൾ അക്കൂട്ടത്തിൽ ഉണ്ടായിരുന്നു. ഗോപാലൻ പറമ്പത്ത് എന്നാണ് അയാളുടെ പേര്. ജയിലിലായി അഞ്ചാറ് മാസം കഴിഞ്ഞപ്പോൾ അയാളെ പരോളിൽ പുറത്തുവിട്ടു. പുറത്തുവച്ച് അയാൾ കോൺഗ്രസുമായി ബന്ധപ്പെടുകയും മാപ്പെഴുതിക്കൊടുത്ത് പൂർണ്ണമായും ജയിൽ മോചിതനാവുകയും ചെയ്തു. കോൺഗ്രസിൽനിന്ന് പിന്നീട് അയാൾ ബി ജെ പി യിലേക്കു പോയി."

ഏറ്റവും പ്രായം കുറഞ്ഞ തടവുകാരനായിരുന്നു കോടിയേരി. ആശയപരമായ കരുത്താണ് ഉറച്ചുനില്ക്കാൻ പ്രേരിപ്പിച്ചത്.

"കമ്യൂണിസ്റ്റുകാർ ലോകത്തിന്റെ പലഭാഗത്തും നേരിട്ടിട്ടുള്ളതും നേരിടുന്നതുമായ അനുഭവങ്ങൾ മനസ്സിലാക്കിയിട്ടുണ്ടായിരുന്നു. അടിയന്തരാവസ്ഥ വർഷങ്ങളോളം നീണ്ടുനില്ക്കുമെന്നൊക്കെയായിരുന്നു അന്ന് കേട്ടിരുന്നത്. എത്രകാലം ജയിലിൽ കഴിയാനും എന്തും അനുഭവിക്കാനും തയ്യാറായിരുന്നു. ആദർശത്തിനുവേണ്ടിയുള്ള പോരാട്ടമായിട്ടാണ് അതിനെ കണ്ടത്" - കോടിയേരി പറയുന്നു.

ജയിലിനുള്ളിലും സമരം ചെയ്യേണ്ടിവന്നു. പരിമിതമായ സൗകര്യങ്ങളെങ്കിലും ലഭ്യമാക്കണം എന്നായിരുന്നു ആവശ്യം. ഒരു ഘട്ടം കഴിഞ്ഞപ്പോൾ കോടിയേരി ഉൾപ്പെടെയുള്ളവരെ എ ക്ലാസ് തടവുകാരായി സർക്കാരിന് പ്രഖ്യാപിക്കേണ്ടിവന്നു. ഇടതുപക്ഷ പാർട്ടിയുടെ തടവുകാർക്കാണ് ഈ സൗകര്യം നല്കിയത്. സൗകര്യങ്ങൾ അല്പം കൂടി മെച്ചപ്പെട്ടു.

യു ഡി എഫ് സർക്കാരായിരുന്നല്ലോ. അച്യുതമേനോനായിരുന്നു മുഖ്യമന്ത്രി. ആഭ്യന്തരവകുപ്പുമന്ത്രി കരുണാകരനായിരുന്നു. ജയിലിനുള്ളിൽ പാർട്ടി ക്ലാസുകൾ കൃത്യമായി നടക്കുമായിരുന്നു. സി പി ഐ (എം) തടവുകാർ ഒരു ബ്ലോക്കിലെത്തി ക്ലാസിൽ പങ്കെടുക്കും. സ. വി വി ദക്ഷിണാമൂർത്തി ആയിരുന്നു അന്ന് പ്രധാനമായും ക്ലാസെടുത്തിരുന്നത്. ഇമ്പിച്ചിബാവ, എം വി രാഘവൻ, ഇ പത്മനാഭൻ തുടങ്ങിയവരും അദ്ധ്യാപകരായുണ്ടായിരുന്നു. ലോകചരിത്രം, ഇംഗ്ലീഷ്, പാർട്ടി സിദ്ധാന്തം തുടങ്ങിയവ ക്ലാസിന്റെ ഭാഗമായി ഉൾപ്പെടുത്തിയിരുന്നു. പാർട്ടി മുൻകയ്യെടുത്ത് ഏർപ്പെടുത്തിയ സംവിധാനമായിരുന്നു അത്. സഖാക്കളെ സൈദ്ധാന്തികമായും പ്രായോഗികമായും പ്രാപ്തരാക്കുവാൻ പാർട്ടി ജയിലിനുള്ളിലും ശ്രദ്ധിച്ചിരുന്നു എന്നർത്ഥം.

വൈകുന്നേരങ്ങളിൽ വിവിധ കളികളിൽ ഏർപ്പെട്ടിരുന്നു സ. പിണറായിയും കോടിയേരിയും ഒ ഭരതനും ഇ പത്മനാഭനും മറ്റും ബാഡ്മിന്റണിലാണ് താല്പര്യം പ്രകടിപ്പിച്ചിരുന്നത്. അങ്ങനെയാണ് ജയിലിൽ കഴിഞ്ഞിരുന്നത്.

മൂന്നുമാസത്തിലൊരിക്കൽ ഹോം സെക്രട്ടറിയുടെ പ്രത്യേക അനുമതി വാങ്ങിയാൽ വീട്ടുകാർക്ക് സന്ദർശനാനുമതി ലഭിക്കും. അങ്ങനെ അമ്മ ഒരിക്കൽ കാണാനെത്തി. വളരെ ബുദ്ധിമുട്ടിയാണ് എത്തിയത്. മകനെ കണ്ടപ്പോഴുള്ള സങ്കടവും മറ്റും കണക്കിലെടുത്ത് ഇനി വരേണ്ടതില്ലായെന്ന് അമ്മയെ സ്നേഹപൂർവ്വം പറഞ്ഞു ബോദ്ധ്യപ്പെടുത്തി. ഒപ്പം കുറേപേർ ഉണ്ട് എന്ന സമാധാനത്തിലാവണം അമ്മ അത് അനുസരിച്ചു.

എം പി വീരേന്ദ്രകുമാർ, കെ കെ അബു, ബാഫക്കി തങ്ങൾ, പി എം അബൂബക്കർ തുടങ്ങിയവർ പിന്നീട് ജയിലിലേക്ക് വന്നു. പില്ക്കാലത്ത് വിദ്യാഭ്യാസവകുപ്പ് മന്ത്രിയായ കെ ചന്ദ്രശേഖരൻ അക്കൂട്ടത്തിൽ ഉണ്ടായിരുന്നു. ഡിഗ്രി പരീക്ഷ എഴുതാൻ അനുമതിക്കായി കോടതിയെ സമീപിക്കാൻ അദ്ദേഹം പ്രേരിപ്പിച്ചു. കോടതി അക്കാര്യം പരിഗണിക്കുന്നതിനുമുമ്പ് അടിയന്തരാവസ്ഥ പിൻവലിച്ചു. ജയിലിൽനിന്നു പുറത്തിറങ്ങിയശേഷം ഡിഗ്രി വിദ്യാഭ്യാസം പൂർത്തിയാക്കി.

മുഴുവൻ സമയ രാഷ്ട്രീയപ്രവർത്തകനാവണം എന്നു തീരുമാനിച്ചത് ജയിൽ ജീവിതകാലത്താണ്. പുറത്തിറങ്ങിയശേഷം പാർട്ടിയും അതാവശ്യപ്പെട്ടു. എസ് എഫ് ഐ സംസ്ഥാന സെക്രട്ടറിയായിരിക്കുമ്പോൾ ത്തന്നെ പാർട്ടി കോടിയേരിയെ മുഴുവൻ സമയപ്രവർത്തകനായിതന്നെയാണ് പരിഗണിച്ചത്. അന്ന് അലവൻസ് ഒന്നുമില്ല. അത്യാവശ്യം ഭക്ഷണത്തിനുള്ള പൈസയൊക്കെ തരും.

ഈ അനുഭവത്തിൽനിന്നു ലഭിച്ച മനസ്സാന്നിദ്ധ്യം നിസാരമായിരിക്കില്ലല്ലോ. വളരെ ചെറിയ പ്രായത്തിൽ - കൗമാരത്തിൽനിന്ന് യൗവനത്തിലേക്ക് കടക്കുന്നതേയുള്ളൂ - പോലീസ് കസ്റ്റഡിയിലും ലോക്കപ്പിലും

ജയിലിലും കഴിയേണ്ടിവന്ന സാഹചര്യം ആദർശബോധമുള്ള ഒരു വ്യക്തിയിൽ തീർച്ചയായും ആശയദൃഢതയുണ്ടാവാൻ സഹായിച്ചിട്ടുണ്ടാവണം. സ്വതവേ പക്വമതിയായിരുന്ന ആ ചെറുപ്പക്കാരനിൽ രാഷ്ട്രീയ പക്വത വേരുറയ്ക്കാനിടയായതിൽ അടിയന്താവസ്ഥകാലത്തെ ജയിൽ ജീവിതം തീർച്ചയായും സഹായകമായിട്ടുണ്ട്.

5

ജയിലിൽനിന്ന് മോചിതനായ എസ് എഫ് ഐ സംസ്ഥാന സെക്രട്ടറിക്ക് സ്വീകരണം നല്കാൻ സംഘടന തീരുമാനിച്ചു. പിന്നീട് സഹപ്രവർത്തകനും സുഹൃത്തുമായിത്തീർന്ന തിരുവനന്തപുരം പാളയം ഏരിയാസെക്രട്ടറി സി പ്രസന്നകുമാർ പറയുന്നു. "ഞാനന്ന് എം ജി കോളേജിൽ പഠിക്കുകയാണ്. എസ് എഫ് ഐ യൂണിറ്റ് സെക്രട്ടറിയും ജില്ലാ കമ്മിറ്റി അംഗവുമായിരുന്നു. ബാങ്ക് എംപ്ലോയീസ് യൂണിയന് ഹാളിൽ വച്ചായിരുന്നു സ്വീകരണം. എ കെ ജി പങ്കെടുക്കുമെന്നായിരുന്നു അറിയിച്ചിരുന്നത്. എന്നാൽ അദ്ദേഹത്തിന് എത്താൻ കഴിഞ്ഞില്ല. കെ മോഹനൻ ആണ് പങ്കെടുത്തത്. ഉജ്ജ്വലമായ പ്രസംഗമായിരുന്നു അദ്ദേഹത്തിന്റേത്. ആ സ്വീകരണസമ്മേളനത്തിൽ വച്ചാണ് കോടിയേരിയെ ആദ്യമായി കാണുന്നതും പരിചയപ്പെടുന്നതും.

പരിചയം സുഹൃദ്ബന്ധമായി വളർന്നു. ഇപ്പോഴും അത് ദൃഢമായി തുടരുന്നു. അത് കോടിയേരിയുടെ ഒരു സവിശേഷതയാണ്. ബന്ധങ്ങളും സൗഹൃദങ്ങളും നിലനിർത്താൻ അദ്ദേഹത്തിന് വലിയ താല്പര്യമാണ്. സ്വയം അതിന് മുൻകൈ എടുക്കാറുണ്ടെന്ന് തോന്നിയിട്ടുണ്ട്. ഉയർന്ന നേതാവായി മാറുമ്പോഴും സുഹൃത്തുക്കളുമായി അദ്ദേഹം അടുത്ത ബന്ധം പുലർത്തിപ്പോരുന്നു." ഇക്കാര്യം തലശ്ശേരി ഏരിയാ സെക്രട്ടറി എം സി പവിത്രനും സാക്ഷ്യപ്പെടുത്തുന്നുണ്ട്. "വർഷങ്ങൾക്കുമുമ്പ് ഒരുമിച്ച് പ്രവർത്തിച്ചിരുന്നവരാണ് ഞങ്ങൾ. തലശ്ശേരിയിലെത്തുമ്പോൾ ഏരിയാകമ്മിറ്റി ഓഫീസിൽ വരും. ഓഫീസിലിരുന്ന് സംസാരിക്കുമ്പോൾ ഞങ്ങൾ പാർട്ടി സെക്രട്ടറിയായും പോളിറ്റ്ബ്യൂറോ അംഗമായും ആണ് സഖാവിനെ കാണുക. അങ്ങനെയൊരു ബഹുമാനത്തിന്റെ അകലം അറിയാതെ സംഭവിച്ചുപോകാറുണ്ട്. എന്നാൽ കോടിയേരിക്ക് അങ്ങനെയില്ല. അദ്ദേഹം കുശലാന്വേഷണങ്ങളും തമാശകളുമൊക്കെയായി പഴയ സൗഹൃദമാണ് പ്രകടിപ്പിക്കുക."

കോടിയേരി തിരുവനന്തപുരം കേന്ദ്രീകരിച്ചു പ്രവർത്തിക്കുന്ന സമയത്താണ് കഴക്കൂട്ടം ഉപതെരഞ്ഞെടുപ്പ് നടന്നത്. മുഖ്യമന്ത്രിയായ കെ കരുണാകരൻ രാജൻ കേസിൽപെട്ട് രാജിവച്ച ഒഴിവിലേക്ക് മുഖ്യമന്ത്രിയായി എ കെ ആന്റണി ചുമതലയേറ്റിരുന്നു. അദ്ദേഹം കഴക്കൂട്ടത്താണ് മത്സരിച്ചത്. അവിടെ നിന്ന് എം എൽ എ ആയി വിജയിച്ച തലേക്കുന്നിൽ ബഷീർ രാജിവച്ച് ആന്റണിക്ക് അവസരം

നല്കി. പിരപ്പൻകോട് ശ്രീധരൻ നായർ എൽ ഡി എഫ് സ്വതന്ത്രസ്ഥാനാർത്ഥിയായി കഴക്കൂട്ടത്ത് മത്സരിക്കുകയായിരുന്നു. സൈക്കിളായിരുന്നു ചിഹ്നം. തെരഞ്ഞെടുപ്പ് പ്രചാരണത്തിന്റെ ചുമതലക്കാരനായി കോടിയേരി ഉണ്ടായിരുന്നു. വാശിയേറിയ തെരഞ്ഞെടുപ്പായിരുന്നു അത്. അക്കാലത്ത് പോത്തൻകോട് പഞ്ചായത്തിലായിരുന്നു കോടിയേരിയുടെ പ്രധാന പ്രവർത്തനം.

ഇന്നും അതേ മനസ്സാന്നിദ്ധ്യവും പക്വതയും കോടിയേരിക്കുണ്ടല്ലോ. അധികം ആലോചിക്കുകയോ, വസ്തുതാപരമല്ലാത്ത മറുപടി നല്കുകയോ, പക്വതയില്ലാത്ത പ്രതികരണം നടത്തുകയോ അദ്ദേഹം ചെയ്യാറില്ല. ആരോപണങ്ങൾക്കും ചോദ്യങ്ങൾക്കും പൊടുന്നനെ മറുപടി നല്കാൻ അദ്ദേഹത്തിന് പ്രത്യേക കഴിവുണ്ടെന്നത് യാഥാർത്ഥ്യമാണ്.

തിരുവനന്തപുരം കേന്ദ്രീകരിച്ചുള്ള വിദ്യാർത്ഥിസംഘടനാ പ്രവർത്തനകാലത്ത് സിനിമാസ്നേഹി കൂടിയായിരുന്നു കോടിയേരി. രാത്രികളിൽ സിനിമ കണ്ടതിനുശേഷം തിയേറ്ററിൽ നിന്നിറങ്ങി നടന്നാണ് എം എൽ എ ക്വാർട്ടേഴ്സിലെത്തുന്നത്. പുതിയ സിനിമ റിലീസായാൽ ആവുന്നതും അന്നുതന്നെ കാണുക എന്നതായിരുന്നു ശീലം. അതിനും സുഹൃത്തുക്കളായിരുന്നു കൂട്ട്. സംഘടനാപ്രവർത്തകരെ ഇത്തരത്തിൽ കൂടി അടുപ്പിച്ചുനിർത്തുന്ന പ്രവണതയായി ഇതിനെ കാണാം.

6

അക്കാലത്ത് മലബാറിൽനിന്നുള്ള പാർട്ടി നേതാക്കൾ അധികവും ട്രാൻസ്പോർട്ട് ബസിലാണ് തിരുവനന്തപുരത്ത് വന്നിരുന്നത്. ഫൈൻ ആർട്സ് കോളേജിന്റെ മുന്നിലാണ് അവർ ബസിറങ്ങുക. ചിലർ എം എൽ എ ക്വാർട്ടേഴ്സിലേക്കു പോകും. മറ്റു ചിലർ പാർട്ടി സംസ്ഥാന കമ്മിറ്റി ഓഫീസിലേക്കു പോകും. പാളയം മാർക്കറ്റ് റോഡിലുള്ള ഒരു കെട്ടിടമായിരുന്നു സംസ്ഥാനകമ്മിറ്റി ഓഫീസ് എന്ന് നേരത്തെ പറഞ്ഞുവല്ലൊ. വെളുത്ത സുമുഖനായൊരു ചെറുപ്പക്കാരൻ അക്കൂട്ടത്തിൽ പോകുന്നതു താൻ ശ്രദ്ധിച്ചിരുന്നതായി മലയിൻകീഴ് ഗോപാലകൃഷ്ണൻ സർ ഓർമ്മിക്കുന്നു."ഞാനന്ന് പി ഗോവിന്ദപ്പിള്ളയുടെ പി എ ആയി പ്രവർത്തിക്കുന്ന സമയമാണ്. പല നേതാക്കളെയും കാണാറുണ്ട്; പരിചയവുമുണ്ട്. പക്ഷേ, ഈ ചെറുപ്പക്കാരനെ അങ്ങനെ അധികം കണ്ടിട്ടില്ല. കാഴ്ചയിൽ നല്ല സൗമ്യൻ. ഞാൻ മറ്റുള്ളവരോട് അതാരാണെന്ന് അന്വേഷിച്ചു. അത് കോടിയേരി ബാലകൃഷ്ണനാണെന്നും വിദ്യാർത്ഥിസംഘടനയുടെ നേതാവാണെന്നും മനസ്സിലാക്കി." എസ് എഫ് ഐ സംസ്ഥാന സെക്രട്ടറിയായതിനുശേഷമാണത്. സംസ്ഥാന സെക്രട്ടറിയായതോടെ പ്രവർത്തനം തിരുവനന്തപുരത്ത് കേന്ദ്രീകരിക്കേണ്ടിവന്നുവല്ലോ. അക്കാലയളവിൽതന്നെയാണ് യൂണിവേഴ്സിറ്റി കോളേജിൽ ഡിഗ്രി കോഴ്സിനു

ചേരുന്നതും. അന്ന് യൂണിവേഴ്സിറ്റിയ കോളേജിൽ ഈവനിംഗ് ബാച്ച് കൂടി ഉണ്ടായിരുന്നു. ഈവനിംഗ് ബാച്ചിലെ വിദ്യാർത്ഥിയായിരുന്നു മലയിൻകീഴ് ഗോപാലകൃഷ്ണൻ. കോടിയേരിയെ പരിചയപ്പെട്ടതിനുശേഷം ഇന്നും അടുത്ത സൗഹൃദം പുലർത്തുന്ന വ്യക്തിയാണദ്ദേഹം. അത് കോടിയേരിയുടെ എടുത്തുപറയേണ്ട സവിശേഷതയായി അദ്ദേഹം പറയുന്നു:

"അന്ന് ശാന്തിനഗറിലാണ് ഇ എം എസ് താമസിച്ചിരുന്നത്. അവിടെത്തന്നെയായിരുന്നു ദേശാഭിമാനിയുടെ ഓഫീസും. പി ജിയുടെ ലേഖനങ്ങളും എഡിറ്റോറിയലും മറ്റും ദേശാഭിമാനി ഓഫീസിൽ എത്തിച്ചുമടങ്ങുമ്പോൾ കോടിയേരി ഇ എം എസിനെ കാണാനെത്തുന്നത് ശ്രദ്ധിച്ചിട്ടുണ്ട്. അങ്ങനെയാണ് ഒരിക്കൽ പരിചയപ്പെടുന്നത്. ആ പരിചയം അടുത്ത സൗഹൃദമായി വളർന്നു. ഞാൻ പത്രങ്ങളിൽ ലേഖനങ്ങളെഴുതിത്തുടങ്ങിയ കാലമാണത്. അതൊക്കെ വായിച്ച് എന്നോട് അഭിപ്രായം പറഞ്ഞിരുന്നു. പല വിഷയങ്ങളെക്കുറിച്ചും ഞങ്ങൾ സംസാരിക്കാറുണ്ടായിരുന്നു. എതിരഭിപ്രായങ്ങൾപോലും സൗമ്യമായി നേരിടുന്ന ഒരു രീതി അന്നേ കോടിയേരിക്കുണ്ട്. പിന്നെയും കുറച്ചുവർഷങ്ങൾക്കു ശേഷമാണ് യൂണിവേഴ്സിറ്റി കോളേജിൽ ബി എ യ്ക്ക് കോടിയേരി ചേരുന്നത്. അന്ന് ഞാൻ കോളേജിലെ ഈവനിംഗ് ബാച്ചിലായിരുന്നു. കോടിയേരി റഗുലർ ബാച്ചിലെ വിദ്യാർത്ഥിയായിരുന്നു. എസ് എഫ് ഐ യുടെ സംസ്ഥാന സെക്രട്ടറിയാണന്ന്. എല്ലാ ജില്ലകളിലും അദ്ദേഹത്തിന് പോകണമല്ലോ. അപ്പോൾ എല്ലാ ദിവസവും കൃത്യമായി കോളേജിൽ വരാൻ കഴിയില്ലായിരുന്നു. പഠനത്തിൽ വലിയ താല്പര്യമുള്ള ഒരു ചെറുപ്പക്കാരനായാണ് എനിക്ക് തോന്നിയിട്ടുള്ളത്."

"ഇവനിംഗ് ബാച്ചിൽ എസ് എഫ് ഐ യുടെ യൂണിറ്റ് രൂപീകരിക്കാൻ ഞങ്ങളിൽ ചിലർ തീരുമാനിച്ചു. ഉദ്ഘാടനത്തിന് കോടിയേരിയെയാണ് ക്ഷണിച്ചത്. മനോഹരമായ പ്രസംഗമായിരുന്നു. കാര്യങ്ങൾ വ്യക്തമായും ചിട്ടയോടെയും അവതരിപ്പിക്കും. സൗമ്യമായ ഭാവമാണ് പ്രസംഗിക്കുമ്പോഴും. അക്കാലത്തുതന്നെ ഞാനത് ശ്രദ്ധിച്ചിട്ടുണ്ട്. ഇപ്പോഴും അങ്ങനെതന്നെയാണല്ലോ. കോടിയേരിയെ പ്രകോപിതനായി നമുക്ക് കാണാൻ കഴിയില്ല. സൗഹാർദ്ദത്തോടെ മാത്രമേ ആരുമായും ഇടപെടുകയുള്ളൂ. രാഷ്ട്രീയ ശത്രുക്കളോടായാലും മർദ്ദിക്കാനെത്തുന്ന പോലീസിനോടായാലും സംയമനം വിട്ട് അദ്ദേഹം അക്കാലത്ത് പെരുമാറിയിട്ടില്ല. കത്തിജ്വലിച്ചുനിൽക്കുന്ന സമരഭൂമികളിലും കോടിയേരിയുടെ സാന്നിദ്ധ്യം സമാധാനം പടർത്തും. ആ സവിശേഷത എനിക്കെപ്പോഴും അത്ഭുതമായി അനുഭവപ്പെട്ടിട്ടുണ്ട്.

അന്ന് എസ് എഫ് ഐ യുടെ ലഘുലേഖകളും മറ്റും അച്ചടിച്ചിരുന്നത് പി പി പ്രസിലായിരുന്നു. പി പി സഹദേവൻ എന്നൊരാളിന്റേതായിരുന്നു പ്രസ്. അദ്ദേഹമൊരു കമ്യൂണിസ്റ്റുകാരനും പത്രാധിപരും ആയി

രുന്നു. അവിടെ കോടിയേരി വരാറുണ്ടായിരുന്നു. അവിടെവെച്ചും ഞങ്ങൾക്ക് കാണാനും സംസാരിക്കാനും മറ്റും അവസരമുണ്ടായിട്ടുണ്ട്.

അടിയന്തരാവസ്ഥക്കാലത്ത് കോടിയേരിയെ അറസ്റ്റ് ചെയ്ത് ജയിലിലടച്ചതോടെ ഞങ്ങളുടെ കൂടിക്കാഴ്ച മുടങ്ങി. അന്നും ഞാൻ ഈവനിംഗ് കോളേജിലുണ്ട്. ഒരിക്കൽ ഒരാളുടെ കൈവശം എനിക്കൊരു കത്ത് കൊടുത്തയച്ചു. കുറച്ചു പുസ്തകങ്ങൾ ജയിലിൽ എത്തിച്ചുകൊടുക്കണം എന്നതായിരുന്നു കത്തിലെ ആവശ്യം. ചരിത്രത്തിലും സാമ്പത്തികശാസ്ത്രത്തിലുമുള്ള പുസ്തകങ്ങളായിരുന്നു ആവശ്യപ്പെട്ടിരുന്നത്. ഞാനത് സംഘടിപ്പിച്ച് എത്തിച്ചുകൊടുത്തു." - അദ്ദേഹം പറയുന്നു.

കോടിയേരിയെക്കുറിച്ച് അദ്ദേഹത്തെ അറിയുന്ന എല്ലാർക്കും സമാനമായ നല്ല അനുഭവങ്ങളാണ് പങ്കുവയ്ക്കാനുള്ളത്. അതിൽ ഏറ്റവും പ്രധാനം സൗഹൃദം നിലനിർത്തുന്നുവെന്ന ഗുണമാണ്.

അടിയന്തരാവസ്ഥക്കാലത്തെ ജയിൽവാസം കഴിഞ്ഞ് പുറത്തിറങ്ങിയ കോടിയേരി അതിനുമുമ്പുള്ളതിൽനിന്നും ഏറെ മാറിയിരുന്നുവെന്ന് മലയിൻകീഴ് ഓർക്കുന്നു: "കൂടുതൽ പക്വതയുള്ള ഒരു മുതിർന്ന നേതാവായി അദ്ദേഹം കാണപ്പെട്ടു. എന്നാൽ സൗമ്യഭാവത്തിനും സൗഹൃദത്തിനും ഒരു മാറ്റവും സംഭവിച്ചിരുന്നുമില്ല. പിന്നീട് എനിക്ക് മാതൃഭൂമിയിൽ ജോലി ലഭിച്ചു. അപ്പോഴും കോടിയേരിയെ കാണാറുണ്ടായിരുന്നു. വിദ്യാർത്ഥിനേതാവ്, അടിയന്തരാവസ്ഥയ്ക്കെതിരെ സമരം ചെയ്ത് ജയിലിൽ അടയ്ക്കപ്പെട്ട പോരാളി, എം എൽ എ, ആഭ്യന്തരവകുപ്പ്മന്ത്രി എന്നിങ്ങനെ പല നിലകളിലും ഞാൻ കോടിയേരിയെ കണ്ടിട്ടുണ്ട്. ഒരു ഘട്ടത്തിലും തലക്കനമോ അഹങ്കാരമോ എനിക്ക് അദ്ദേഹത്തിൽനിന്ന് അനുഭവപ്പെട്ടിട്ടില്ല. മാതൃഭൂമിപത്രത്തിൽ പാർട്ടിക്കെതിരെയോ അദ്ദേഹത്തിനെതിരെയോ വാർത്തകൾ വരാറുള്ളപ്പോഴും അതിനെക്കുറിച്ചെന്തെങ്കിലും ചോദിക്കുകയോ പരിഭവിക്കുകയോ ചെയ്തിട്ടില്ല. അദ്ദേഹത്തെ അതൊന്നും ബാധിച്ചിട്ടില്ല എന്നാണ് തോന്നാറുള്ളത്. അല്ലെങ്കിൽ ഞങ്ങളുടെ സൗഹൃദത്തിൽ അതൊന്നും അദ്ദേഹം പ്രകടിപ്പിച്ചിരുന്നില്ല." വാർത്തയെ സ്വാധീനിക്കാനോ, അനുകൂലമായ വാർത്ത വരുത്താനോ അദ്ദേഹം ഒരിക്കലും ശ്രമിച്ചിട്ടില്ല. ആഭ്യന്തരവകുപ്പുമന്ത്രി ആയിരിക്കുന്ന സമയത്ത് വാർത്തകളുടെ വ്യക്തതയ്ക്കുവേണ്ടി പലപ്പോഴും കോടിയേരിയെ കാണുകയും സംസാരിക്കുകയുമൊക്കെ ചെയ്യേണ്ടിവന്നിട്ടുണ്ട്. നന്നായി സഹകരിക്കും. പക്ഷേ, കോടിയേരി ഒരിക്കലും വാർത്തയിൽ ഇടപെടാറില്ല. ആഭ്യന്തരവകുപ്പ് മന്ത്രിയായിരിക്കുമ്പോൾതന്നെ ഒട്ടനവധി ജനകീയപ്രശ്നങ്ങൾ അദ്ദേഹത്തിന്റെ ശ്രദ്ധയിൽപെടുത്തിയിട്ടുണ്ട്. എല്ലാത്തിലും ഇടപെടാനും പരിഹരിക്കാനും അദ്ദേഹം തയ്യാറാവുമായിരുന്നു."

7

അടിയന്തരാവസ്ഥയ്ക്കുശേഷം 1977 മാർച്ച് 19 നാണ് കേരളത്തിൽ നിയമസഭാ തെരഞ്ഞെടുപ്പ് നടന്നത്. കോൺഗ്രസ് നയിക്കുന്ന മുന്നണിയിലാണ് സി പി ഐ ഉണ്ടായിരുന്നത്. അടിയന്തരാവസ്ഥക്കാലത്തും സി പി ഐ നേതാവ് സി അച്യുതമേനോൻ ആയിരുന്നല്ലോ മുഖ്യമന്ത്രി. എന്നാൽ അദ്ദേഹത്തിനും മുകളിലായിരുന്നു ആഭ്യന്തരമന്ത്രി കെ കരുണാകരന്റെ അടിയന്തരാവസ്ഥാഭരണം നടന്നത്. ജനങ്ങളെ ദ്രോഹിക്കുകയും തടവുകാരെ ക്രൂരമായി തല്ലിച്ചതയ്ക്കുകയും ചെയ്യാൻ പോലീസിന് യഥേഷ്ടം അനുമതി നല്കിയിരുന്നു. അടിയന്തരാവസ്ഥയിലെ പോലീസ് ഭീകരത എന്തായിരുന്നുവെന്ന് അക്കാലത്ത് കൂത്തുപറമ്പ് എം എൽ എ ആയിരുന്ന പിണറായി വിജയന് 1977 മാർച്ച് 30 ന് ചോരക്കറ നിറഞ്ഞ ഷർട്ട് ഉയർത്തിപ്പിടിച്ച് നിയമസഭയിൽ നടത്തിയ പ്രസംഗം വ്യക്തമാക്കുന്നു.

അത്രമാത്രം ക്രൂരമായിരുന്നു കോൺഗ്രസിന്റെ നേതൃത്വത്തിലുള്ള ഭരണമെങ്കിലും 1977 ലെ തെരഞ്ഞെടുപ്പിൽ ആ മുന്നണിതന്നെ വിജയിച്ചു. രാജ്യത്ത് കേരളത്തിൽ മാത്രമായിരുന്നു കോൺഗ്രസിനു വലിയ പിന്തുണ നല്കാൻ ജനങ്ങൾ ഉണ്ടായിരുന്നത് എന്നത് അത്ഭുതകരമായ ചരിത്രയാഥാർത്ഥ്യമാണ്.

1977 മാർച്ച് 25 ന് കെ കരുണാകരൻ മുഖ്യമന്ത്രിയായി അധികാരത്തിലെത്തി. അടിയന്തരാവസ്ഥക്കാലത്ത് പോലീസ് കസ്റ്റഡിയിലെടുത്ത എഞ്ചിനീയറിങ് വിദ്യാർത്ഥി രാജന്റെ തിരോധാനം കേരളത്തിൽ കോളിളക്കം സൃഷ്ടിച്ച കാലം കൂടിയായിരുന്നു അത്. രാജന്റെ അച്ഛൻ ഈച്ചരവാരിയർ തന്റെ മകൻ പോലീസ് കസ്റ്റഡിയിൽ കൊല്ലപ്പെട്ടുവെന്നതു സംബന്ധിച്ച അന്വേഷണം ആവശ്യപ്പെട്ടു. ഈ വിഷയം എസ് എഫ് ഐ ഏറ്റെടുത്തു. എസ് എഫ് ഐ സംസ്ഥാന സെക്രട്ടറിയായിരുന്ന കോടിയേരിയുടെ നേതൃത്വത്തിൽ സംസ്ഥാനത്താകമാനം ശക്തമായ സമരങ്ങൾ നടന്നു. നിയമസഭയിൽ കെ കരുണാകരൻ പറഞ്ഞു: "പിന്നെ ഒരു രാജനെ കാണാനില്ലെന്ന് പറഞ്ഞു. രാജന്റെ അച്ഛനായ ഈച്ചരവാര്യർ എന്റെ ആത്മാർത്ഥ സുഹൃത്താണ്. ഒരു പഴയ സഹപ്രവർത്തകനുമാണ്. അദ്ദേഹത്തിന്റെ മകനെ പോലീസ് കസ്റ്റഡിയിൽ വച്ചിട്ടില്ല. പോലീസ് കസ്റ്റഡിയിൽ ഇല്ല, ഗവണ്മെന്റ് കസ്റ്റഡിയിൽ ഇല്ല. ഇല്ലാത്ത അയാളെക്കുറിച്ച് പോലീസ് എങ്ങനെ സമാധാനം പറയണം? എക്സ്ട്രീമിസ്റ്റ് ആക്ടിവിറ്റി സംബന്ധിച്ചിടത്തോളം എൻജിനീയറിങ് കോളേജിലെ ആളുകൾ ഉൾപ്പെടെ ചില ചെറുപ്പക്കാർ ഇൻവോൾവ്ഡ് ആൺ. അങ്ങനെയുള്ള ആളുകളെക്കുറിച്ച് അന്വേഷിക്കുന്ന കൂട്ടത്തിൽ ഇയാളെയും അന്വേഷിക്കും. ആ കുട്ടി എന്ത് ചെയ്തു എന്നറിഞ്ഞുകൂടാ. ഏതായിരുന്നാലും പോലീസ് കസ്റ്റഡിയിൽ ഇല്ല.' (പേജ് 319, കേരളത്തിന്റെ രാഷ്ട്രീയചരിത്രം)

നിയമപോരാട്ടത്തിൽ ഈച്ചരവാര്യർ വിജയിച്ചു. തന്റെ മകൻ കസ്റ്റഡിയിൽ കൊല്ലപ്പെട്ടുവെന്ന് കോടതി തന്നെ പറയുന്ന സ്ഥിതിയുണ്ടായി. പ്രതിഷേധങ്ങളെതുടർന്ന് കെ കരുണാകരൻ 1977 ഏപ്രിൽ 25 ന് മുഖ്യമന്ത്രി സ്ഥാനം രാജിവച്ചു. തുടർന്ന്, എ കെ ആന്റണി മുഖ്യമന്ത്രിയായി. 1978 ഒക്ടോബർ 27 ന് അദ്ദേഹം രാജിവയ്ക്കുകയും ചെയ്തു. ചിറ്റമംഗളൂർ ഉപതെരഞ്ഞെടുപ്പിൽ ഇന്ദിരാഗാന്ധി വിജയിക്കുമെന്ന ഉറപ്പായിരുന്നു രാജിക്കു കാരണം. ഇന്ദിരാഗാന്ധിയെ ശക്തമായി എതിർക്കുന്ന നിലപാടാണ് അക്കാലത്ത് കോൺഗ്രസിൽ എ കെ ആന്റണി സ്വീകരിച്ചത്. 1978 ഒക്ടോബർ 29 ന് പി കെ വാസുദേവൻ നായർ മുഖ്യമന്ത്രിയായി ചുമതലയേറ്റു. 1979 ൽ തദ്ദേശസ്വയംഭരണ സ്ഥാപനങ്ങളിലേക്കുനടന്ന തെരഞ്ഞെടുപ്പിൽ സി പി ഐ വലിയ പരാജയം നേരിട്ടു. തുടർന്നാണ് ഇടതുപക്ഷത്ത് ചേർന്നുനിന്ന് പ്രവർത്തിക്കാൻ തീരുമാനിച്ചത്.

തീരുമാനത്തെതുടർന്ന് ഒക്ടോബർ 7 ന് പി കെ വാസുദേവൻ നായർ രാജിവച്ചു. തുടർന്ന് മുസ്ലിംലീഗിന്റെ നിയമസഭാ കക്ഷി നേതാവായിരുന്ന സി എച്ച് മുഹമ്മദ്കോയ മുഖ്യമന്ത്രിയായി. ആ ചുമതലയും ദീർഘനാൾ തുടർന്നില്ല. ഇഷ്ടദാനബില്ലുമായി ബന്ധപ്പെട്ടുണ്ടായ ജനകീയ പ്രതിഷേധം സർക്കാരിന് മുന്നോട്ടുപോകാനാവാത്ത സ്ഥിതിയുണ്ടാക്കി. 1979 ഡിസംബർ ഒന്നിന് ഗവർണർ മന്ത്രിസഭ പിരിച്ചുവിട്ടു.

ഈ സാഹചര്യത്തിലാണ്, 1980 ജനുവരിയിൽ നിയമസഭയിലേക്കും പാർലമെന്റിലേക്കും തെരഞ്ഞെടുപ്പ് നടന്നത്. തെരഞ്ഞെടുപ്പ് പ്രവർത്തനത്തിൽ കോടിയേരി പ്രാദേശിക നേതൃത്വം വഹിച്ച ആദ്യത്തെ തെരഞ്ഞെടുപ്പ്. ആ തെരഞ്ഞെടുപ്പിൽ 93 സീറ്റിൽ വിജയം നേടിയ ഇടതുമുന്നണി ഇ കെ നായനാരെ മുഖ്യമന്ത്രിയാക്കിക്കൊണ്ട് മന്ത്രിസഭ രൂപീകരിച്ചു.

എ കെ ആന്റണിയുടെ നേതൃത്വത്തിലുള്ള കോൺഗ്രസിനുള്ളിലെ ഭിന്നതകൾ കാരണം നായനാർ മന്ത്രിസഭയ്ക്ക് മുന്നോട്ടുപോകാൻ വലിയ തടസ്സം നേരിട്ടു. 1981 ഒക്ടോബറിൽ മുഖ്യമന്ത്രി ഗവർണറെ കണ്ട് മന്ത്രിസഭയുടെ രാജി സമർപ്പിച്ചു. ഗവർണർ രാഷ്ട്രപതിഭരണം ഏർപ്പെടുത്തി. 1981 ഡിസംബർ 28 ന് കെ കരുണാകരൻ മുഖ്യമന്ത്രിയായി ഒരു മന്ത്രിസഭ രൂപീകൃതമായി. ആ മന്ത്രിസഭയും അധികനാൾ മുന്നോട്ടുപോയില്ല. 1982 മാർച്ചിൽ ആ മന്ത്രിസഭ രാജിവച്ചു. തുടർന്ന് 1982 മെയ് 19 ന് നിയമസഭയിലേക്ക് തെരഞ്ഞെടുപ്പ് നടന്നു. ഈ തെരഞ്ഞെടുപ്പിലാണ് കോടിയേരി ആദ്യമായി നിയമസഭയിലേക്ക് മത്സരിക്കുന്നത്. തലശ്ശേരി നിയമസഭാമണ്ഡലത്തിൽനിന്ന് പതിനേഴായിരത്തിലധികം വോട്ടിന്റെ ഭൂരിപക്ഷത്തിൽ അദ്ദേഹം വിജയിച്ചു. ഐക്യമുന്നണിക്കാണ് സർക്കാർ രൂപീകരിക്കാനുള്ള ഭൂരിപക്ഷം കിട്ടിയത്. കെ കരുണാകരനായിരുന്നു മുഖ്യമന്ത്രി.

8

അടിയന്തരാവസ്ഥയ്ക്കുശേഷം നടന്ന തെരഞ്ഞെടുപ്പിൽ രാജ്യമാകെ കോൺഗ്രസിന് കനത്ത തിരിച്ചടിയേല്ക്കുകയുണ്ടായല്ലോ. അടിയന്തരാവസ്ഥക്കാലത്ത് ജവഹർലാൽ നെഹ്റു സർവ്വകലാശാലയിലെ വൈസ് ചാൻസലറായിരുന്ന ചൗധരി, ഇന്ദിരാഗാന്ധിയുടെ ആരാധകനായിരുന്നു. അടിയന്തരാവസ്ഥയ്ക്ക് എല്ലാ പിന്തുണയും നല്കിക്കൊണ്ട് അതിനോട് പ്രതിഷേധിച്ച വിദ്യാർത്ഥികൾക്കുനേരെ ക്രൂരമായ നടപടികൾ സ്വീകരിച്ച വ്യക്തിയായിരുന്നു അദ്ദേഹം.

അധികാരത്തിൽ വന്നത് ജനതാപാർട്ടിയുടെ നേതൃത്വത്തിലുള്ള സർക്കാരാണ്. എന്നാൽ ഈ വൈസ്ചാൻസലറെ മാറ്റാൻ കേന്ദ്രസർക്കാർ തയ്യാറായില്ല. അതിനെതിരെ ദേശവ്യാപകമായി വിദ്യാർത്ഥികൾ പ്രതിഷേധിക്കുന്നുണ്ടായിരുന്നു.

ആയിടെയാണ് കേന്ദ്രവിദ്യാഭ്യാസവകുപ്പ് മന്ത്രി പി സി ചുണ്ടർ ലോക മലയാളി സമ്മേളനത്തിൽ മുഖ്യാതിഥിയായിട്ട് തിരുവനന്തപുരത്ത് വരുന്നത്. മുഖ്യമന്ത്രി എ കെ ആന്റണിയായിരുന്നു സമ്മേളനം ഉദ്ഘാടനം ചെയ്തത്. വൈസ്ചാൻസലറെ മാറ്റാനായി കേന്ദ്രമന്ത്രിയെ നേരിൽകണ്ട് നിവേദനം നല്കാൻ എസ് എഫ് ഐ തീരുമാനിച്ചു. തിരുവനന്തപുരം നഗരത്തിലെ എസ് എഫ് ഐ പ്രവർത്തകർ സിറ്റി ഏരിയാകമ്മിറ്റി എന്ന സംഘടനാസംവിധാനത്തിലാണ് പ്രവർത്തിച്ചിരുന്നത്. സിറ്റി ഏരിയായിലെ പ്രവർത്തകർ പ്രകടനമായി എത്തി കേന്ദ്രമന്ത്രിയെകണ്ട് നിവേദനം നല്കുകയായിരുന്നു ഉദ്ദേശ്യം. യൂണിവേഴ്സിറ്റി സ്റ്റേഡിയത്തിൽ ഒരു വൈകുന്നേരമായിരുന്നു സമ്മേളനം. വിദ്യാർത്ഥികൾ പ്രകടനമായി യൂണിവേഴ്സിറ്റി സ്റ്റേഡിയത്തിലെത്തിയപ്പോൾ കേന്ദ്രമന്ത്രി ടാഗൂർ തിയേറ്ററിൽ ഒരു പരിപാടിയിൽ പങ്കെടുത്തുകൊണ്ടിരിക്കുകയാണെന്ന് അറിഞ്ഞു. പ്രകടനം ടാഗൂർ തിയേറ്ററിലേക്ക് നീങ്ങി. അവിടെ എത്തിയപ്പോൾ മന്ത്രി യൂണിവേഴ്സിറ്റി സ്റ്റേഡിയത്തിലേക്കു പോയിക്കഴിഞ്ഞിരുന്നു. വിദ്യാർത്ഥികൾ വീണ്ടും യൂണിവേഴ്സിറ്റി സ്റ്റേഡിയത്തിലേക്കു പ്രകടനമായെത്തി.

കോടിയേരി, എം എ ബേബി, തോമസ് ഐസക് തുടങ്ങിയവരാണ് പ്രകടനത്തിന് നേതൃത്വം നല്കിയത്. അറുപതോളം വിദ്യാർത്ഥികൾ പ്രകടനത്തിൽ ഉണ്ടായിരുന്നു. യൂണിവേഴ്സിറ്റി സ്റ്റേഡിയത്തിനുമുന്നിൽ പോലീസ് തടഞ്ഞു. കേന്ദ്രമന്ത്രിയെ നേരിൽകണ്ട് നിവേദനം നല്കുക എന്ന ഉദ്ദേശ്യം മാത്രമേ വിദ്യാർത്ഥികൾക്കുണ്ടായിരുന്നുള്ളൂ. എന്നാൽ, അത് അനുവദിക്കാതെ വിദ്യാർത്ഥികളെ കൈകാര്യം ചെയ്യാനാണ് പോലീസ് തയ്യാറായത്. പോലീസിന്റെ കൂട്ടത്തിൽ കൃഷ്ണൻകുട്ടിനായർ എന്ന അസിസ്റ്റന്റ് കമ്മീഷണർ ഉണ്ടായിരുന്നു. അദ്ദേഹം വിദ്യാർത്ഥികൾക്കുനേരെ ലാത്തിച്ചാർജ്ജിന് നേതൃത്വം നല്കി. ക്രൂരമായ മർദ്ദനമാണ് വിദ്യാർത്ഥികൾക്ക് ഏല്ക്കേണ്ടിവന്നത്. വിദ്യാർത്ഥികളെ

മർദ്ദിക്കുന്നത് തടയാൻ ശ്രമിച്ച കോടിയേരിയെ ആ അസി. കമ്മീഷണർ നിലത്തിട്ടു ചവിട്ടി. പോലീസുകാർ വളഞ്ഞിട്ടു തല്ലി. തുടർന്ന് തൂക്കി യെടുത്ത് പോലീസ് ജീപ്പിലേക്ക് വലിച്ചെറിഞ്ഞു. അതിനുള്ളിലും ലാത്തി കൊണ്ട് പൊതിരെ തല്ല്. നിരവധി വിദ്യാർത്ഥികളെ റോഡിലിട്ടു മർദ്ദിച്ചു. തുടർന്ന്, നന്ദാവനം പോലീസ് ക്യാമ്പിലെത്തിച്ചു. അറസ്റ്റ് രേഖപ്പെടുത്തി. പരിക്കുകൾ കാരണം ജനറൽ ആശുപത്രിയിൽ മൂന്നുനാലു ദിവസം ചികിത്സയ്ക്കു വിധേയനായി.

കോടിയേരി ഉൾപ്പെടെയുള്ളവർ പ്രതികളായിരുന്നു. വിചാരണകൾ ക്കുശേഷം വെറുതെ വിട്ടു.

അന്നത്തെ പ്രകടനത്തിൽ കോടിയേരി നല്കിയ നേതൃത്വം ആവേ ശജനകമായിരുന്നുവെന്ന് ഒപ്പമുണ്ടായിരുന്നവർ ഓർക്കുന്നു. പോലീസ് മർദ്ദനം ഏല്ക്കുന്തോറും കൂടുതൽ ആവേശത്തോടെ മുദ്രാവാക്യം വിളി ക്കാനും സമരത്തിലുറച്ചുനില്ക്കാനും വിദ്യാർത്ഥികളെ പ്രേരിപ്പിക്കുന്ന വിധത്തിൽ ഉറച്ച സമീപനമായിരുന്നു കോടിയേരിയുടേത്. പതറാത്ത സമീപനമായിരുന്നു അത്. നേതാവ് എന്ന നിലയിൽ ഒപ്പം നില്ക്കുന്നവ രുടെ ചെറുത്തുനില്പിന് ആത്മധൈര്യം നല്കുവാൻ അദ്ദേഹത്തിനു കഴിഞ്ഞു. ആ നേതൃത്വഗുണം ഇന്നും കോടിയേരിയിൽ കാണാം.

കേരളസർവ്വകലാശാല യൂണിയൻ തെരഞ്ഞെടുപ്പിൽ ആദ്യമായി എസ് എഫ് ഐ ഭൂരിപക്ഷം നേടുന്നത് കോടിയേരി സംസ്ഥാന സെക്രട്ടറിയായിരുന്ന കാലത്താണ്. സുരേഷ് കുറുപ്പായിരുന്നു ആദ്യത്തെ ചെയർമാൻ.

അറസ്റ്റുവരിക്കുന്നു

1979 ൽ കോഴിക്കോട്ടു നടന്ന സംസ്ഥാന സമ്മേളനത്തിലാണ് എസ് എഫ് ഐ സംസ്ഥാന സെക്രട്ടറി സ്ഥാനത്തുനിന്ന് കോടിയേരി മാറുന്നത്. എ കെ ബാലൻ സെക്രട്ടറിയായി. അപ്പോഴേക്കും തലശ്ശേരിയിൽ മുഴുവൻ സമയ രാഷ്ട്രീയപ്രവർത്തകനായി മാറിക്കഴിഞ്ഞിരുന്നു.

തലശ്ശേരി കേന്ദ്രീകരിച്ച് പാർട്ടിപ്രവർത്തനത്തിൽ സജീവമായിരുന്ന സമയം ഏരിയാകമ്മിറ്റി അംഗമായിരുന്നു. അക്കാലത്ത് മുനിസിപ്പാലിറ്റിയിൽ ഒരു ലോക്കൽ കമ്മിറ്റിയേ ഉണ്ടായിരുന്നുള്ളൂ. ആ ലോക്കൽ കമ്മിറ്റിയുടെ സെക്രട്ടറി ആയതോടെ തലശ്ശേരി ടൗൺ കേന്ദ്രീകരിച്ചായി പ്രവർത്തനം. തുടർന്ന് ട്രേഡ് യൂണിയൻ സംഘടനകളുടെ ഉത്തരവാദിത്വവും പാർട്ടി നല്കി. കർഷകമുന്നണിയുൾപ്പെടെ വർഗ്ഗബഹുജന സംഘടനകളുടെ പ്രവർത്തനത്തിനും പാർട്ടി നിയോഗിക്കുകയുണ്ടായി.

ലോക്കൽ കമ്മിറ്റി സെക്രട്ടറി ആയിരിക്കവേ തന്നെ 1980 ൽ ഡിവൈ എഫ് ഐ യുടെ ജില്ലാ പ്രസിഡന്റണ്ടായി. അന്ന് കണ്ണൂരും കാസർഗോഡും ചേർന്ന് ഒരു ജില്ലയായിരുന്നു. വിവാഹിതനാവുന്നതും ആ വർഷം തന്നെയാണ്.

സ്വത്വരാഷ്ട്രീയം

ഉത്തരാധുനിക പ്രവണതകളുടെ ഭാഗമായി രൂപപ്പെട്ട ഒരു സങ്കല്പനമാണ് സ്വത്വരാഷ്ട്രീയം. പതിനെട്ടാം നൂറ്റാണ്ടിൽ പ്രചരിച്ച നവോത്ഥാന-ജ്ഞാനോദയ മൂല്യങ്ങളെയാകെ ചോദ്യം ചെയ്തു കൊണ്ടാണ് ഉത്തരാധുനികത ഉയർന്നുവന്നത്. 1980 കളിലാണ് ലോകവ്യാപകമായി ഇത് സംഭവിച്ചത്. ധനമുതലാളിത്തം ഊതിത്തെളിയിച്ച സാമ്രാജ്യത്വആഗോളവല്ക്കരണത്തിന് 1980 കളിൽ പെട്ടെന്നൊരു മുന്നേറ്റം ഉണ്ടായിട്ടുണ്ട്. അതിന്റെ ഭാഗമായാണ് സ്വത്വരാഷ്ട്രീയം രൂപപ്പെട്ടത്. സോഷ്യലിസത്തിനു നേരിട്ട തിരിച്ചടിയായിരുന്നു ഇതിന്റെ പശ്ചാത്തലം.

സോഷ്യലിസത്തിനും സ്വാതന്ത്ര്യത്തിനും സാർവ്വദേശീയമായി നേരിടേണ്ടിവന്ന പ്രതികൂല സാഹചര്യം സ്വത്വബോധത്തെ ശക്തമാക്കി. സങ്കുചിതമായ ദേശീയവാദവും വിഭാഗീയചിന്താഗതികളും സ്വത്വബോധത്തെ സ്വത്വരാഷ്ട്രീയമാക്കി വളർത്തി. ഇത്തരത്തിൽ, സ്വത്വബോധത്തിന്റെ അടിസ്ഥാനത്തിൽ ജനങ്ങൾ സംഘടിക്കുന്നത് വർഗ്ഗരാഷ്ട്രീയത്തിന്റെ വളർച്ചയ്ക്ക് വിഘാതം സൃഷ്ടിക്കുമെന്നു മനസ്സിലാക്കി, ആഗോളമൂലധനം അതിനെ പ്രോത്സാഹിപ്പിച്ചു.

സ്വത്വരാഷ്ട്രീയം ജനങ്ങളെ ഭിന്നിപ്പിക്കുകയാണ് ചെയ്യുന്നത്. വർഗ്ഗപരമായ ഐക്യത്തെ ശിഥിലീകരിക്കാൻ അതിനു കഴിയുന്നു. ആത്യന്തികമായി മുതലാളിത്തത്തിന്റെ ഒരു ഉപകരണമെന്ന നിലയിലാണ് സ്വത്വരാഷ്ട്രീയം പ്രവർത്തിക്കുന്നത്. സ്വത്വങ്ങൾ പരസ്പരം വേറിട്ടുനില്ക്കുന്നവയും നില്ക്കേണ്ടവയും ആണെന്ന് സ്വത്വരാഷ്ട്രീയം പ്രചരിപ്പിക്കുന്നു. സ്വാംശീകരിക്കലോ സഹകരിക്കലോ അതിന് സാദ്ധ്യമല്ല. 'മറ്റൊന്ന്' എന്നൊരു സങ്കേതത്തെ എല്ലായ്പോഴും എതിർപക്ഷത്തു നിർത്തിയാണ് അത് പ്രവർത്തിക്കുന്നത്.

ജാതി, ഉപജാതി, വ്യത്യസ്തവിഭാഗങ്ങൾ തുടങ്ങിയവയെ അടിസ്ഥാനമാക്കിയുള്ള സ്വത്വരാഷ്ട്രീയം ഇന്ത്യയിൽ സജീവമാണ്. ഹിന്ദുത്വവാദത്തിന്റെ പേരിലുള്ള സംഘടിക്കലും സ്വത്വരാഷ്ട്രീയം തന്നെയാണ്. അതിന് ഉപകരണമാക്കുന്നത് ദേശീയതയെയാണ്. ഹിന്ദുത്വവേദി നിലനിർത്തുന്നതിനായി ദളിത് ഉൾപ്പെടെയുള്ള സ്വത്വബോധങ്ങളെ ദുരുപയോഗിക്കുകയാണ് ഹിന്ദുത്വവാദം ചെയ്യുന്നത്.

> ജാതിയാണ് സ്വത്വരാഷ്ട്രീയം വളരുന്നതിന് അടിസ്ഥാനമായിട്ടുള്ള ഒരു സ്വത്വം. സമൂഹത്തിൽ ജാതിപരമായ അടിച്ചമർത്തലും വിവേചനവും ഉള്ളതിനാൽ ഈ അടിച്ചമർത്തലിന് വിധേയരാകുന്ന ജാതികളിലും സമുദായങ്ങളിലുമുള്ളവരെ അവരുടെ സ്വത്വത്തിന്റേയും അവർ അനുഭവിക്കേണ്ടിവരുന്ന അടിച്ചമർത്തലിന്റേയും അടിസ്ഥാനത്തിൽ അണിനിരത്താൻ ശ്രമിക്കുന്നു. ഇത്തരത്തിലുള്ള ജാതി അടിസ്ഥാനപ്പെടുത്തിയുള്ള സ്വത്വരാഷ്ട്രീയത്തിന്റെ ഒരു പൊതുവായ സ്വഭാവം വിവിധതരത്തിലുള്ള മറ്റു അടിച്ചമർത്തലുകൾ അനുഭവിക്കേണ്ടിവരുന്ന ജാതികളേയോ സമുദായങ്ങളേയോ ഒഴിവാക്കി സംഘടനകളും പ്രസ്ഥാനങ്ങളും സംഘടിപ്പിക്കുവാനാണ് അവർ ശ്രമിക്കുക എന്നതാണ്.
> (*സ്വത്വരാഷ്ട്രീയം*, മാർക്സിസ്റ്റ് സംവാദം, പേജ് 11)

> അനുഭവങ്ങളിൽനിന്നാണ് ഓരോ സ്വത്വബോധവും ജനിക്കുന്നത്. ഒരു വ്യക്തിയിൽത്തന്നെ നിരവധി അവബോധങ്ങൾ രൂപപ്പെടുന്നുണ്ട്. ഈ അവബോധങ്ങൾ സംസ്കാരവുമായും ബന്ധപ്പെടുന്നു. സങ്കീർണ്ണമാണ് ഈ ബന്ധം. സ്വത്വബോധം തന്നെയും സങ്കീർണ്ണമായ ഒരവസ്ഥയാണ്. 'താനാരാണെന്ന ചോദ്യത്തിന് സാമൂഹ്യമായ ഉത്തരം തേടുമ്പോൾ വ്യക്തിയുടെ സ്വത്വബോധം സാമൂഹ്യവും രാഷ്ട്രീയവുമായ അർത്ഥങ്ങൾ ഉൾക്കൊള്ളുന്നു. അങ്ങനെ രൂപപ്പെടുന്ന സ്വത്വബോധം ഏതെങ്കിലുമൊരു സാമൂഹ്യഘടനയുടെ സന്തതിയല്ല. അതിന്റെ സമൂഹവുമായുള്ള ബന്ധം സമഗ്രമാണ്. ഈ സമഗ്രത ഉൾക്കൊള്ളാൻ കഴിയാത്തപ്പോഴാണ് വിഭാഗീയമായ സ്വാധീനത്തിന് കീഴ്പ്പെട്ടുപോകുന്നത്.
> (*മാർക്സിസ്റ്റ് സംവാദം*, ഡോ. കെ എൻ പണിക്കർ, പേജ് 21)

ജാതി-മത സ്വത്വബോധത്തെ പരിഗണിച്ചുകൊണ്ട് അവയുടെ സ്വാധീനത്തിനു വിധേയമാവാതിരിക്കുക എന്നത് പ്രധാനമാണ്. സ്വത്വബോധം യാഥാർത്ഥ്യമാണ്. എന്നാൽ ആ ബോധത്തെ സ്വത്വരാഷ്ട്രീയമായി വളർത്തുന്നത് ഗുണകരമല്ല. സ്വത്വരാഷ്ട്രീയം സമഗ്രമായി പ്രശ്നങ്ങളെ കാണാൻ തയ്യാറാകുന്നില്ല.

സ്വന്തം അനുഭവങ്ങളുടെ അടിസ്ഥാനത്തിൽ അടിച്ചമർത്തലിന്റെയും വിവേചനത്തിന്റെയും പ്രശ്നങ്ങൾ ഉന്നയിക്കാൻ അതനുഭവിക്കുന്ന

വർക്ക് മാത്രമേ കഴിയൂ എന്നതാണ് സ്വത്വരാഷ്ട്രീയത്തിന്റെ ഒരു കാഴ്ചപ്പാട്. സ്വത്വവൈവിദ്ധ്യങ്ങളെ അംഗീകരിക്കാതിരിക്കലും ഈ കാഴ്ചപ്പാടിലുണ്ട്. ഇതിലൂടെ ജനകീയ ഐക്യത്തെ ശിഥിലമാക്കുക എന്നത് സ്വത്വരാഷ്ട്രീയം ലക്ഷ്യം വെയ്ക്കുന്നു. ഈ ലക്ഷ്യം തന്നെയാണ് ധനമൂലധനത്തിനും സാമ്രാജ്യത്വ ആശയങ്ങൾക്കും ഉള്ളത്. അതായത് ആത്യന്തികമായി തൊഴിലാളിവർഗ്ഗൈക്യത്തിന് എതിരാണ് സ്വത്വരാഷ്ട്രീയം. വർഗ്ഗരാഷ്ട്രീയത്തിനു പ്രസക്തിയില്ലെന്നും സ്വത്വരാഷ്ട്രീയത്തിലൂടെ മാത്രമേ സാമൂഹ്യനീതി ഉൾപ്പെടെയുള്ള അവകാശങ്ങൾ സ്ഥാപിക്കപ്പെടുകയുള്ളൂ എന്നും വാദമുണ്ട്.

2

സാമൂഹികമായ അടിച്ചമർത്തലിന്റെ പ്രശ്നങ്ങളെ വർഗ്ഗപരമായി സമീപിച്ചു എന്നതുകൊണ്ടാണ് കേരളത്തിന്റെ സാമൂഹ്യമുന്നേറ്റം ശ്രദ്ധേയമായത്. പൊതുവായ മുന്നേറ്റത്തിൽ ഉൾപ്പെടാതെപോയ വിഭാഗങ്ങൾ കേരളത്തിൽ ഉണ്ട്. ദളിത് വിഭാഗത്തിലുള്ളവർ, ആദിവാസികൾ, സ്ത്രീകൾ തുടങ്ങിയ ജനവിഭാഗങ്ങളെ പ്രത്യേകമായി അണിനിരത്താനും അവ ഓരോന്നിന്റെയും പ്രശ്നങ്ങളെ വെവ്വേറെ നേരിടാനുമാണ് സ്വത്വരാഷ്ട്രീയം ശ്രമിക്കുന്നത്. സ്വത്വപ്രശ്നങ്ങൾ യാഥാർത്ഥ്യമാണല്ലോ. അത് പരിഹരിക്കപ്പെടേണ്ടതുമാണ്. ഈ പ്രശ്നങ്ങളെ വർഗ്ഗസമരത്തിലൂടെയേ പരിഹരിക്കാനാവൂ. ഇത് തിരിച്ചറിഞ്ഞുതന്നെയാണ് തുടക്കം മുതലേ പാർട്ടി പ്രവർത്തിച്ചത്.

വർഗ്ഗസമരത്തെ സാമൂഹ്യനീതിയുടെ പ്രശ്നങ്ങളുമായി ബന്ധിപ്പിച്ച് വികസിപ്പിക്കുക എന്ന നയം തന്നെയാണ് എക്കാലത്തും സി പി ഐ (എം) തുടർന്നുവന്നത്. നവോത്ഥാനസമരങ്ങളിലെ പങ്കാളിത്തം ഈ നയത്തിന്റെ ഭാഗമായി കാണാം. "ഗുരുവായൂർ സത്യഗ്രഹത്തിന്റെ ഘട്ടമാകുമ്പോൾ എ കെ ജി യെയും കൃഷ്ണപിള്ളയെയും പോലുള്ള കോൺഗ്രസ്സ് സോഷ്യലിസ്റ്റുകൾ സജീവമായിരുന്നു. പാലിയം സത്യഗ്രഹത്തിനാണെങ്കിൽ നേതൃത്വപരമായ പങ്കുതന്നെ കമ്യൂണിസ്റ്റ് പാർട്ടിയാണ് നിർവ്വഹിച്ചത്. ഇത്തരം ഇടപെടലുകളിലൂടെയാണ് കമ്യൂണിസ്റ്റ് പാർട്ടി കേരളത്തിൽ വികസിച്ചത് എന്നു കാണാം." (*സ്വത്വരാഷ്ട്രീയം*, മാർക്സിസ്റ്റ് സംവാദം, പേജ് 39)

അതേസമയം, വലതുപക്ഷമാവട്ടെ, ഒരു സ്വത്വബോധത്തെയും മറ്റ് സ്വത്വബോധങ്ങൾക്കെതിരെയുള്ള വികാരങ്ങളാക്കി രാഷ്ട്രീയവല്ക്കരിക്കാനാണ് ശ്രമിക്കുന്നത്.

സ്വത്വരാഷ്ട്രീയത്തിന്റെ വക്താക്കളായി നില്ക്കുന്നവർ മുതലാളിത്തത്തിനോ, സാമ്രാജ്യത്വത്തിനോ, ഉദാരവല്ക്കരണ സാമ്പത്തിക നയങ്ങൾക്കോ എതിരായ സമരങ്ങളിൽ പങ്കാളികളല്ല എന്നത് ശ്രദ്ധേയമാണ്. സ്വത്വവാദത്തിന്റെ വിവിധ ധാരകളെയാകെ ചേർ

ത്തുപിടിക്കുമ്പോൾ സംഭവിക്കുന്നത് സ്വത്വരാഷ്ട്രീയം എതിരു നില്ക്കാത്ത സാമ്രാജ്യത്വ നവലിബറൽ പ്രവണതകളെ വിസ്മരിക്കുകയാണ്. മറിച്ച്, സ്വത്വവാദങ്ങളെ പാടേ നിരാകരിക്കുമ്പോൾ, വ്യത്യസ്ത സ്വത്വബോധങ്ങളുടെ യാഥാർത്ഥ്യത്തോട് മുഖം തിരിക്കുന്ന സമീപനമായി മാറിപ്പോകും. ഇതു രണ്ടുമല്ലാത്തതും വർഗ്ഗൈക്യത്തെ ശക്തിപ്പെടുത്തുന്നതുമായ കൃത്യമായ നയമാണ് 1980 കളില് സി പി ഐ (എം) കൈക്കൊണ്ടതും ഇന്നും തുടർന്നുപോരുന്നതും.

സ്വത്വവാദത്തിന്റെ മറ്റൊരു മുഖമായാണ് ദേശീയത ഇന്ന് അവതരിപ്പിക്കപ്പെടുന്നത്. ദേശീയതയെ, ഹൈന്ദവവല്ക്കരിച്ച് വർഗ്ഗീയമാക്കാനുള്ള ശ്രമവും നടക്കുന്നു. രാജ്യവ്യാപകമായി നടത്തുന്ന ഇത്തരം നീക്കങ്ങളെ എക്കാലത്തും ശക്തമായി എതിർത്തുപോരുന്നത് ഇടതുപക്ഷമാണ്. അതുകൊണ്ടുതന്നെ സ്വത്വവാദികളുടെ പൊതുശത്രുവായി ഇടതുപക്ഷം, വിശേഷിച്ച് സി പി ഐ (എം) മാറുന്നുണ്ട്. അതിന്റെ പ്രതിഫലനങ്ങളാണ് 1980 കളിൽ കണ്ണൂരിൽ ഉണ്ടായത്.

3

കോടിയേരി 1979 ൽ നാട്ടിലേക്കു മടങ്ങുകയും സി പി ഐ (എം)ൽ മുഴുവൻ സമയപ്രവർത്തകനായി മാറുകയും ചെയ്തുവല്ലോ. അക്കൊല്ലം പാർട്ടിയുടെ ലോക്കൽകമ്മിറ്റി സെക്രട്ടറിയായി തെരഞ്ഞെടുക്കപ്പെട്ടു. അതോടെ എസ് എഫ് ഐ സംഘടനാപ്രവർത്തനം അവസാനിക്കുകയാണ്.

"പൊതുപ്രവർത്തനത്തിന്റെ ഈ നീണ്ട കാലയളവിൽ ഏറ്റവും സംതൃപ്തി തോന്നിയത് പാർട്ടി ലോക്കൽകമ്മിറ്റി സെക്രട്ടറിയായിരുന്ന കാലമാണെന്ന് കോടിയേരി പറയാറുണ്ട്. എല്ലാദിവസവും ആ പ്രദേശത്തെ ആളുകളെ കണ്ടും അവരുടെ പ്രശ്നങ്ങൾ പരിഹരിക്കാൻ ശ്രമിച്ചും കാര്യങ്ങളിൽ ഇടപെട്ടും സജീവമായി പ്രവർത്തിച്ച കാലമായിരുന്നു അത്. ആളുകളുമായി നിരന്തരസമ്പർക്കത്തിൽപ്പെടാനും അതിലൂടെ പാർട്ടിയിലേക്ക് അവരെ ആകർഷിക്കാനും പാർട്ടിയെ ശക്തമാക്കാനും പ്രത്യേക കഴിവും താല്പര്യവും കോടിയേരിക്കുണ്ട്."

പാർട്ടിയുടെ പാളയം ഏരിയ കമ്മിറ്റി സെക്രട്ടറിയായ പ്രസന്നകുമാർ പറയുന്നു.

ലോക്കൽ കമ്മിറ്റി സെക്രട്ടറിയായിരുന്ന കാലത്ത്-1980-ലാണ് വിവാഹം എന്ന് പറഞ്ഞുവല്ലോ. സൗമ്യശീലനായ ഭർത്താവും അച്ഛനുമാണ് കോടിയേരി എന്ന് ഭാര്യ വിനോദിനിയും മക്കൾ ബിനോയും ബിനീഷും സാക്ഷ്യപ്പെടുത്തുന്നു.

സ്കൂൾ വിദ്യാർത്ഥിയായിരിക്കുമ്പോൾ മുതൽ സംഘടനാപ്രവർത്തനത്തിലും പഠനത്തിലും പ്രോത്സാഹനം നൽകിയിരുന്ന രാജുമാസ്റ്ററുടെ മകൾ വിനോദിനിയെയാണ് വിവാഹം ചെയ്തത്. സ്കൂൾ അദ്ധ്യാപക

നായിരുന്ന മാസ്റ്റർ എം എൽ എ ആയും പ്രവർത്തിച്ചിരുന്നു. പ്രാദേശികമായി സ്വീകാര്യനായ ഒരു പാർട്ടിനേതാവായിരുന്നു അദ്ദേഹം.

സ്കൂളിൽ കെ എസ് എഫ് ന്റെ യൂണിറ്റ് രൂപീകരിക്കാൻ നേതൃത്വം നൽകിയ കാലം മുതൽ കോടിയേരിക്ക് രാജുമാസ്റ്ററുമായി അടുപ്പമുണ്ട്. പത്താംക്ലാസിൽ സംഘടനാപ്രവർത്തനത്തിൽ കൂടുതൽ ശ്രദ്ധിച്ച് പഠനത്തിൽ പിന്നാക്കം പോകുന്നുണ്ടോ എന്ന് സംശയിച്ച അദ്ധ്യാപകർ ആ വിദ്യാർത്ഥിനേതാവിനെ ഉപദേശിക്കാൻ വേണ്ടി സമീപിച്ചത് രാജു മാസ്റ്ററെ ആയിരുന്നു. ഇക്കാര്യം നേരത്തെ സൂചിപ്പിച്ചിട്ടുണ്ട്. രാജുമാസ്റ്ററുടെ നിർദ്ദേശമനുസരിച്ചാണ് പരീക്ഷയടുത്തപ്പോൾ പഠനത്തിൽ ശ്രദ്ധിക്കുകയും എസ് എസ് എൽ സി വിജയിക്കുകയും ചെയ്തത് എന്ന് കോടിയേരി പറയുന്നുമുണ്ട്.

"അച്ഛനെ കാണാൻ എത്തിയിരുന്ന പല പ്രവർത്തകരിൽ ഒരാളായി കോടിയേരിയെയും അറിയാമായിരുന്നു, അത്തരമൊരു പരിചയം മാത്രമേ വിവാഹത്തിനുമുമ്പ് കോടിയേരിയുമായി ഉണ്ടായിരുന്നുള്ളൂ. "ഇന്നത്തെക്കാൾ സൗമ്യനും ശാന്തശീലനുമായിരുന്നു അന്ന് കോടിയേരി. എന്റെ സഹോദരൻ പറയുമായിരുന്നു - ബാലകൃഷ്ണന്റെ മുഖത്ത് എപ്പോഴും ചിരിയുണ്ടാവും. ഇക്കാലത്ത് ഇങ്ങനെയുള്ള ചെറുപ്പക്കാരെ കാണാനുണ്ടാവില്ല." സത്യമാണ്. ആ പ്രായത്തിലുള്ളവരുടെ എടുത്തുചാട്ടമോ പ്രായത്തിന്റേതെന്നു നമ്മൾ പറയാറുള്ള പടപടപ്പോ ഒന്നും കോടിയേരിക്ക് ഉണ്ടായിരുന്നില്ല. ഞങ്ങളെല്ലാരും എസ് എഫ് ഐ പ്രവർത്തകരായിരുന്നു. സ്കൂളിൽ എസ് എഫ് ഐ യൂണിറ്റിൽ ഞങ്ങളെല്ലാരും പ്രവർത്തിച്ചിരുന്നു." - വിനോദിനി പറയുന്നു.

ഓണിയൻ സ്കൂളിൽതന്നെയാണ് വിനോദിനിയും പഠിച്ചത്. അപ്പോഴേക്കും കോടിയേരിയുടെ സ്കൂൾപഠനം കഴിഞ്ഞിരുന്നു. അദ്ദേഹം മാഹി കോളേജിൽ പ്രീഡിഗ്രിക്ക് പഠിക്കുകയായിരുന്നു അന്ന്.

പാർട്ടിയുടെ പ്രാദേശികനേതാവായിരുന്ന പാട്യം കുമാരൻ നടത്തിയിരുന്ന ഒരു പാരലൽ കോളേജ് അക്കാലത്ത് കോടിയേരിയിൽ ഉണ്ടായിരുന്നു. ധാരാളം വിദ്യാർത്ഥികൾ അന്നവിടെ പഠിച്ചിരുന്നു. ഓണിയൻ സ്കൂളിൽ പത്താംക്ലാസ് പഠനശേഷം ഈ പാരലൽ കോളേജിലാണ് വിനോദിനി പ്രീഡിഗ്രിപഠനം പൂർത്തിയാക്കിയത്.

തുടർന്ന് പഠിച്ച് ഒരു ജോലി നേടുക എന്നതായിരുന്നു അപ്പോഴൊക്കെ ആഗ്രഹം. അച്ഛൻ സ്കൂൾ മാഷായിരുന്നതിനാലും അമ്മ അതേ സ്കൂളിലെ അനദ്ധ്യാപക ജീവനക്കാരിയായിരുന്നതിനാലും ദാരിദ്ര്യം അറിയാത്ത കുടുംബാന്തരീക്ഷത്തിലാണ് വിനോദിനിയും സഹോദരങ്ങളും വളർന്നത്. അഞ്ചു സഹോദരങ്ങളാണ് അവർക്കുണ്ടായിരുന്നത്. മൂന്ന് സഹോദരൻമാരും രണ്ടു സഹോദരിമാരും. (രണ്ട് സഹോദരന്മാർ ഇപ്പോൾ ജീവിച്ചിരിപ്പില്ല.)

ആൺ-പെൺ ഭേദമില്ലാതെ നാലുമക്കൾക്കും ജോലി ലഭിക്കണമെന്ന് രാജുമാസ്റ്റർ ആഗ്രഹിച്ചിരുന്നു. അതിനായി തൊഴിൽ പെട്ടെന്ന്

ലഭിക്കുന്ന കോഴ്സുകളിലേക്ക് മക്കളെ വഴിതിരിച്ചുവിടാനും അദ്ദേഹം ശ്രമിച്ചു. പ്രീഡിഗ്രി കഴിഞ്ഞ വിനോദിനി ബാംഗ്ലൂരിൽ ടി ടി സി കോഴ്സ് പഠിക്കാനായി പോകുന്നത് ആ സാഹചര്യത്തിലാണ്.

അടിയന്തരാവസ്ഥക്കാലത്ത് രാജുമാസ്റ്റർ അറസ്റ്റിലാകുന്നു. അതിനുമുമ്പ് കോടിയേരിയെ അറസ്റ്റുചെയ്യുന്നുണ്ട്. എന്നാൽ ആ അറസ്റ്റുകഴിഞ്ഞ് രണ്ടു ദിവസത്തിനുള്ളിൽ വിട്ടയയ്ക്കുന്നു. പിന്നീട് രാജുമാസ്റ്ററെ അറസ്റ്റ് ചെയ്യുന്നത് വീട്ടിൽനിന്നാണ്. അന്നാണ് തലശ്ശേരി ഏരിയാകമ്മിറ്റി ഓഫീസ് പരിസരത്തുനിന്ന് കോടിയേരിയെ അറസ്റ്റ് ചെയ്യുന്നതും ജയിലിലാക്കുന്നതും. രാജുമാസ്റ്ററെ കാണാൻ എല്ലാ ആഴ്ചയിലും ജയിലിൽ പോകുമായിരുന്നു. അത്തരം രണ്ടുമൂന്നു സന്ദർഭങ്ങളിൽ കോടിയേരിയെ കാണാനായി കോടിയേരിയുടെ അമ്മയും അവർക്കൊപ്പം ഉണ്ടാകുമായിരുന്നു. (അമ്മ കാണാൻ വരുന്നത് അമ്മയ്ക്കും കോടിയേരിക്കും ഒരുപോലെ വിഷമം ഉണ്ടാക്കിയിരുന്ന സാഹചര്യമായതിനാൽ സന്ദർശനത്തിൽനിന്ന് അമ്മയെ അദ്ദേഹം വിലക്കിയിരുന്നു.)

വിനോദിനി ബാംഗ്ലൂരിൽ പഠിക്കുന്ന സമയത്താണ് കല്യാണാലോചന വരുന്നത്. വിനോദിനിയുടെ ചേട്ടന്റെ ഭാര്യയാണ് വിവാഹാലോചനയുടെ വിവരം കത്തിലൂടെ വിനോദിനിയെ അറിയിക്കുന്നത്. വിവാഹം നിശ്ചയിച്ചുവെന്ന് അറിയിക്കുന്നത് അച്ഛനാണ്. പഠനത്തിനുശേഷം മതി കല്യാണം എന്ന് രാജുമാസ്റ്റർ പറഞ്ഞുവെങ്കിലും കല്യാണത്തിനുശേഷവും പഠിക്കാമല്ലോ എന്ന സമീപനമാണ് കോടിയേരിയുടെ വീട്ടുകാർ സ്വീകരിച്ചത്. അതനുസരിച്ച് വിവാഹത്തീയതി നിശ്ചയിച്ച് വിനോദിനിയെ അറിയിക്കുകയായിരുന്നു. തുടർന്ന് വിവാഹത്തിനായി ബാംഗ്ലൂരിൽനിന്ന് നാട്ടിലെത്തുകയായിരുന്നു വിനോദിനി. 1980 ഏപ്രിൽ 27 നായിരുന്നു വിവാഹം. അതിനായി ഏപ്രിൽ പതിനാറാം തീയതി വിനോദിനി നാട്ടിലെത്തി.

വിവാഹദിവസം ഡി വൈ എഫ് ഐ യുടെ ജില്ലാ സമ്മേളനമായിരുന്നു. വിവാഹം കഴിഞ്ഞ് വീട്ടിൽ കൊണ്ടുപോയശേഷം അപ്പോൾത്തന്നെ കോടിയേരി സമ്മേളനത്തിന് പോയി. ആ സമ്മേളനത്തിലാണ് ഡി വൈ എഫ് ഐ ജില്ലാസെക്രട്ടറിയായി തെരഞ്ഞെടുക്കപ്പെടുന്നത്. വിനോദിനി തുടർന്ന് പഠനത്തിനായി ബാംഗ്ലൂരിലേക്കു പോയി. ആദ്യപ്രസവവുമായി ബന്ധപ്പെട്ട് (ബിനോയ്) നാട്ടിലേക്ക് വന്നെങ്കിലും ബിനോയ് ജനിച്ച് പതിനെട്ടുദിവസം കഴിഞ്ഞപ്പോൾതന്നെ കുട്ടിയുമായി വീണ്ടും ബാംഗ്ലൂരേക്കു പോയി, കോഴ്സ് പൂർത്തിയാക്കി.

തിരികെ വന്ന് പാലയാട് സ്കൂളിൽ ഇൻസർവീസ് കോഴ്സ് ചെയ്തു. അതിനിടയിൽ ബിനീഷിനെ ഗർഭം ധരിച്ചു. വെസ്റ്റേൺ ഇന്ത്യ പ്ലൈവുഡ് ഫാക്ടറിയിൽ കുറച്ചുകാലം ജോലി നോക്കി. അപ്പോഴേക്കും കോടിയേരി എം എൽ എ ആയിരുന്നു. രണ്ടു കുട്ടികളെയും തനിച്ചാണ് വളർത്തിയത്. ബിനോയ് പത്താംക്ലാസ് വിജയിച്ചപ്പോഴാണ് 1996-ൽ തിരുവനന്തപുരത്തേക്ക് സ്ഥിരതാമസത്തിനായി വരുന്നത്. പി ടി കുഞ്ഞുമു

ഹമ്മദ് അന്ന് എം എൽ എ ആണ്. അദ്ദേഹത്തിന്റെ ക്വാർട്ടേഴ്സിലാണ് താമസിച്ചത്.

മാർ ഇവാനിയോസ് കോളേജിൽ പ്രീഡിഗ്രി പഠിച്ചശേഷം ബിനോയ് കമ്പ്യൂട്ടർസയൻസ് കോഴ്സിൽ ഡിഗ്രിപഠനത്തിനായി ഒറ്റപ്പാലത്തേക്കു പോയി. ബിനീഷ് സെന്റ്ജോസഫിൽ പ്ലസ്ടു കഴിഞ്ഞ് ലാ അക്കാദമിയിൽ ചേർന്നു.

ബി എസ് സി കമ്പ്യൂട്ടർസയൻസ് കോഴ്സ് കഴിഞ്ഞ് ഒരു വർഷം എറണാകുളത്ത് കമ്പ്യൂട്ടർ സംബന്ധമായ കോഴ്സ് പഠിച്ചശേഷം ബിനോയ് ദുബായിലേക്കു പോയി. ഇരുപത് വയസു പൂർത്തിയാകും മുമ്പുതന്നെ ദുബായിൽ ജോലിയുമായി.

"ഇത്രമാത്രം ആരോപണങ്ങളാൽ ആക്രമിക്കപ്പെട്ട കുടുംബം ഉണ്ടാവുമോ?" വിനോദിനി ചോദിക്കുന്നു. ആരോപണങ്ങൾ ഒന്നും തെളിയിക്കപ്പെട്ടിട്ടില്ല എന്നോർക്കണം. തിരുവനന്തപുരത്ത് ആഡിയോ & റിപ്രോഗ്രാഫിക് സെന്ററിൽ ജോലികിട്ടി. അവിടെ ജോലി ചെയ്യുമ്പോഴാണ് പത്താംക്ലാസ് വിജയിച്ചിട്ടില്ല എന്ന ആരോപണം കേട്ടത്. അതായിരുന്നു തിരുവനന്തപുരത്ത് വന്നശേഷമുള്ള ആരോപണങ്ങളുടെ തുടക്കം.

"വാസ്തവത്തിൽ, 1996 ൽ തിരുവനന്തപുരത്ത് എത്തിയതിനു ശേഷമാണ് ഇത്രമാത്രം ആരോപണങ്ങളും അപവാദങ്ങളും ഞങ്ങളുടെ കുടുംബം നേരിടാൻ തുടങ്ങിയത്. പാർട്ടിയോടുള്ള ശത്രുത അതിന്റെ നേതാക്കളോട് പ്രതികാരമെന്ന പോലെ പ്രകടിപ്പിക്കുന്നു എന്നാണ് ഞാൻ കരുതുന്നത്. കാരണം, മറ്റൊരാളെ വിവാഹം ചെയ്തിരുന്നെങ്കിൽ എനിക്ക് ഇത്രമാത്രം അപവാദങ്ങൾ കേൾക്കേണ്ടി വരില്ലായിരുന്നു. വിജയേട്ടൻ (പിണറായി വിജയൻ) വിവാഹം ചെയ്തിരുന്നില്ലെങ്കിൽ കമലേച്ചിയും ഇത്രയൊന്നും കേൾക്കേണ്ടി വരുമായിരുന്നില്ല. അപ്പോൾ വിജയേട്ടനും കോടിയേരിയുമാണ് ശത്രുക്കൾക്ക് പ്രശ്നം. അത് അവരോടുള്ള വ്യക്തിപരമായ ശത്രുതയാണെന്ന് ഞാൻ വിചാരിക്കുന്നില്ല. പാർട്ടിയോടുള്ള വിരോധമാണ്. അതിന്റെ പേരിൽ എന്തും പറയാമെന്നുമുള്ള നില വന്നിരിക്കുന്നു. അതിനെ അതിന്റെ വഴിക്ക് വിടാൻ ഞാനിപ്പോ ശീലിച്ചുകഴിഞ്ഞു." വിനോദിനി കൂട്ടിച്ചേർക്കുന്നു.

4

തലശ്ശേരിയെ സംഘർഷഭൂമിയാക്കി ആർ എസ് എസ് മാറിക്കൊണ്ടിരുന്നകാലം കൂടിയായിരുന്നു 1980 കൾ. സ്വത്വരാഷ്ട്രീയത്തിന്റെ ആശയപരിസരം പൊതുവിൽ ആർ എസ് എസിന്റെ വളർച്ചയ്ക്ക് അനുകൂലമായിരുന്നു. ഇന്ത്യയിലാകമാനം ഹൈന്ദവ ദേശീയത എന്ന 'സ്വത്വ'ത്തെ ഉണർത്തി മുതലെടുക്കാനാണ് ആർ എസ് എസ് ശ്രമിച്ചത്. അതിന്റെ പ്രതിഫലനം വർഗ്ഗീയ സംഘർഷങ്ങളായി രൂപപ്പെട്ടു. വർഗ്ഗീയതയുടെ വളർച്ചയ്ക്ക് വിഘാതമായി നില്ക്കുന്നത് കമ്യൂണിസ്റ്റ് പാർട്ടിയുടെ ജന

കീയ അടിത്തറയാണെന്ന് ആർ എസ് എസ് നേരത്തേ തിരിത്തറിഞ്ഞിരുന്നു. കേരളത്തിൽ സി പി ഐ (എം) നെതിരെ കായിക ആക്രമണങ്ങൾ വ്യാപകമാക്കാൻ ആർ എസ് എസ് തയ്യാറായതും അതുകൊണ്ടു തന്നെ. സ്വത്വവാദമെന്ന ഉത്തരാധുനിക പ്രതിഭാസത്തെ ഹൈന്ദവ ദേശീയതയുടെ പേരിൽ പ്രയോജനപ്പെടുത്താനാണ് അവർ ശ്രമിച്ചത്. അതുകൊണ്ട്, സാമ്രാജ്യത്വത്തിനും ഭൂപ്രഭുത്വത്തിനും എതിരെയെന്നപോലെ സ്വത്വരാഷ്ട്രീയത്തിനെതിരെയും നിലപാടെടുത്തു നില്ക്കുകയാണ് സി പി ഐ (എം) ചെയ്തത്. അതേസമയം, സ്വത്വബോധമെന്ന യാഥാർത്ഥ്യത്തെ നിരാകരിച്ചതുമില്ല. ഇത് 1980 കളിൽ സങ്കീർണ്ണമായ ഒരു സ്ഥിതിവിശേഷത്തിന് ഇടയാക്കി. ആശയപരമായും കായികമായും ചെറുത്തു നില്ക്കാൻ സി പി ഐ (എം) നിർബ്ബന്ധിതമായി.

തലശ്ശേരിക്കുചുറ്റും നിരവധി ആക്രമണങ്ങൾ ഉണ്ടായി. നിരവധി സഖാക്കളെ ക്രൂരമായി ആക്രമിക്കപ്പെട്ടു. 23 സഖാക്കളെയാണ് ആദ്യഘട്ടത്തിൽമാത്രം തലശ്ശേരിക്കും ചുറ്റുപാടുമായി ആർ എസ് എസ് കൊലപ്പെടുത്തിയത്. ചെറുത്തുനില്ക്കേണ്ടത് പാർട്ടിയുടെ ആവശ്യമായി മാറി. ആക്രമണത്തിനെതിരായ പ്രതിരോധപ്രവർത്തനങ്ങളിൽ പാർട്ടി ശ്രദ്ധ കേന്ദ്രീകരിച്ചു. അതിനായി മുന്നിട്ടിറങ്ങി പ്രവര്ത്തിക്കേണ്ടതായി വന്നു. അത് അനിവാര്യമായ സ്ഥിതിവിശേഷമായിരുന്നു അന്നത്തേത്. അത്തരം പ്രതിരോധ പ്രവർത്തനങ്ങൾക്ക് നേതൃത്വം നല്കുകയാണ് ആ ഘട്ടത്തിൽ ചെയ്തത്. ആർ എസ് എസിന്റെ ആക്രമണോത്സുകതയെ പിടിച്ചുനിർത്താൻ ആ പ്രവർത്തനങ്ങൾ സഹായിച്ചു.

'സംഘർഷവും കലാപവും എക്കാലത്തും ആർ എസ് എസിന്റെ തന്ത്രങ്ങളാണ്. തലശ്ശേരിയിലും ചുറ്റുപാടും പാർട്ടിക്കുണ്ടാകുന്ന വളർച്ച ഇല്ലാതാക്കാനുള്ള ആർ എസ് എസിന്റെ ശ്രമം ഈ പ്രതിരോധപ്രവർത്തനങ്ങളിലൂടെയാണ് തളയ്ക്കാനായത്.

അറുപതുകൾ മുതൽതന്നെ കണ്ണൂരിൽ വിശേഷിച്ച് തലശ്ശേരിയിൽ വലിയ തോതിലുള്ള ജനപിന്തുണ സി പി ഐ (എം)ന് ഉണ്ടായിരുന്നു. തലശ്ശേരി കലാപത്തിലും അടിയന്തരാവസ്ഥയിലും നേരിട്ട ആക്രമണങ്ങളെ അതിജീവിക്കാൻ പാർട്ടിക്കു കഴിഞ്ഞത് ജനപിന്തുണയുള്ളതുകൊണ്ടു കൂടിയാണ്. ഈ രണ്ടുഘട്ടത്തിലും കനത്ത ആക്രമണമാണ് പാർട്ടിക്ക് അഭിമുഖീകരിക്കേണ്ടി വന്നത്. ആർ എസ് എസും ഭരണകൂടവും ഒരുപോലെ സി പി ഐ (എം) നെ തകർക്കാൻ ശ്രമിച്ചു.

അന്ന്, ആർ എസ് എസിന്റെ ദേശീയകമ്മിറ്റി ദത്തെടുത്തിരുന്ന പ്രദേശമായിരുന്നു തലശ്ശേരി. വോളന്റിയർമാർക്ക് പ്രത്യേക പരിശീലനവും മറ്റും നല്കി തലശ്ശേരിയിൽ സി പി ഐ (എം) പ്രവർത്തകരെ ആക്രമിക്കാനും കൊലപ്പെടുത്താനും ആർ എസ് എസ് നിയോഗിച്ചിരുന്നു. പാർട്ടിയുടെ ശക്തികേന്ദ്രത്തിൽ പാർട്ടിയെ ഇല്ലാതാക്കുക എന്നതായിരുന്നു ആർ എസ് എസിന്റെ ലക്ഷ്യം. അതിനെ നേരിടാൻ തന്നെ പാർട്ടി തീരുമാനിച്ചു. ആർ എസ് എസുകാരും സി പി ഐ (എം) പ്രവർത്തകരും

കൊല ചെയ്യപ്പെട്ടു. 1980 ലെ നായനാർ ഗവണ്മെന്റിന്റെ കാലത്ത് ഇരു വിഭാഗവുമായി ചർച്ച ചെയ്ത് ഒരു സമാധാന അന്തരീക്ഷമുണ്ടാക്കാൻ ശ്രമിച്ചിരുന്നു.

നിയമസഭാപ്രവർത്തനവും പാർട്ടിസംഘടനാപ്രവർത്തനവും ഒരുമിച്ചു കൊണ്ടുപോയിരുന്ന ഘട്ടമാണത്. അക്കാലത്ത് കോടിയേരി പാർട്ടിയുടെ കണ്ണൂർ ജില്ലാ കമ്മിറ്റി അംഗവുമായിരുന്നു. ഡി വൈ എഫ് ഐ യുടെ ജില്ലാ പ്രസിഡണ്ടായി തുടരുകയും ചെയ്തു.

നിയമസഭയിൽ അക്കാലത്ത് നല്ല ഇടപെടൽ നടത്താൻ കോടി യേരിക്കു കഴിഞ്ഞു. ആദ്യമായി നിയമസഭയിലെത്തുന്ന വ്യക്തി യെന്നതോ ചെറുപ്പമാണെന്നതോ പാർലമെന്ററി പ്രവർത്തനത്തിലെ അപരിചിതത്വത്തിന് തടസ്സമായില്ല. ചെറുപ്പക്കാരുടെ ഒരു സംഘം തന്നെ എം എൽ എ മാരായി അക്കൂട്ടത്തിൽ ഉണ്ടായിരുന്നു. ഒരിക്കൽ നിയമസഭയിൽനിന്ന് സസ്പെന്റ് ചെയ്യുന്ന സ്ഥിതിയും ഉണ്ടായി. എം വി രാഘവൻ, കോലിയക്കോട് കൃഷ്ണൻനായർ എന്നിവരാണ് അന്ന് കോടിയേരിയോടൊപ്പം സസ്പെന്റ് ചെയ്യപ്പെട്ടത്. വക്കം പുരുഷോത്ത മനായിരുന്നു അന്ന് നിയമസഭാ സ്പീക്കർ.

അതിനെതിരെ വലിയ പ്രതിഷേധം നിയമസഭയ്ക്കുള്ളിൽ നടന്നു. രക്തച്ചൊരിച്ചിൽ ഉണ്ടാകുന്നവിധം സംഘർഷഭരിതമായിരുന്നു അന്തരീക്ഷം. പോലീസിനെ നിയമസഭയ്ക്കുള്ളിൽ കാവൽ നിർത്തി ക്കൊണ്ട് നിയമസഭ നടത്തേണ്ടുന്ന അവസ്ഥ ഉൾപ്പെടെ ഉണ്ടായിരുന്നു.

5

പാർട്ടിക്കുള്ളിൽ ആശയപരമായ ഉൾപ്പാർട്ടിസമരം നടക്കുന്ന കാലം കൂടിയായിരുന്നു അത്. 1985 ലെ സംസ്ഥാന സമ്മേളനത്തിൽ പാർട്ടിയുടെ പോളിറ്റ്ബ്യൂറോ നിലപാടിനെതിരെ ചില സഖാക്കൾ ബദൽരേഖ അവതരിപ്പിച്ചു. എം വി രാഘവന്റെ നേതൃത്വത്തിലായിരുന്നു അത്. രാഷ്ട്രീയ സംഘടനാപ്രശ്നം ചർച്ച ചെയ്യലായിരുന്നില്ല എം വി രാഘവന്റെ ഉദ്ദേശ്യം. ആ സന്ദർഭം ഉപയോഗിച്ചുകൊണ്ട് വിഭാഗീയത സൃഷ്ടിക്കാനാണ് എം വി രാഘവൻ ശ്രമിച്ചത്. അത് പാർട്ടിക്ക് ക്ഷത മേല്പിക്കുന്നതായിരുന്നു. അതുകൊണ്ടുതന്നെ എം വി രാഘവനെയും ഒപ്പമുണ്ടായിരുന്നവരെയും പാർട്ടിയിൽനിന്ന് പുറത്താക്കി.

അഖിലേന്ത്യാലീഗ് ഇടതുപക്ഷം വിട്ട് മുസ്ലിംലീഗിൽ ലയിച്ചു കഴിഞ്ഞിരുന്നു. മുസ്ലിംലീഗുമായും കേരളകോൺഗ്രസുമായും സഖ്യം വേണമെന്ന നിലപാടായിരുന്നു എം വി രാഘവന്റേത്. ഇ എം എസ് പാർട്ടി നിലപാട് വ്യക്തമാക്കി. എന്നാൽ, ഔദ്യോഗികനിലപാടിനു വിരുദ്ധമായി, പാർട്ടിക്കുള്ളിൽ വിഭാഗീയത സൃഷ്ടിച്ച് തന്റെ പക്ഷത്തിന് നേട്ടമുണ്ടാക്കാനാണ് എം വി രാഘവന് ശ്രമിച്ചത്. തന്റെ അഭിപ്രായം വിയോജനക്കുറിപ്പായി തയ്യാറാക്കിക്കൊണ്ടാണ് ബദൽരേഖ സംസ്ഥാ

നകമ്മിറ്റിക്ക് നല്കിയത്.

1985ൽ കൊച്ചിയിൽ നടന്ന സംസ്ഥാനസമ്മേളനം ഈ ബദൽരേഖ ചർച്ച ചെയ്തു. രേഖ സമ്മേളനത്തിൽ അവതരിപ്പിക്കുന്നതിൽ പി ബിക്ക് വിയോജിപ്പുണ്ടായിരുന്നു. എന്നാൽ, രേഖ അവതരിപ്പിക്കണമെന്ന ആവശ്യം ശക്തമായതിനെതുടർന്ന് ജനറൽ സെക്രട്ടറിയായിരുന്ന ഇ എം എസ് അവതരിപ്പിക്കാൻ അനുവാദം നല്കി. സമ്മേളനത്തിലെ ഭൂരിപക്ഷം പ്രതിനിധികളും രേഖയ്ക്ക് അനുകൂലമായിരുന്നില്ല. ചിലർ നിഷ്പക്ഷത പാലിക്കുകയും ചെയ്തു.

തുടർന്ന് കല്ക്കത്തയിൽ നടന്ന പാർട്ടികോൺഗ്രസിലും ബദൽരേഖ ചർച്ച ചെയ്തു. അവിടെയും ഭൂരിപക്ഷമില്ലാത്തതിനാൽ അംഗീകരിക്കപ്പെട്ടില്ല.

1986 ജനുവരിയിൽ ചേർന്ന സംസ്ഥാനകമ്മിറ്റി യോഗം എം വി രാഘവനെ സസ്പെന്റ് ചെയ്യാന് തീരുമാനിച്ചു. സംസ്ഥാന കമ്മിറ്റി അംഗങ്ങളായ ഇ കെ ഇമ്പിച്ചിബാവ, ടി ശിവദാസമേനോൻ, സി കെ ചക്രപാണി, വി വി ദക്ഷിണാമൂർത്തി, സി പി മൂസാൻകുട്ടി, പാട്യം രാജൻ എന്നിവരെ പരസ്യമായി ശാസിക്കാനും തീരുമാനിച്ചു.

ഒരു വർഷത്തേക്ക് പാർട്ടിയിൽനിന്ന് സസ്പെന്റ് ചെയ്യപ്പെട്ടിരുന്ന എം വി രാഘവൻ അപ്പോഴും പാർട്ടി സംഘടനയ്ക്ക് വിരുദ്ധമായ നിലപാടുകൾ തുടർന്നുവന്നതിനാൽ എം വി രാഘവനെ പാർട്ടിയിൽനിന്ന് പുറത്താക്കി.

അതിനെത്തുടർന്ന്, പാർട്ടിസഖാക്കളെ പാർട്ടിയിൽ ഉറച്ചുനില്ക്കാൻ പ്രേരിപ്പിക്കുന്ന വിധത്തിലുള്ള സംഘടനാപ്രവർത്തനത്തിൽ ഏർപ്പെട്ടു. കണ്ണൂർ ജില്ലയായിരുന്നു അതിന്റെ ഒരു കേന്ദ്രം. സജീവ പ്രവർത്തകരായിരുന്ന ചില സഖാക്കൾ പാർട്ടിയിൽനിന്ന് വിട്ടുപോകാൻ ഇത് കാരണമായിട്ടുണ്ട്. പാർട്ടി ഒരു പ്രതിസന്ധിയെ നേരിടുന്ന ഘട്ടമായിരുന്നു അതെന്നത് കോടിയേരി നിരീക്ഷിക്കുന്നു.

അത്തരമൊരു സാഹചര്യത്തിൽ വളരെ സജീവമായിത്തന്നെ പാർട്ടിക്കുവേണ്ടിയുള്ള ഇടപെടൽ കണ്ണൂർ ജില്ലയിൽ നടത്താൻ കോടിയേരിക്കു കഴിഞ്ഞു. ജില്ലാ സെക്രട്ടേറിയേറ്റ് അംഗമായി തെരഞ്ഞെടുക്കുന്നത് ആ ഘട്ടത്തിലാണ്. പാർട്ടിഅംഗങ്ങളും അനുഭാവികളുമായവരെ പാർട്ടിയിൽ ഉറപ്പിച്ചുനിർത്തുവാനുള്ള സംഘടനാപ്രവർത്തനത്തിനാണ് അക്കാലത്ത് നേതൃത്വം നല്കിയത്. വലിയൊരു ഉൾപ്പാർട്ടി സമരം തന്നെയായിരുന്നു അത്. തന്റെ സംഘടനാപ്രവർത്തന അനുഭവങ്ങളിൽ പാർട്ടിനിലപാടിനുവേണ്ടി നടത്തിയ അക്കാലത്തെ പ്രവർത്തനത്തെ വലിയൊരു അനുഭവപാഠമായി കോടിയേരി കാണുന്നുണ്ട്.

1987 ൽ നടന്ന നിയമസഭാ തെരഞ്ഞെടുപ്പ് പല കാരണങ്ങളാൽ ശ്രദ്ധേയമായിരുന്നു. കണ്ണൂരിൽ ആർ എസ് എസ് തുടങ്ങിവച്ച വർഗ്ഗീയ കലാപങ്ങളും പാർട്ടിയെ പ്രതിരോധിക്കാൻ നിർബ്ബന്ധിതമായ സി പി ഐ (എം) ന്റെ നീക്കങ്ങളും രാഷ്ട്രീയകൊലപാതകങ്ങൾക്ക് സി പി ഐ

(എം) നേതൃത്വം നല്കുന്നുവെന്ന പ്രചാരണം ശക്തമായിരുന്നു.

പാർട്ടിക്കുള്ളിൽ സംഘടനാപരമായി രൂപപ്പെട്ട ശൈഥില്യം മറ്റൊരു പ്രശ്നമായിരുന്നു. അത്തരമൊരു സാഹചര്യത്തിൽ പാർട്ടിക്ക് തെരഞ്ഞെടുപ്പിൽ വലിയ തിരിച്ചടി നേരിടുമെന്നും ഇടതുമുന്നണിക്ക് അധികാരം കിട്ടില്ലെന്നും കോൺഗ്രസും പാർട്ടിവിരുദ്ധരും പ്രചരിപ്പിച്ചിരുന്നു. എന്നാൽ ആ തെരഞ്ഞെടുപ്പിൽ ഇടതുപക്ഷത്തിന് ഭൂരിപക്ഷം ലഭിച്ചു.

ഇ കെ നായനാർ മുഖ്യമന്ത്രിയായി ഇടതുമുന്നണി സർക്കാർ അധികാരത്തിലെത്തി. പാർട്ടി സ്വീകരിച്ച നിലപാടിനു ലഭിച്ച വലിയ അംഗീകാരമായിരുന്നു അത്. പാർട്ടി നിലപാട് ആയിരുന്നു ശരി എന്ന് ജനങ്ങൾ വിധിയെഴുതുകയായിരുന്നു. അതൊരു രാഷ്ട്രീയ സമരംതന്നെയായിരുന്നു. വർഗ്ഗീയതയ്ക്കെതിരായ പോരാട്ടമായി ആ തെരഞ്ഞെടുപ്പിനെ സി പി ഐ (എം) കണ്ടു എന്നതാണ് സവിശേഷത. വർഗ്ഗീയശക്തികളെ കൂട്ടുപിടിച്ചും അധികാരത്തിൽ വരണമെന്ന എം വി രാഘവന്റെ ബദൽരേഖയ്ക്ക് മതനിരപേക്ഷ കേരളം നല്കിയ മറുപടിയായിരുന്നു സി പി ഐ (എം)ന്റെ വിജയമെന്ന് കോടിയേരി വിലയിരുത്തുന്നു. മുസ്ലിംലീഗ് ഉൾപ്പെടെ ആരുമായും കൂട്ടുകൂടി കോൺഗ്രസിനെ തോല്പിക്കണം എന്ന നിലപാടായിരുന്നല്ലോ വിമതർക്ക് ഉണ്ടായിരുന്നത്. (കോൺഗ്രസ് നേതൃത്വം നല്കുന്ന വലതു മുന്നണിയിലേക്ക് ചേക്കേറുകയാണ് പിന്നീട് എം വി രാഘവൻ ചെയ്തത്!) എങ്ങനെയെങ്കിലും അധികാരം നേടുക എന്നതല്ല സി പി ഐ (എം) ന്റെ നിലപാട് എന്ന് പാർട്ടി ഉറപ്പിച്ചു പറഞ്ഞിരുന്നു. അധികാരത്തിനുവേണ്ടി അവസരവാദപരമായ നിലപാട് സ്വീകരിക്കേണ്ട കാര്യമില്ല എന്നുതന്നെ പാർട്ടി പി ബി തീരുമാനിച്ചിരുന്നു. പാർട്ടി കോൺഗ്രസും ആ നിലപാട് അംഗീകരിച്ചു. അതിനെതിരായ നീക്കങ്ങൾ പാർട്ടിക്കുള്ളിൽ നിന്നുതന്നെ ഉയർന്നുവന്നപ്പോഴാണ്, പാർട്ടി കോൺഗ്രസ് തീരുമാനം നടപ്പിലാക്കാൻവേണ്ടി പാർട്ടിക്കാകെ രംഗത്തിറങ്ങേണ്ടിവന്നത്. ആ പ്രക്രിയയിൽ നേതൃത്വപരമായ പങ്കാണ് കോടിയേരി നിർവ്വഹിച്ചത്. അത്തരം പ്രവർത്തനങ്ങളുടെ വിജയമാണ് 1987 ലെ തെരഞ്ഞെടുപ്പിലുണ്ടായ നേട്ടം. "രാഷ്ട്രീയനിലപാടിനും സംഘടനാ പ്രവർത്തനത്തിനും ലഭിച്ച അംഗീകാരമാണത്. അന്നത്തെ ഉൾപ്പാർട്ടി സമരത്തിൽ പങ്കെടുക്കാൻ സാധിച്ചതും അതിൽ പാർട്ടി നിലപാടിനു ലഭിച്ച അംഗീകാരവും വ്യക്തിപരമായിത്തന്നെ വലിയൊരു അഭിമാനം നല്കുന്ന കാര്യമാണ്." കോടിയേരി പറയുന്നു. 1989 ആയപ്പോൾ കോടിയേരി പാർട്ടിയുടെ കണ്ണൂർ ജില്ലാ സെക്രട്ടറിയായി മാറി. എം എൽ എ ആയിരിക്കവെ തന്നെ പാർട്ടി ഏല്പിച്ച ചുമതലയായിരുന്നു അത്. അന്ന് ജില്ലാ സെക്രട്ടറിയായിരുന്ന ടി ഗോവിന്ദൻ സംഘടനാ നടപടിക്കു വിധേയനായതിനെതുടർന്നായിരുന്നു സെക്രട്ടറിയായി കോടിയേരിയെ പാർട്ടി നിയോഗിച്ചത്. അക്കാലത്ത് പാർട്ടി സംസ്ഥാന കമ്മിറ്റി അംഗവുമായിരുന്നു, കോടിയേരി.

1991 ൽ യു ഡി എഫ് ഗവണ്മെന്റ് അധികാരത്തിൽ വന്നപ്പോൾ എം

സമരമുന്നണിയിൽ

വി രാഘവൻ ആ ഗവണ്മെന്റിന്റെ ഭാഗമായി മാറി. ആ ഗവൺമെന്റ് വലിയ ആക്രമണമാണ് പാർട്ടിക്കെതിരെ അഴിച്ചുവിട്ടത്. അതിന് നേതൃത്വം നല്കിയത് രാഘവനായിരുന്നു.

1987 ലെ സർക്കാർ അധികാരത്തിലെത്തി, കുറച്ചുനാളുകൾക്കുള്ളിൽ, ജൂൺ 28 ന് കണ്ണൂർ എ കെ ജി സ്മാരക ആശുപത്രിയിലേക്ക് തെരഞ്ഞെടുപ്പ് നടന്നു. എം വി രാഘവനായിരുന്നു അന്ന് ആശുപത്രിയുടെ പ്രസിഡണ്ട്. പാർട്ടിയിൽനിന്ന് പുറത്താക്കപ്പെടുകയും പുതിയ പാർട്ടി രൂപീകരിക്കുകയും ചെയ്തശേഷം നടന്ന തെരഞ്ഞെടുപ്പ് തന്റെ അഭിമാനപ്രശ്നമായി എം വി രാഘവൻ കണ്ടു. സി പി ഐ (എം) കള്ള ഷെയർ സർട്ടിഫിക്കറ്റ് അച്ചടിച്ചുവെന്നും പോലീസുകാരെ കാവൽ നിർത്തി കള്ളവോട്ട് ചെയ്തുവെന്നും രാഘവൻ ആരോപിച്ചു.

തുടർന്ന് രണ്ടുദിവസങ്ങൾക്കുള്ളിൽ ചേർന്ന നിയമസഭായോഗത്തിൽ ആശുപത്രി തെരഞ്ഞെടുപ്പ് വിഷയത്തിൽ എം വി രാഘവൻ ആരോപണങ്ങൾ ഉന്നയിച്ചു. ആരോപണങ്ങളിൽ ഒരു വസ്തുതയുമില്ലെന്ന് മറുപടി പറഞ്ഞ ടി കെ രാമകൃഷ്ണനെ എം വി രാഘവൻ സഭയിൽ വച്ചുതന്നെ ശാരീരികമായി ആക്രമിച്ചു. അദ്ദേഹത്തിന്റെ ഷർട്ടിന്റെ കോളറിൽ കുത്തിപ്പിടിച്ചു. കോടിയേരി, ഗോപി കോട്ടമുറിക്കൽ, സി പി കുഞ്ഞ് തുടങ്ങിയവർ ചേർന്ന് രാഘവനെ പിന്തിരിപ്പിക്കാൻ ശ്രമിച്ചത് മർദ്ദനത്തിൽ കലാശിച്ചു. സഭ വീണ്ടും സമ്മേളിച്ചപ്പോൾ ജൂലൈ 15 വരെ എം വി രാഘവനെ സഭയിൽനിന്നും സസ്പെന്റ് ചെയ്തു.

ഇക്കാലയളവിൽ പാർട്ടി സംഘടനാരംഗത്ത് നേതൃത്വപരമായി

ശ്രദ്ധേയമായ പ്രവർത്തനമാണ് കോടിയേരി നിർവ്വഹിച്ചത്. ലോക്കൽ കമ്മിറ്റി സെക്രട്ടറി എന്ന നിലയിലെ പ്രവർത്തനമാണ് ഏറ്റവും പ്രിയപ്പെട്ടതായി കരുതുന്നത് എന്നദ്ദേഹം പറയുന്നുണ്ടെങ്കിലും പാർട്ടിയുടെ കണ്ണൂർ ജില്ലാസെക്രട്ടറിയായി പ്രവർത്തിച്ച 1980 കളിലെ സംഘടന/ സംഘാടനപാടവമാണ് പാർട്ടിയെ സ്നേഹിക്കുന്നവർക്ക് അവിസ്മരണീയമാക്കുന്നത്. കാരണം പാർട്ടിക്കുള്ളിൽ നിന്നും ആർ എസ് എസ് കോൺഗ്രസ് തുടങ്ങിയ രാഷ്ട്രീയ എതിരാളികളിൽ നിന്നും സി പി ഐ (എം) നെ സംരക്ഷിക്കാൻ അദ്ദേഹം സ്വീകരിച്ച നിലപാടുകളും ഇടപെടലുകളും അത്രമേൽ ചരിത്രപ്രാധാന്യം അർഹിക്കുന്നവയാണ്.

എം വി രാഘവന്റെ നേതൃത്വത്തിൽ സി പി ഐ (എം) നെ തകർക്കാനുള്ള തന്ത്രപരമായ നീക്കങ്ങളെ ചെറുത്തുതോല്പിച്ചതിൽ കോടിയേരി നിർവ്വഹിച്ച പങ്ക് നിസ്സാരമല്ല. കണ്ണൂരിലെ സംഘർഷഭരിതമായ ആ രാഷ്ട്രീയ സാഹചര്യത്തെ സൗമ്യനായ ഈ മനുഷ്യൻ നേരിട്ടവിധം പാർട്ടിപ്രവർത്തകർക്കാകെയും പാഠമാകേണ്ടതുതന്നെയാണ്. 1988 ൽ ആലപ്പുഴയിൽ ചേർന്ന സംസ്ഥാന സമ്മേളനത്തിൽ സംസ്ഥാന കമ്മിറ്റി അംഗമായി കോടിയേരി തെരഞ്ഞെടുക്കപ്പെട്ടു.

ആഗോളവല്ക്കരണം

ആയിരത്തിത്തൊള്ളായിരത്തി തൊണ്ണൂറുകളിൽ കേന്ദ്രസർക്കാരിന്റെ നവഉദാരവൽക്കരണ നയങ്ങളിലൂടെ ഇന്ത്യക്കു പരിചിതമായിത്തീർന്ന പ്രയോഗമാണ് 'ആഗോളവല്ക്കരണം.' രാഷ്ട്രീയം, സാംസ്കാരികം, സാമ്പത്തികം, സാമൂഹികം തുടങ്ങി എല്ലാ മേഖലയെയും ആഴത്തിൽ സ്വാധീനിക്കുന്ന ഒരു പ്രതിഭാസമായാണ് അത് രൂപപ്പെട്ടതും വളർന്നുവന്നതും. 1991 ൽ നരസിംഹറാവുവിന്റെ നേതൃത്വത്തിലുള്ള കേന്ദ്രസർക്കാർ നവഉദാരവല്ക്കരണ നയങ്ങൾക്ക് അംഗീകാരം നൽകിയതോടെ ഇന്ത്യയിൽ ആഗോളവല്ക്കരണത്തെക്കുറിച്ചുള്ള ചർച്ചകളും സജീവമായി. പലപ്പോഴും ആഗോളവല്ക്കരണത്തിന്റെ നിർവ്വചനമല്ല, മറിച്ച്, അതിന്റെ ഗുണദോഷവിശകലനമാണ് ചർച്ചകളിൽ ഉയർന്നുവന്നത്.

ഇന്ത്യയിൽ കർഷകരുടെയും ചെറുകിട ഉല്പാദകരുടെയും സമ്പദ്ഘടനയെ ചെറിയ തോതിലെങ്കിലും പിന്തുണച്ചിരുന്ന ഭരണകൂടം അതിൽനിന്ന് പിന്മാറുന്നത് ആഗോളവല്ക്കരണത്തിന്റെ ഫലമായാണ്. ഇന്ത്യയിലെ വൻകിട ബൂർഷ്വാസിയും ധനമൂലധനത്തിന്റെ വക്താക്കളും സാർവ്വദേശീയ ഫിനാൻസ് മൂലധനവുമായി ലയിച്ചുചേരുന്നു. അതോടെ, രാഷ്ട്രം തകർച്ചയിലേക്കു നീങ്ങുകയാണ്.

ചെറുകിട വ്യാപാരികളുടെ തൊഴിൽ നഷ്ടപ്പെടുന്നു; കർഷകർ കടക്കെണിയിലാകുന്നു; അവർക്ക് സ്വന്തം ഭൂമി നഷ്ടപ്പെടുന്നു; ഭരണകൂടം സബ്സിഡി പിൻവലിക്കുന്നതിലൂടെ ഉല്പാദന ഉപാധികളുടെ വില ഉയരുന്നു; ആഭ്യന്തര ഉല്പന്നങ്ങളുടെ വില ഇടിയുന്നു. സേവനമേഖലയെയും സ്വകാര്യവല്ക്കരിക്കുന്നതിനാൽ ജനങ്ങളുടെ ജീവിതച്ചെലവ്

വർദ്ധിക്കുന്നു. ഇവയെല്ലാം ഇന്ത്യയിൽ പ്രകടമായി അനുഭവപ്പെടുന്ന വയാണ്.

ഇതിലേക്കു നയിച്ചതാവട്ടെ, നേരത്തെ സൂചിപ്പിച്ച, 1991 ലെ നവ ഉദാരവൽല്ക്കരണ നയമാണ്.

ആഗോളമുതലാളിത്തം ഇന്ത്യയുടെ സാമൂഹ്യജീവിതത്തെയാകെ ഗ്രസിച്ചിരിക്കുകയാണ്. അതേസമയം, മാർക്സ് വ്യക്തമാക്കിയിട്ടുള്ളതു പോലെ, മുതലാളിത്തം, അതിന്റെ ശവക്കുഴി തോണ്ടുന്ന ഉപകരണത്തെ അഥവാ തൊഴിലാളിവർഗ്ഗത്തെക്കൂടി സൃഷ്ടിച്ചുകൊണ്ടാണ് മുന്നോട്ടു പോകുന്നത്. ഇന്ത്യയെ സംബന്ധിച്ച് തൊഴിലാളിവർഗ്ഗത്തെ ഏകോപിപ്പിക്കുന്ന ശക്തി ഇടതുപക്ഷമാണ്. കർഷകരെയും ചെറുകിട ഉല്പാദകരെയും തൊഴിലാളികളെയും ബാധിക്കുന്ന ദാരിദ്ര്യം തൊഴിലാളിവർഗ്ഗത്തിന്റെ മുഖ്യപ്രശ്നമായി ഏറ്റെടുക്കാൻ ഇടതുപക്ഷം തയ്യാറാവുന്നു. കർഷകരും ചെറുകിട ഉല്പാദകരും സാമ്രാജ്യത്വത്തിന്റെ പ്രധാനപ്പെട്ട വിരുദ്ധശക്തികളായി മാറുന്നു. മധ്യവർഗം ഭരണകൂടത്തിന്റെയോ വൻകിട ബൂർഷ്വാസിയുടെയോ ഒപ്പം ചേരുകയും ചാഞ്ചാടിനില്ക്കുകയും ചെയ്യുന്ന ഒന്നായിരിക്കുമ്പോൾ തൊഴിലാളിവർഗ്ഗം ഇടതുപക്ഷത്തോടൊപ്പം അണിനിരക്കുന്നു. തൊഴിലാളി - കർഷക ഐക്യം രൂപപ്പെടുന്നു.

നവലിബറൽ സാമ്പത്തികനയം നടപ്പിലാക്കിയതോടെ കാർഷികോല്പാദന വ്യവസ്ഥയിൽ ഭരണകൂടത്തിന്റെ പങ്ക് പൂർണ്ണമായും പിൻവലിക്കപ്പെട്ടു. സാർവ്വദേശീയ ധനമൂലധനത്തിന്റെ താല്പര്യങ്ങൾക്കു കീഴടങ്ങി നില്ക്കുന്ന ഒന്നായി ഇന്ത്യൻ ഭരണകൂടം മാറി. വൻകിട ബൂർഷ്വാസി ധനമൂലധനവുമായി ഐക്യപ്പെട്ടു. കാർഷിക ഉല്പാദനവ്യവസ്ഥയെ ഇത് വളരെ പ്രതികൂലമായി ബാധിച്ചു. കൃഷിക്കാർക്ക് മെച്ചപ്പെട്ട വില നൽകി ഉല്പന്നങ്ങൾ ശേഖരിക്കുന്ന സർക്കാർ സംവിധാനം നിശ്ചലമായി. കാർഷികമേഖലയിൽ വലിയ തിരിച്ചടിക്ക് ഇത് കാരണമായി.

2

ഇവിടെ സവിശേഷമായൊരു ദൗത്യം കൂടി ഇടതുപക്ഷം ഏറ്റെടുക്കേണ്ടിവരുന്നു. അത്, കൃഷിക്കാരെയും ചെറുകിട ഉല്പാദകരെയും പോഷിപ്പിക്കാനും സംരക്ഷിക്കാനുമുള്ള ചുമതലയാണ്. അതായത് തൊഴിലാളിവർഗ്ഗകർഷകരുടെയും സമരത്തിൽ ഏർപ്പെടുന്ന ചെറുകിട കച്ചവടക്കാരുടെയും സഹകരണത്തിലൂടെ ഐക്യം ശക്തമാക്കുക എന്നതാണ്.

സമഗ്രമായ ജനാധിപത്യപ്രക്രിയയിൽ ഭൂമിയുടെ പുനർവിതരണം ഫലപ്രദമായി മുന്നോട്ടുകൊണ്ടുപോകാൻ കഴിഞ്ഞു. ഭൂപരിഷ്കരണ പ്രക്രിയ തന്നെയാണ് ഇതിന്റെ കേന്ദ്രബിന്ദു. ഭൂപ്രഭുവർഗ്ഗത്തിന്റെ സാമൂ

ഹ്യപദവിയിലെ മേൽക്കോയ്മ തകർക്കുകയാണ് ഭൂപരിഷ്കരണത്തിന്റെ ഒരു ഉദ്ദേശ്യം. മണ്ണിൽ പണിയെടുക്കുന്ന കൃഷിക്കാർക്ക് ഭൂമി ലഭ്യമാക്കിക്കൊണ്ടായിരിക്കും അത് നടപ്പിലാക്കുക. അതേസമയം, കാർഷികരംഗത്തും മുതലാളിത്തവല്ക്കരണം വ്യാപകമാണ്. എങ്കിലും ബഹുഭൂരിഭാഗം വരുന്ന സാധാരണ കർഷകർക്ക് തൊഴിലാളിവർഗ്ഗവുമായി ചേർന്ന് സമരത്തിൽ പങ്കാളിയാവുന്നതിൽ വൈഷമ്യമുണ്ടാവില്ല.

നിയന്ത്രിത വിപണിവ്യവസ്ഥയെ തകർത്തുകൊണ്ടാണ് നവ ഉദാരവല്ക്കരണം കടന്നുവന്നത്. നിയന്ത്രിത വിപണിവ്യവസ്ഥയിൽ കൃഷിക്കാരെ സംരക്ഷിക്കാൻ മുതലാളിത്തഭരണകൂടം അതിന്റേതായ രീതിയിൽ ശ്രമിക്കുകയും അതിലൂടെ മുതലാളിത്തവികസനത്തെ ത്വരിതമാക്കുകയുമാണ് ചെയ്തെങ്കിൽ, തൊഴിലാളിവർഗ്ഗത്തെ സംബന്ധിച്ച് അതിന്റേതായ രീതിയിൽ സമഗ്രമായ ഭൂപരിഷ്കരണം നടപ്പാക്കിക്കൊണ്ടുവേണം കാർഷിക-ഉല്പാദനവ്യവസ്ഥയെ സംരക്ഷിക്കേണ്ടത്. (ആശയത്തിന് കടപ്പാട്: പ്രഭാത് പട്നായിക്)

1957 ൽ കേരളം സ്വീകരിച്ച ഭൂപരിഷ്കരണനയം പിൽക്കാലത്തെ നവഉദാരവല്ക്കരണത്തെ മുൻകൂട്ടി കണ്ടുകൊണ്ടായിരുന്നില്ലായെങ്കിലും അനിവാര്യമായിരുന്നു എന്നാണ് മേൽപറഞ്ഞ ആശയം വ്യക്തമാക്കുന്നത്. അത് ജനാധിപത്യമുന്നേറ്റത്തിനുകൂടി സഹായകമായിരുന്നു. ഭൂപരിഷ്കരണത്തോടൊപ്പം ദരിദ്രർക്ക് വീടുവയ്ക്കാൻ സ്ഥലം നൽകിക്കൊണ്ടും നിരവധി സാമൂഹ്യക്ഷേമപദ്ധതികൾ നടപ്പിലാക്കിയും 'കേരള മാതൃക' സൃഷ്ടിച്ചുകൊണ്ട് കേരളത്തിലെ ഇടതുപക്ഷ സർക്കാരുകൾ മുന്നോട്ടുപോയി.

എന്നാൽ നവഉദാരവല്ക്കരണനയം രാജ്യത്ത് നടപ്പിലായതോടെ കേരളത്തിനും സ്വാഭാവികമായ തിരിച്ചടി നേരിട്ടു. ഉദാഹരണത്തിൻ കേരളത്തിന്റെ സവിശേഷമായ പൊതുവിതരണസമ്പ്രദായം തകർച്ചയെ നേരിടാൻ തുടങ്ങി. വിതരണത്തിനാവശ്യമായ ഭക്ഷ്യധാന്യങ്ങൾ കേന്ദ്രത്തിൽനിന്ന് ലഭിക്കാതായതോടെയാണ് അതു സംഭവിച്ചത്. കേരളത്തിന്റെ സമ്പദ്ഘടനയെയും ഈ നയം പ്രതികൂലമായി ബാധിച്ചു. പ്രവാസിതൊഴിലാളികളെ ആശ്രയിച്ച് കേരളത്തിന് നിലനിൽക്കേണ്ടിവന്നു. ലോകമുതലാളിത്തത്തിനു നേരിട്ട പ്രതിസന്ധി ഈ വാതിലും അടച്ചു.

വൻകിട നിർമ്മാണവ്യവസായങ്ങളിലേക്ക് മുതലാളിമാരെ ക്ഷണിക്കാൻ കഴിയുന്ന അവസ്ഥയിലായിരുന്നില്ല കേരളം. സ്ഥലത്തിന്റെ ലഭ്യത തന്നെയാണ് പ്രധാന പ്രശ്നം. ഉയർന്നകൂലിയും തൊഴിൽ അവകാശങ്ങളും കേരളത്തിൽ നിലനിൽക്കുന്നതിനാൽ ഇവ രണ്ടുമില്ലാത്ത മറ്റു സംസ്ഥാനങ്ങളിലേക്ക് പോകാൻ മുതലാളിമാരും താല്പര്യപ്പെടുന്നു. അതേസമയം, ഭൂമി അത്യാവശ്യമല്ലാത്തതും മേൽപ്പറഞ്ഞ സാഹചര്യങ്ങൾ താരതമ്യേന ബാധിക്കാത്തതുമായ വൈജ്ഞാനിക-നൈപുണിക ഉല്പാദനമേഖലയിലേക്ക് മുതലാളിമാരെ ക്ഷണിക്കാൻ കേരളത്തിനു

കഴിയും. സേവനമേഖലകളിലാണ് ഇത് കൂടുതൽ സാദ്ധ്യമാവുക. പശ്ചാത്തലവികസനത്തിന് ആവശ്യമായ നിക്ഷേപം ഏറ്റെടുക്കാനോ അതിൻ സന്നദ്ധരായവർക്ക് അവസരമൊരുക്കാനോ നമുക്ക് കഴിയും. ഊഹക്കച്ചവടത്തിനു മുതലെടുപ്പ് നടത്താനാവാത്തവിധം ഭൂമിയുടെ വില ഉല്പാദകർക്ക് താങ്ങാനാവുന്നരീതിയിൽ നിലനിർത്താനും കഴിയും.

ഈ ബദലിന് ആഗോളവല്ക്കരണകാലത്ത് കേരളം വികസന കാര്യത്തിൽ മുന്നോട്ടുവച്ചതും പ്രാവർത്തികമാക്കുന്നതും.

ഈ ബദലിൻ രൂപം നല്കുന്നതും നടപ്പിലാക്കുന്നതും ഇടതുപക്ഷ മാണ്. ഇടതുപക്ഷത്തിന് നേതൃത്വം നല്കുന്ന സി പി ഐ (എം) ന്റെ നയമാണ്. അഖിലേന്ത്യാടിസ്ഥാനത്തിൽ ആഗോളവല്ക്കരണത്തി നെതിരെ ശക്തമായ പ്രതിഷേധം സംഘടിപ്പിക്കുന്നതിന്റെയും നേതൃത്വം സി പി ഐ(എം) നുതന്നെ. എന്നാൽ, കേരളത്തിൽ ഈ പ്രതിഷേ ധങ്ങൾക്കൊപ്പം ബദൽ നയവും മുന്നോട്ടുവയ്ക്കാൻ സി പി ഐ(എം) നു കഴിയുന്നു.

3

മണ്ഡൽകമ്മീഷൻ റിപ്പോർട്ട് നടപ്പാക്കാതിരിക്കാൻ ഉത്തരേന്ത്യൻ സംസ്ഥാനങ്ങളിൽ ബി ജെ പി യുടെ നേതൃത്വത്തിൽ പ്രക്ഷോഭം നടന്നു കൊണ്ടിരുന്ന കാലമായിരുന്നു 1990കൾ. ദളിത്-പിന്നോക്ക സമുദാ യങ്ങളുടെ മുന്നേറ്റം ആർ എസ് എസ് നയിക്കുന്ന സംഘപരിവാറിൻ അസഹ്യമായിരുന്നു. ബാബറി മസ്ജിദിന്റെ പേരിൽ കലാപമുണ്ടാക്കു വാനുള്ള അവരുടെ ശ്രമം വിജയം കണ്ടപ്പോൾ കേരളമാണ് വേറിട്ടു നിന്നത്. മണ്ഡൽകമ്മീഷൻ റിപ്പോർട്ടിനോടുള്ള സി പി ഐ (എം) ന്റെ നിലപാട് വ്യക്തമായിരുന്നു. മുന്നോക്കക്കാരിൽ സാമ്പത്തികമായി പിന്നോക്കം നില്ക്കുന്നവർക്കുകൂടി സംവരണം നല്കണമെന്നും സാമ്പ ത്തികം മാനദണ്ഡമാക്കണമെന്നുമായിരുന്നു സിപിഐ(എം) ന്റെ നിലപാട്. അതേസമയം മണ്ഡൽകമ്മീഷൻ റിപ്പോർട്ടിൻ എതിരായിരു ന്നില്ല എൽ ഡി എഫ് സർക്കാർ. 1991 ഏപ്രിൽ നാലിന് കേരള നിയമസഭ ഐക്യകണ്ഠേന മണ്ഡൽകമ്മീഷൻ റിപ്പോർട്ടിൽ അനുകൂലമായ പ്രമേയം പാസാക്കി. ഇതായിരുന്നു അംഗീകരിച്ച പ്രമേയം:

> മണ്ഡൽ കമ്മീഷൻ ശുപാർശകൾ നടപ്പിലാക്കുന്നതിനുവേണ്ടി വി പി സിങ് സ്വീകരിച്ച നടപടികളെ ഈ സഭ സ്വാഗതം ചെയ്യുന്നു. പ്രസ്തുത നടപടികൾക്ക് തുരങ്കം വെക്കുവാനും നിർജ്ജീവ മാക്കുവാനും സ്ഥാപിത താല്പര്യക്കാർ നടത്തിയതും തുടർന്നു വരുന്നതുമായ സംഘടിത ശ്രമങ്ങളെ സഹായിക്കുന്ന നിലപാ ടാണ് ചന്ദ്രശേഖർ മന്ത്രിസഭയും അതിനെ പിന്താങ്ങിയിരുന്ന ശക്തികളും കൈക്കൊള്ളുന്നതെന്ന ഉത്കണ്ഠ കേരളത്തിലെ ജനങ്ങൾക്കുണ്ട്. ഈ ഉത്കണ്ഠ മാറ്റുവാനും മണ്ഡൽ കമ്മീഷൻ

ശുപാർശകൾ സംസ്ഥാന മന്ത്രിസഭ ശുപാർശ ചെയ്ത പ്രകാരം മുഴുവൻ മുസ്ലിങ്ങളെയും പിന്നോക്കവിഭാഗമായി ഉൾപ്പെടുത്തിയും പുലയർ വിഭാഗത്തെ പിന്നോക്ക വിഭാഗപട്ടികയിൽ നിന്നുമാറി പട്ടികജാതി ലിസ്റ്റിൽ ഉൾപ്പെടുത്തിക്കൊണ്ടും എത്രയും വേഗം നടപ്പിൽ വരുത്തുവാനും ആവശ്യമായ ഭരണപരവും നിയമപരവുമായ നടപടികൾ സ്വീകരിക്കണമെന്ന് ഈ സഭ ഇന്ത്യാഗവണ്മെന്റിനോട് അഭ്യർത്ഥിക്കുന്നു."

4

കേന്ദ്രസർക്കാർ രാജ്യത്ത് നവലിബറൽ സാമ്പത്തികനയം നടപ്പിലാക്കാൻ തീരുമാനിക്കുമ്പോൾ കേരളം മഹത്തായ ഒരു ജനകീയ സംരംഭം നടപ്പിലാക്കുകയായിരുന്നു. ഇ കെ നായനാരുടെ നേതൃത്വത്തിലുള്ള സർക്കാർ ജനങ്ങളുടെ പരിപൂർണ്ണ പങ്കാളിത്തത്തോടെ സമ്പൂർണ്ണ സാക്ഷരതായജ്ഞത്തിലേക്ക് കടന്നു. കേരളത്തിലെ വിദ്യാസമ്പന്നരായ മുഴുവൻ പേരും സന്നദ്ധസേവകരായി യജ്ഞത്തിൽ പങ്കാളികളായി. ലോകമാകെ കേരളം ശ്രദ്ധിക്കപ്പെട്ട അഭിമാനകരമായ സംരംഭമായിരുന്നു അത്. ചിട്ടയായതും മികവാർന്നതുമായ സംഘാടനപ്രവർത്തനത്തിലൂടെ 1991 ഏപ്രിൽ 18 ന് കേരളം രാജ്യത്തെ ആദ്യസമ്പൂർണ്ണ സാക്ഷരതാ സംസ്ഥാനമായി പ്രഖ്യാപിക്കപ്പെട്ടു.

1991 ൽ ജില്ലാ കൗൺസിലുകളിലേക്കു നടന്ന തെരഞ്ഞെടുപ്പിൽ എൽ ഡി എഫ് വൻഭൂരിപക്ഷം നേടി. ഈ വിജയം സംസ്ഥാന സർക്കാരിന്റെ ഭരണത്തിനു ലഭിച്ച അംഗീകാരമായി വിലയിരുത്തിക്കൊണ്ട് അഞ്ചുവർഷം പൂർത്തിയാകുംമുമ്പ് തെരഞ്ഞെടുപ്പ് നടത്താൻ വി എസ് അച്യുതാനന്ദൻ സെക്രട്ടറിയായിരുന്ന സി പി ഐ (എം) സംസ്ഥാന കമ്മിറ്റി തീരുമാനിച്ചു. കേന്ദ്രത്തിൽ ചന്ദ്രശേഖർ മന്ത്രിസഭ രാജിവച്ചതിനെ തുടർന്ന് പാർലമെന്റ് തെരഞ്ഞെടുപ്പിന് രാഷ്ട്രപതി നിർദ്ദേശം നൽകിയ സാഹചര്യമായിരുന്നു അത്. ലോക്സഭാ തെരഞ്ഞെടുപ്പിനൊപ്പം നിയമസഭാതെരഞ്ഞെടുപ്പും നടത്താൻ എൽ ഡി എഫ് തീരുമാനിച്ചു.

തെരഞ്ഞെടുപ്പ് പ്രചാരണത്തിനിടയിൽ 1991 മെയ് 21 ന് കോൺഗ്രസ് പ്രസിഡണ്ടും മുൻപ്രധാനമന്ത്രിയുമായ രാജീവ്ഗാന്ധി, തമിഴ്നാട്ടിലെ ശ്രീപെരുംപുത്തൂരിലെ ചാവേർ ബോംബ് സ്ഫോടനത്തിൽ കൊല്ലപ്പെട്ടു. ഈ സംഭവം സൃഷ്ടിച്ച കോൺഗ്രസിനനുകൂലമായ സഹതാപതരംഗം കേരളത്തെയും ബാധിച്ചു. തെരഞ്ഞെടുപ്പിൽ എൽ ഡി എഫ് പരാജയപ്പെട്ടു.

5

1991 ജൂണിൽ കേരള നിയമസഭയിലേക്കു നടന്ന തെരഞ്ഞെടുപ്പിൽ കോടിയേരി മത്സരിച്ചിരുന്നില്ല. അക്കാലത്ത് പാർട്ടിസംഘടനയുടെ

ചുമതല നിർവ്വഹിക്കുകയായിരുന്നു അദ്ദേഹം. എം എൽ എ ആയിരിക്കവെ, കണ്ണൂർ ജില്ലാ സെക്രട്ടറിയായ സാഹചര്യം നേരത്തെ സൂചിപ്പിച്ചിട്ടുണ്ടല്ലോ. ആ ചുമതലയിലാണ് അദ്ദേഹം തുടർന്നത്.

തെരഞ്ഞെടുപ്പിൽ വിജയിച്ച് യു ഡി എഫ് അധികാരത്തിൽ വന്നതോടെ എം വി രാഘവനും സംഘവും സി പി ഐ (എം) നുനേരെ പ്രതികാര നടപടികൾ തുടങ്ങി. സഹകരണവകുപ്പുമന്ത്രിയായിരുന്ന രാഘവൻ, വലിയ ആക്രമണങ്ങൾക്കാണ് നേതൃത്വം കൊടുത്തത്. കണ്ണൂരിലെ എ കെ ജി ആശുപത്രിയുടെ ഭരണം പിടിച്ചെടുക്കാൻ ശ്രമിച്ചു. വ്യാപകമായ അക്രമങ്ങൾ അഴിച്ചുവിട്ടുകൊണ്ടായിരുന്നു അത്. കോൺഗ്രസും പോലീസും ചേർന്നുള്ള ആക്രമണം കണ്ണൂരിൽ പാർട്ടിയുടെ നേർക്കുണ്ടായി. അതിനെതിരെ പാർട്ടിയെ സംരക്ഷിക്കാനുള്ള വലിയ ഉത്തരവാദിത്വമാണ് കോടിയേരിയിൽ നിക്ഷിപ്തമായിരുന്നത്. എല്ലാ ദിവസവും കോൺഗ്രസിന്റെ ആക്രമണം പാർട്ടി പ്രവർത്തകരുടെ നേർക്കുണ്ടായിക്കൊണ്ടിരുന്നു. മിന്നലാക്രമണമായിരുന്നു രീതി. നാണു എന്ന ഹോട്ടൽ തൊഴിലാളിയെ അയാൾ ജോലി ചെയ്തിരുന്ന ഹോട്ടലിൽ ബോംബെറിഞ്ഞാണ് കൊന്നത്. ബസിനകത്തു കയറി ആളുകളെ വെട്ടിപ്പരിക്കേല്പിക്കുക, തൊഴിൽസ്ഥാപനത്തിൽ കയറി ആക്രമിക്കുക തുടങ്ങിയവയെല്ലാം സാധാരണമായിരുന്നു. അതിനെതിരായ നിലപാടുകൾ കോടിയേരിയുടെ നേതൃത്വത്തിൽ പാർട്ടിക്ക് സ്വീകരിക്കേണ്ടിവന്നു. ചെറുത്തുനില്പ് അനിവാര്യമായിരുന്നു.

പരിയാരം മെഡിക്കൽ കോളേജ് പ്രശ്നം ഈ ഘട്ടത്തിലാണ് രൂക്ഷമാവുന്നത്. മെഡിക്കൽകോളേജിലെ അഴിമതിക്കെതിരെ ഡി വൈ എഫ് ഐ യുടെ നേതൃത്വത്തിൽ ശക്തമായ സമരം സംഘടിപ്പിച്ചു. അഴിമതിക്ക് കൂട്ടുനിൽക്കുന്ന എം വി രാഘവന് എതിരായ പ്രതിഷേധം നടന്ന ഘട്ടത്തിലാണ് കൂത്തുപറമ്പ് വെടിവയ്പ് (1993 നവം. 25) ഉണ്ടാകുന്നത്. അഞ്ചു ഡി വൈ എഫ് ഐ പ്രവർത്തകരാണ് അന്ന് പോലീസ് വെടിവെപ്പിൽ കൊല്ലപ്പെട്ടത്.

1996 ൽ കൊല്ലത്തുനടന്ന പാർട്ടി സംസ്ഥാന സമ്മേളനത്തിനുശേഷമാണ് കോടിയേരി സംസ്ഥാന സെക്രട്ടേറിയറ്റ് അംഗമാവുന്നത്. തുടർന്ന് എ കെ ജി സെന്റർ കേന്ദ്രീകരിച്ചായിരുന്നു പ്രവർത്തനം.

6

ഈ ഘട്ടത്തിലാണ് 'ജനകീയാസൂത്രണം' എന്ന വികസന സങ്കല്പനം കേരളം പ്രയോഗവല്ക്കരിക്കുന്നത്. "അധികാരം ജനങ്ങളിലേക്ക്" എന്നതാണ് ജനകീയാസൂത്രണത്തിന്റെ കാതൽ. 1996ൽ അധികാരത്തിലെത്തിയ ഇ കെ നായനാർ ഗവണ്മെന്റ് ജനകീയ ഉത്സവമായാണ് ഈ പദ്ധതി നടപ്പിലാക്കിയത്. ഇ എം എസിന്റെ ബൗദ്ധികവും പ്രായോഗികവുമായ നേതൃത്വമായിരുന്നു പദ്ധതിയെ വിജയത്തിലേക്കു

നയിച്ച ഘടകങ്ങളിൽ പ്രധാനം. സാമ്പത്തിക വികേന്ദ്രീകരണം മാത്രമല്ല, വികസനപദ്ധതികൾ ആസൂത്രണം ചെയ്യാനും നടപ്പിലാക്കാനുമുള്ള അധികാരം തദ്ദേശസ്വയംഭരണ സ്ഥാപനങ്ങൾ പൂർണ്ണമായും അനുവദിക്കുന്ന പദ്ധതിയാണത്. ഏറ്റവും അടിത്തട്ടിലെ ഘടകമായ വാർഡുഗ്രാമസഭകളാണ് ആ പ്രദേശത്തെ വികസന ആവശ്യങ്ങൾ തീരുമാനിക്കുന്നത്. അതായത് ജനങ്ങൾ തന്നെ തീരുമാനിച്ച് നടപ്പിലാക്കുന്നു. ജനാധിപത്യത്തിന്റെ ശരിയായ പ്രവർത്തനമാണ് ഇതിലൂടെ നിർവ്വഹിക്കപ്പെടുന്നത്.

ഒമ്പതാം പഞ്ചവത്സരപദ്ധതി കേരളത്തിൽ ജനകീയാസൂത്രണമായാണ് നടപ്പിലാക്കിയത്. ത്രിതല പഞ്ചായത്തുകൾ സ്വയംഭരണ സ്ഥാപനങ്ങളായും പ്രാദേശിക സർക്കാരുകളായും മാറി. അധികാരത്തിന്റെ കേന്ദ്രീകരണത്തിനുപകരം വികേന്ദ്രീകരണം യാഥാർത്ഥ്യമായി.

രാജ്യത്ത് നടപ്പിലാക്കിയ നവഉദാരവല്ക്കരണ-ആഗോളവല്ക്കരണ നയങ്ങൾക്ക് ബദൽ എന്ന നിലയിൽക്കൂടി ജനകീയാസൂത്രണത്തെ കാണാം. അധികാരം ജനങ്ങളിൽ കേന്ദ്രീകരിക്കുന്ന സംവിധാനം ഫലപ്രദമായി നടപ്പിലാക്കാനും ലോകരാഷ്ട്രങ്ങളുടെ ശ്രദ്ധാകേന്ദ്രമാകാനും കേരളത്തിനു കഴിഞ്ഞു. സി പി ഐ (എം) ന്റെ നയപരമായ തീരുമാനമായിരുന്നു കേരളത്തിലെ ജനകീയാസൂത്രണം. ജനകീയ പ്രസ്ഥാനമായി അതിനെ ഇന്നും നിലനിർത്തുന്നതിൽ, അതിന്റെ പ്രാരംഭദിശയിൽ കോടിയേരി ഉൾപ്പെടുന്ന നേതൃത്വം നിർവ്വഹിച്ച ദീർഘവീക്ഷണമുള്ള പ്രവർത്തനം നിർണ്ണായക പങ്കുവഹിക്കുന്നു.

7

ഇക്കാലയളവിലും കണ്ണൂരിൽ സി പി ഐ (എം) നോടുള്ള പക കോൺഗ്രസും ആർ എസ് എസും തുടർന്നുകൊണ്ടിരുന്നു. 1995 ഡിസംബറിൽ കണ്ണൂരിലെ പാനൂരിൽ സി പി ഐ (എം) പ്രവർത്തകൻ മാമൻ വാസുവിനെ ആർ എസ് എസുകാർ കൊലപ്പെടുത്തി. വ്യാപകമായ കൊലപാതകങ്ങളും മാരകമായ ആക്രമണങ്ങളും പാർട്ടിക്കുനേരെ നിരന്തരം സംഭവിച്ചുകൊണ്ടിരുന്നതിനാൽ പ്രതിരോധിക്കേണ്ടത് നേതാക്കളുടെ കടമയായി മാറി. ഇക്കാര്യത്തിൽ നേതൃത്വപരമായി പങ്കെടുത്ത് മുന്നിട്ടുനിന്നത് കോടിയേരിയാണ്. വർഷങ്ങളോളം നീണ്ടുനിന്ന ആക്രമണപരമ്പരയാണ് കണ്ണൂരിൽ നടന്നത്. ജീവൻ നൽകിയും പാർട്ടിയെ സംരക്ഷിക്കണമെന്ന നിലപാടാണ് കോടിയേരി വ്യക്തിപരമായിത്തന്നെ ഇക്കാലയളവിലെല്ലാം സ്വീകരിച്ചത്.

തീവ്രവലതുപക്ഷവല്ക്കരണം

സംസ്ഥാനത്ത് വേരുറപ്പിക്കാൻ ബി ജെ പി ശ്രമിക്കുന്ന കാലമാണ് രണ്ടായിരത്തിനുശേഷമുള്ളത്. നിയമസഭയ്ക്കുള്ളിലും പുറത്തും തീവ്രവലതുപക്ഷത്തിനെതിരെ ശക്തമായ നിലപാടെടുത്തു നില്ക്കുന്നത് സി പി ഐ (എം) ആണ്. ഇക്കാലയളവിൽ ഭരണപക്ഷ എം എൽ എ ആയും ആഭ്യന്തരവകുപ്പ് മന്ത്രിയായും പ്രതിപക്ഷ ഉപനേതാവായും പാർലമെന്ററി രംഗത്തും പാർട്ടി സംസ്ഥാനസെക്രട്ടറിയായി സംഘടനാരംഗത്തും കോടിയേരി നിർവ്വഹിച്ചതും തുടരുന്നതുമായ ദൗത്യം ശ്രദ്ധേയമാണ്. നിയമസഭയിലെ അദ്ദേഹത്തിന്റെ ഇടപെടലുകൾ പ്രത്യേക വിഷയമായിത്തന്നെ പരിഗണിക്കേണ്ടതുണ്ട്. അത് സവിശേഷമായ രാഷ്ട്രീയ വിശകലനം അർഹിക്കുന്നു. ജീവചരിത്രമെന്ന നിലയിൽ ഈ പുസ്തകത്തിന്റെ പരിമിതി അതുകൂടി ഉൾപ്പെടുത്താനാവില്ല എന്നതാണ്. പ്രതീകാത്മകമായി തെരഞ്ഞെടുത്ത ചില നിയമസഭാപ്രസംഗങ്ങൾ അനുബന്ധമായി ചേർത്തിട്ടുണ്ട്.

ഇന്ത്യയിലെ എല്ലാ മുസ്ലിങ്ങളും പാകിസ്ഥാനിലേക്ക് പോകണമെന്ന് സംഘപരിവാർ ആവർത്തിച്ച് ആവശ്യപ്പെടുന്നുണ്ട്. ഇന്ത്യ ഹിന്ദുരാഷ്ട്രമായിരുന്നെന്നും അങ്ങനെ ആയിത്തീരണമെന്നും അവർ പറയുന്നു. എന്നാൽ, ഇന്ത്യ ഒരു ബഹുമതസമൂഹമായിരുന്നുവെന്ന ചരിത്രയാഥാർത്ഥ്യം അവർ ബോധപൂർവ്വം മറച്ചുവയ്ക്കുകയാണ്. ബഹുമതസമൂഹത്തിൽ നിരവധി സങ്കീർണ്ണതകൾ സ്വാഭാവികമാണ്.

ബ്രിട്ടീഷുകാർ ഇന്ത്യയെ വിവിധ മതസമൂഹങ്ങളുടെ അടിസ്ഥാനത്തിലാണ് കണ്ടത്. കൊളോണിയൽ ആവശ്യങ്ങൾക്കായി അവർ രണ്ടു സമുദായങ്ങളെ കൂട്ടുപിടിച്ചു. ഭൂരിപക്ഷസമുദായമായി ഹിന്ദുക്കളെയും മുസ്ലിങ്ങളും ക്രിസ്ത്യാനികളുമുൾപ്പെടുന്നതിനെ ന്യൂനപക്ഷസമുദാ

യമെന്നും പേരിട്ടു വിളിച്ചു. വർഗ്ഗീയകലാപങ്ങൾ വ്യത്യസ്ത സമുദായങ്ങൾ തമ്മിൽ ഉണ്ടാകുന്നതാണെന്ന തെറ്റിദ്ധാരണയും സൃഷ്ടിച്ചത് ബ്രിട്ടീഷുകാരാണ്. പാകിസ്ഥാനിൽതന്നെ വ്യത്യസ്ത ഗ്രൂപ്പുകൾ തമ്മിൽ നടക്കുന്ന സംഘട്ടനങ്ങൾ ആ തെറ്റിദ്ധാരണയെ ഇല്ലാതാക്കുന്നതാണ്.

1948 ജനുവരി 30 നുശേഷം 1989 ലാണ് ഇന്ത്യയിൽ വർഗ്ഗീയതയുടെ ശക്തിപ്രകടനം കാണുന്നത്. ഗാന്ധിയെ കൊലപ്പെടുത്തിയതിനുശേഷം നിരോധിക്കപ്പെടുകയും അധികം വൈകാതെ നിരോധനം പിൻവലിക്കപ്പെട്ട് പ്രവർത്തന അനുമതിയിലേക്ക് കടന്ന ആർ എസ് എസ് 1989 ൽ ബാബറി മസ്ജിദ് പരിസരത്ത് ശിലാന്യാസം നടത്തുന്നതുമായി ബന്ധപ്പെട്ട് രംഗത്തുവന്നു. രാജീവ്ഗാന്ധിയുടെ നേതൃത്വത്തിലുള്ള കോൺഗ്രസ് സർക്കാരാവട്ടെ, അതിന് അനുകൂലമായ തീരുമാനമാണ് കൈക്കൊണ്ടത്. തുടർന്ന് രാഷ്ട്രീയമായി ബി ജെ പി ക്കുണ്ടായ വിജയം വലതുപക്ഷ രാഷ്ട്രീയത്തിന്റെ വിജയമാണ്.

ബാബറിമസ്ജിദ് തകർക്കുമ്പോൾ കോൺഗ്രസ്, കലാപകാരികൾക്കു കൂട്ടുനിൽക്കുകയായിരുന്നു. എന്നാൽ വർഗ്ഗീയതയുടെ വളർച്ച ഭരണകൂടത്തിന്റെ ഒത്താശയുടെ മാത്രം സൃഷ്ടിയല്ല. ഒരു ആശയമെന്നനിലയിൽ അത് സമൂഹത്തിൽ പ്രചരിക്കുന്നുണ്ട്. ഒരു പ്രത്യേക മതത്തിന്റെ പേരിൽ സമൂഹക്രമത്തെ അട്ടിമറിച്ച് അധികാരത്തിലെത്താൻ ശ്രമിക്കുന്നു. അവരുടെ ആശയത്തെ എതിർക്കുന്നവരും അനുകൂലിക്കുന്നവരും തമ്മിലുള്ള ശക്തമായ സംഘട്ടനം നടക്കുന്ന ഒരു സമൂഹം സൃഷ്ടിക്കപ്പെടുകയും അട്ടിമറിക്കാൻ ശ്രമിച്ചവർ അധികാരം സ്ഥാപിക്കുകയും ചെയ്യുന്നു. മതപരമായ ആശയങ്ങളും അധികാരവും ചേർന്ന് ഇവർ സമൂഹത്തിലെ എല്ലാ മേഖലയിലും കടന്നുകയറുകയും പുനർനിർവ്വചിക്കുകയും ചെയ്യുന്നു. ഇതാണ് ബി ജെ പി അധികാരത്തിൽ വന്നതിലൂടെ ഇന്ത്യയിൽ സംഭവിക്കുന്നത്.

പാരമ്പര്യവും ആധുനികതയും തമ്മിൽ സംഘട്ടനവും ഐക്യവും വലതുപക്ഷതീവ്രവാദത്തിന്റെ തന്ത്രമാണ്. മതത്തിന് ആധിപത്യം നൽകാൻ ശ്രമിക്കുന്നതിലൂടെ ഇന്ത്യൻ 'പാരമ്പര്യ'ത്തെ നിലനിർത്തുകയാണെന്ന് അവർ തെറ്റിദ്ധരിപ്പിക്കുന്നു. മറുവശത്ത് 'ആധുനിക'രാണെന്ന് വരുത്തിത്തീർക്കാൻ പാശ്ചാത്യരീതികളെ സ്വീകരിക്കുന്നതായും കാണിക്കുന്നു.

വർഗ്ഗീയ ആശയങ്ങളുടെ സ്വാധീനം മധ്യവർഗ്ഗത്തിൽ വളരെ പ്രബലമാണ്. എന്നാൽ അധികാരം നിലനിർത്താൻ മധ്യവർഗ്ഗം മാത്രം പോര. ദളിതുകളെയും ആദിവാസികളെയും ദരിദ്രരെയും 'ഹിന്ദുമത'ത്തിലേക്ക് കൊണ്ടുവരാൻ ശ്രമിക്കുന്നത് അതുകൊണ്ടാണ്. ഫാസിസ്റ്റ് രീതികളാണ് അധികാരത്തിൽ നിലനില്ക്കാനായി ബി ജെ പി സ്വീകരിക്കുന്നത്.

കൊലപാതകം, ബലാത്സംഗം തുടങ്ങി എല്ലാ സംഘടിത കുറ്റകൃത്യങ്ങൾക്കും നേതൃത്വം നൽകിക്കൊണ്ടാണ് ഹിന്ദുത്വതീവ്രവാദം പ്രവർത്തിക്കുന്നത്. ആസൂത്രിതമായ ഭീകരപ്രവർത്തനത്തിലൂടെ

മതവിദ്വേഷവും കൊലപാതകവും അക്രമാസക്തമായ ശത്രുതയും പ്രാവർത്തികമാക്കാൻ അവർക്കു കഴിയുന്നു. ലോകത്തിൽ ഏറ്റവുമധികം ബലാത്സംഗങ്ങളും സദാചാരകൊലകളും നടക്കുന്ന രാജ്യമാണ് ബി ജെ പി ഭരിക്കുന്ന ഇന്ത്യ. അമേരിക്കൻ സാമ്രാജ്യത്വത്തിന്റെ നേതൃത്വത്തിൽ ലോകവ്യാപകമായി നടക്കുന്ന മുസ്ലിംവിരുദ്ധ പ്രചാരണങ്ങൾ ഇന്ത്യയിൽ ഏറ്റെടുത്തിരിക്കുന്നത് സംഘപരിവാറാണ്. അങ്ങനെ വർഗ്ഗീയതയും സാമ്രാജ്യത്വവും കൈകോർത്തുമുന്നോട്ടുപോകുന്ന സാഹചര്യമാണ് 1990 കളിലെ നവലിബറൽ സാമ്പത്തികനയത്തിന്റെ തുടർച്ചയായി ഇന്ത്യയിൽ സൃഷ്ടിക്കപ്പെട്ടത്.

2008 ലെ ആഗോള സാമ്പത്തികമാന്ദ്യത്തെതുടർന്ന് രൂപപ്പെട്ട തീവ്രവലതുപക്ഷത്തിന്റെ വളർച്ചയാണ് ഇന്ത്യയിലും ശക്തമായി പടർന്നുപിടിച്ചത്. 2008 ലെ മാന്ദ്യത്തെതുടർന്ന് ബിൽ ക്ലിന്റന്റെ ഉദ്യോഗസ്ഥനായിരുന്ന റോബർട്ട് റേയ്ക് ഒരു ടെലിവിഷൻ അഭിമുഖത്തിൽ നേരിട്ട ചോദ്യമുണ്ട്: "ഐക്യനാടുകളിലെ ആദ്യത്തെ സാമ്പത്തികമാന്ദ്യത്തെ തുടർന്ന് അന്ന് ഫ്രാങ്ക്ളിൻ ഡി റൂസ്വെൽറ്റിന്റെ നേതൃത്വത്തിലുള്ള അമേരിക്കൻ ഭരണകൂടം നേരിട്ടുള്ള ഇടപെടലുകളിലൂടെ തൊഴിൽ അവസരങ്ങൾ സൃഷ്ടിക്കാനും ജനങ്ങളെ പരിരക്ഷിക്കാനും ശ്രമിച്ചിരുന്നു. എന്നാൽ, 2008 ൽ അത്തരം ഇടപെടലുകൾ ഉണ്ടായില്ല. അതെന്തുകൊണ്ടാണ്?"

റെയ്ക് നൽകിയ മറുപടി ശ്രദ്ധേയമാണ്. "അന്ന് സോവിയറ്റ് യൂണിയൻ ഉണ്ടായിരുന്നു. നമ്മൾ ജനങ്ങൾക്കുവേണ്ടി ഇടപെട്ടില്ലെങ്കിൽ അവർ ഇടതുചേരിയിലേക്ക് നീങ്ങുമായിരുന്നു. 2008ൽ അതല്ല സാഹചര്യം." (ആധാരം – *ഫ്രണ്ട്‌ലൈൻ*, 2022 ജനുവരി 14, അഭിമുഖം – താരിഖ് അലി)

മറ്റൊന്ന്, 2008 ൽ ജനങ്ങളെ കബളിപ്പിച്ച ബാങ്കർമാരാരും തന്നെ വിചാരണ ചെയ്യപ്പെടുകയോ ശിക്ഷിക്കപ്പെടുകയോ ഉണ്ടായിട്ടില്ല. അവർ 'കോർപ്പറേറ്റ് ക്രിമിനലുകളാണ്' (താരിഖ് അലി, മേല്പറഞ്ഞ അഭിമുഖം). ഒബാമ വാൾസ്ട്രീറ്റിനൊപ്പം നില്ക്കാനും മറ്റൊന്നും ചെയ്യാതിരിക്കാനും ശ്രദ്ധിച്ചു. താഴേതലത്തിൽനിന്നുള്ള വാൾസ്ട്രീറ്റ് പിടിച്ചെടുക്കൽ പോലെയുള്ള പ്രക്ഷോഭങ്ങളുടെ ലക്ഷ്യം പരിമിതമായിരുന്നു. അവരുടെ അജണ്ടയും സമീപനവും ശുഷ്കമായിരുന്നു. പശ്ചിമേഷ്യയിൽ നടന്ന പിടിച്ചെടുക്കൽ പ്രസ്ഥാനങ്ങൾപോലും ജനാധിപത്യത്തിനനുകൂലമായിരുന്നു എന്നല്ലാതെ മറ്റൊന്നും അതിലുണ്ടായിരുന്നില്ല. അവിടെയും അറബ് ഐക്യത്തെക്കുറിച്ചോ പാലസ്തീനിലെ പ്രശ്നങ്ങളെക്കുറിച്ചോ ശബ്ദമുയർന്നില്ല. രാഷ്ട്രീയബദലുകൾ ഒരിടത്തും രൂപപ്പെട്ടില്ല. അത് സൃഷ്ടിച്ച ശൂന്യതയിലേക്കാണ് തീവ്രവലതുപക്ഷരാഷ്ട്രീയം കടന്നുകയറിയത്.

ഭരണകൂടശക്തികൾ താഴേതലത്തിലുള്ള ജനങ്ങൾക്കുവേണ്ടി എന്തെങ്കിലും ആനുകൂല്യങ്ങൾ അനുവദിക്കാൻപോലും തയ്യാറായിരുന്നില്ല. അതിനുവേണ്ടി ഭരണകൂടത്തെ സമ്മർദ്ദപ്പെടുത്തിയത്

ഇന്ത്യയിലെ കമ്യൂണിസ്റ്റ് (മാർക്സിസ്റ്റ്) പാർട്ടി മാത്രമാണ് (താരിഖ് അലി, മേല്പ്പറഞ്ഞ അഭിമുഖം).

നവലിബറൽ സാമ്പത്തികനയത്തിനും ആഗോളവല്ക്കരണത്തിനും എതിരെയാണ് എന്ന് തെറ്റിദ്ധരിപ്പിച്ചുകൊണ്ടാണ് തീവ്രവലതുപക്ഷം സ്വീകാര്യത നേടിയത്. എന്നാൽ, അധികാരത്തിലെത്തിയ ഇടങ്ങളിലെല്ലാം നവലിബറൽ നയങ്ങൾ കൂടുതൽ ശക്തമായി നടപ്പിലാക്കാനും ആഗോളവല്ക്കരണത്തെ പ്രോത്സാഹിപ്പിക്കാനുമാണ് അവർ തയ്യാറായിട്ടുള്ളത്. ഇടതുപക്ഷത്തിന് അവതരിപ്പിക്കാൻ ഒരു ബദൽ ഇല്ലായെന്ന് ജനങ്ങൾ കരുതിയതാണ് തീവ്രവലതുപക്ഷത്തിന് അനുകൂലമായത്.

ഇടതുപക്ഷത്തിനോ പുരോഗമന ശക്തികൾക്കോ സോഷ്യൽ ഡെമോക്രാറ്റിക് പാർട്ടികൾക്കോ അനുകൂലമായി വോട്ടു ചെയ്തിരുന്നവർപോലും അരാഷ്ട്രീയതയിലേക്ക് ചേക്കേറുകയോ വലതുപക്ഷ പാർട്ടികൾക്ക് ഒരവസരം കൊടുക്കുകയോ ചെയ്യാമെന്ന നിലപാടെടുക്കുന്ന സ്ഥിതിവിശേഷമാണ് സാർവ്വദേശീയതലത്തിൽ സൃഷ്ടിക്കപ്പെട്ടത്.

ഇന്ത്യയിലാകട്ടെ, ഈ വലതുതീവ്രപാർട്ടികൾ മതത്തെയാണ് ആശ്രയിച്ചത്. മതം ഇപ്പോഴും യാഥാസ്ഥിതികത്വത്തെത്തന്നെയാണ് മുറുകെ പിടിക്കുന്നത്. അതിന്റെ പേരിൽ ജനങ്ങളെ വശീകരിക്കുകയും നവലിബറൽ-ആഗോളവല്ക്കരണ നയങ്ങൾ കൂടുതൽ ശക്തമായി നടപ്പിലാക്കുകയും ചെയ്യുന്നു. സാമ്രാജ്യത്വത്തിന് അനുകൂലമായതും പിന്തുണ നല്കുന്നതുമായ ഈ ഇടപെടലിനെതിരെ നിർണ്ണായകമായ ചെറുത്തുനില്പാണ് സി പി ഐ (എം) ദേശീയതലത്തിൽ സ്വീകരിക്കുന്നത്. വിട്ടുവീഴ്ചയില്ലാത്ത ഈ സമീപനത്തിൽ കേരളം എല്ലായ്പോഴും മുന്നിലാണെന്നതാണ് തീവ്രവലതുപക്ഷത്തിന് കേരളത്തിൽ ഒരു രാഷ്ട്രീയശക്തിയായി മാറാൻ കഴിയാത്തതിനു കാരണം.

2

1960 കളിൽത്തന്നെ കണ്ണൂരിൽ സി പി ഐ (എം) നെതിരായ ആക്രമണങ്ങളുമായി ആർ എസ് എസ് മുന്നോട്ടുവരുന്ന സാഹചര്യത്തെക്കുറിച്ച് നേരത്തെ പരാമർശിച്ചുവല്ലോ.

ഒരു ജനാധിപത്യവിരുദ്ധപ്രസ്ഥാനമായാണ് ആർ എസ് എസ് രൂപം കൊള്ളുന്നത്. ഉയർന്ന ജാതിക്കാരായ സമ്പന്നരുടെ നേതൃത്വത്തിൽ ഹിന്ദുസമൂഹത്തെ നയിക്കുക എന്നതും അവരുടേതുമാത്രമായി ഇന്ത്യയെ മാറ്റിത്തീർക്കുക എന്നതുമാണ് ആർ എസ് എസ് ഉദ്ദേശിച്ചത്. ഹൈന്ദവമേധാവിത്വത്തിനനുകൂലമായല്ല ഗാന്ധി ജനങ്ങളെ സംഘടിപ്പിച്ചത് എന്നതാണ് ആർ എസ് എസ് ഗാന്ധിക്കെതിരെയാവാൻ കാരണം.

ഗാന്ധിയെ കൊലപ്പെടുത്തിയതിനുശേഷം നിരോധിക്കപ്പെടുകയും

പിന്നീട് നിരോധനം പിൻവലിക്കപ്പെടുകയും ചെയ്ത സാഹചര്യത്തെ ആർ എസ് എസ് അഭിമുഖീകരിച്ചുവല്ലോ. തുടർന്നുള്ള കാലയളവിലെല്ലാം മുസ്ലിം മതവിരോധം പ്രചരിപ്പിച്ച് ഹിന്ദുഐക്യം രൂപീകരിക്കാനാണ് ആ സംഘടന ശ്രമിച്ചുകൊണ്ടേയിരുന്നത്. എന്നാൽ അപ്പോഴൊന്നും ജനകീയത നേടാനാ ഒരു ബഹുജനപ്രസ്ഥാനമായി മാറാനോ ആർ എസ് എസിന് കഴിഞ്ഞിരുന്നില്ല. എങ്കിലും കായികാക്രമണത്തിലൂടെ എതിരാളികളെ ഇല്ലാതാക്കാൻ അവർ ശ്രമിച്ചിരുന്നു. അതിനായി പ്രത്യേക പരിശീലനം പ്രവർത്തകർക്കു നൽകുന്നത് അന്നും ഇന്നും ആർ എസ് എസ് പ്രധാനമായിത്തന്നെ കാണുന്നുണ്ട്. 1969ൽ കോടിയേരിയുൾപ്പെടെയുള്ള സി പി ഐ (എം) പ്രവർത്തകർക്കുനേരെ നടന്നതും 1971ൽ നടന്ന തലശ്ശേരി കലാപവും ഇന്നും തുടരുന്ന കൊലപാതകങ്ങളും അതാണ് വ്യക്തമാക്കുന്നത്.

അതേസമയം, 1980-90 കളിൽ രാമജന്മഭൂമിപ്രശ്നം ഉയർത്തിക്കൊണ്ട് രാജ്യത്താകെ ഹൈന്ദവവികാരത്തെ ചൂഷണം ചെയ്യാൻ ആർ എസ് എസിനു കഴിഞ്ഞു. ജനാധിപത്യരീതിയിലല്ല, മറിച്ച് വൈകാരികതയുടെ പേരിലുള്ള നുണപ്രചാരണത്തിലൂടെയാണ് ജനങ്ങളെ രാഷ്ട്രീയമായി സംഘടിപ്പിക്കാൻ ആർ എസ് എസ് ശ്രമിച്ചത്. അതാവട്ടെ, ഇന്ത്യയുടെ ഭരണഘടനയ്ക്കും ജനാധിപത്യപാരമ്പര്യത്തിനും തികച്ചും വിരുദ്ധമായ ഒരു നീക്കമായിരുന്നുതാനും.

ബി ജെ പി യിലൂടെ നടത്തിയ ഈ രാഷ്ട്രീയ സംഘാടനത്തിൽ പങ്കുചേർന്നവരിൽ ഭൂരിഭാഗവും ഇന്ത്യയിലെ അഭ്യസ്തവിദ്യരായ മധ്യവർഗ്ഗവും ഹിന്ദുത്വശക്തിയെ ആരാധിക്കുന്നവരുമാണ്. അവർ പലപ്പോഴും ജനാധിപത്യത്തെയും തെരഞ്ഞെടുപ്പ് രാഷ്ട്രീയത്തെയും തള്ളിപ്പറയുന്നവരാണ്. കാരണം, ജനാധിപത്യവും തെരഞ്ഞെടുപ്പ് രാഷ്ട്രീയവും മറ്റുള്ളവരുടെ താല്പര്യത്തെ മാനിക്കുന്ന സംവിധാനങ്ങളാണ്. ഈ മറ്റുള്ളവർ എന്നതിൽ ദരിദ്രരും ന്യൂനപക്ഷങ്ങളും ഉൾപ്പെടുമെന്നത് അവർക്ക് സഹിക്കാനാവുന്ന കാര്യമല്ല.

3

ഇത്തരമൊരു രാഷ്ട്രീയ സാഹചര്യത്തിൽ സി പി ഐ (എം) നെ നയിക്കുക എന്ന വലിയ ഉത്തരവാദിത്വമാണ് കോടിയേരി നിർവ്വഹിച്ചുപോരുന്നത്. പാർട്ടി സംസ്ഥാന സെക്രട്ടേറിയറ്റിന്റെ ഭാഗമായി പ്രവർത്തിച്ച വലിയ അനുഭവം അദ്ദേഹത്തിനുണ്ട്. വർഗ്ഗീയ ശക്തികൾ പാർട്ടിയെ തകർക്കാൻ കണ്ണൂരിൽ നടത്തിയ ശ്രമങ്ങളെ നേർക്കുനേർ നിന്ന് പരാജയപ്പെടുത്തിയതിലും അദ്ദേഹത്തിന് വലിയ പങ്കുണ്ട്. ഈ അനുഭവങ്ങളും നേതൃശേഷിയും അദ്ദേഹത്തെ സി പി ഐ (എം) സംസ്ഥാന സെക്രട്ടറി എന്ന പദവിയിലേക്ക് എത്തിച്ചത് സ്വാഭാവികം.

2015 ൽ നടന്ന സംസ്ഥാനസമ്മേളനത്തിലാണ് കോടിയേരി സംസ്ഥാന സെക്രട്ടറിയാവുന്നത്. തുടർന്ന് ഒരുവർഷം ആരോഗ്യപ്രശ്ന

ങ്ങൾ കാരണം അവധിയിൽ പ്രവേശിച്ചുവെന്നതൊഴികെ പൂർണ്ണസമയം തന്റെ നേതൃത്വദൗത്യം അദ്ദേഹം നിർവ്വഹിച്ചുവരുന്നു. അവധിയിലായിരിക്കുമ്പോഴും പാർട്ടി ആസ്ഥാനം കേന്ദ്രീകരിച്ചു നില്ക്കാൻ അദ്ദേഹം ശ്രദ്ധിച്ചിരുന്നു. ഒരു വർഷത്തിനുശേഷം വീണ്ടും സെക്രട്ടറിയുടെ ചുമതലയിലേക്ക് അദ്ദേഹം തിരികെ എത്തിയത് വലിയ ആത്മവിശ്വാസവും ആത്മധൈര്യവുമാണ് പാർട്ടി പ്രവർത്തകർക്കിടയിലുണ്ടാക്കിയിട്ടുള്ളത് എന്ന യാഥാർത്ഥ്യം വ്യക്തിപരമായ ചില നേരനുഭവങ്ങളുടെ സാക്ഷ്യം എന്ന നിലയിൽ രേഖപ്പെടുത്തിക്കൊള്ളട്ടെ. 2022 ൽ എറണാകുളത്തുനടന്ന സംസ്ഥാന സമ്മേളനത്തിൽ വീണ്ടും അദ്ദേഹം സെക്രട്ടറിയായി തെരഞ്ഞെടുക്കപ്പെട്ടു.

അനുബന്ധം

രാഷ്ട്രീയ സൗഹൃദങ്ങൾ

എസ് എഫ് ഐ സംസ്ഥാന സെക്രട്ടറിയായി തിരുവനന്തപുരം കേന്ദ്രീകരിച്ചു പ്രവർത്തിക്കാൻ തുടങ്ങിയതിനുശേഷമാണ് സി പി ഐ (എം) ന്റെ സംസ്ഥാന-ദേശീയ നേതാക്കളുമായുള്ള ബന്ധത്തിന് അവസരമുണ്ടാകുന്നത്. ഈ നേതാക്കളിൽ പലരോടും അടുത്തുനിന്നു പ്രവർത്തിക്കാൻ ലഭിച്ച അവസരത്തെ വലിയ അനുഭവപാഠമായാണ് കോടിയേരി കാണുന്നത്.

എ കെ ജി യുമായി പരിചിതരായ സഖാക്കൾ തമ്മിൽ സംസാരിക്കുന്ന ബന്ധം മാത്രമേ ഉണ്ടായിരുന്നുള്ളൂ. 1971 ൽ അടിയന്തരാവസ്ഥ കഴിഞ്ഞശേഷം അദ്ദേഹം അസുഖബാധിതനായി എം എൽ എ ക്വാർട്ടേഴ്സിൽ കഴിയുമ്പോഴാണ് കൂടുതലും ബന്ധപ്പെടാൻ അവസരം കിട്ടിയത്. അധികം വൈകാതെ അദ്ദേഹത്തിന്റെ മരണം സംഭവിച്ചു.

അതേസമയം ഇ എം എസുമായി അടുത്ത ബന്ധം ഉണ്ടായിരുന്നു. പാർട്ടി ജനറൽ സെക്രട്ടറി സ്ഥാനത്തുനിന്നൊഴിഞ്ഞശേഷം എ കെ ജി സെന്റർ കേന്ദ്രീകരിച്ചാണ് ഇ എം എസ് പ്രവർത്തിച്ചത്. സംസ്ഥാന സെക്രട്ടേറിയറ്റിന്റെ ഭാഗമായിട്ടായിരുന്നു ആ പ്രവർത്തനം. അക്കാലത്ത് എല്ലാ ദിവസവും രാവിലെ ഒൻപതുമണിക്ക് ഇ എം എസ് എ കെ ജി സെന്ററിൽ എത്തും. കുറച്ചുനേരം ലേഖനം തയ്യാറാക്കുന്ന തിരക്കിലായിരിക്കും അദ്ദേഹം. അതുകഴിഞ്ഞ് അവൈലബിൾ സെക്രട്ടേറിയേറ്റിൽ അദ്ദേഹം എല്ലാ ദിവസവും പങ്കെടുക്കും. എഴുതിയ ലേഖനത്തിലെ പ്രസക്തമായ ചില ഭാഗങ്ങൾ സെക്രട്ടേറിയറ്റ് യോഗത്തിൽ വിതരണം ചെയ്യും. മറ്റുള്ളവരുടെ അഭിപ്രായം കേൾക്കും. ആവശ്യമെങ്കിൽ ലേഖനത്തിൽ മാറ്റം വരുത്തും. അദ്ദേഹം പങ്കെടുക്കുന്ന സെക്രട്ടേറിയറ്റ് യോഗങ്ങൾ രാഷ്ട്രീയ ചർച്ചയുടെ വേദികളായിരുന്നു. ആഴ്ചയിൽ ഒരിക്കൽ ചേരുന്ന

ഇ എം എസിനൊപ്പം

സമ്പൂർണ്ണ സെക്രട്ടേറിയറ്റ് യോഗത്തിൽ സാർവ്വദേശീയ-ദേശീയരംഗം സംബന്ധിച്ച് ഇ എം എസിന്റെ ഒരു കുറിപ്പ് ഉണ്ടാകും. അത് എല്ലാ അംഗങ്ങൾക്കും വിതരണം ചെയ്യും. ആ കുറിപ്പ് സംബന്ധിച്ച് ചർച്ച നടക്കും. ഏകദേശം ഒരു മണിക്കൂർ നേരം സെക്രട്ടേറിയറ്റ് യോഗത്തിൽ അതതുകാലത്തെ സാർവ്വദേശീയ-ദേശീയരാഷ്ട്രീയത്തിന്റെ ചർച്ചയാണ് നടന്നിരുന്നത്.

"രാഷ്ട്രീയ ചർച്ചാവേദിയായി പാർട്ടി കമ്മിറ്റികളെ മാറ്റുക എന്നതാണ് അതിലൂടെ ഇ എം എസ് ഉദ്ദേശിച്ചത് എന്നുവേണം കാണേണ്ടത്. രാഷ്ട്രീയചർച്ചയ്ക്കുശേഷമാണ് യോഗം മറ്റു കാര്യങ്ങളിലേക്ക് കടന്നിരുന്നത്." കോടിയേരി പറയുന്നു.

ഇ എം എസിനൊപ്പം യാത്ര ചെയ്തതിന്റെ അവിസ്മരണീയമായ അനുഭവങ്ങൾ കോടിയേരിക്കുണ്ട്. പലതവണ ഇ എം എസിന്റെ കൂടെ ട്രെയിൻ യാത്ര ചെയ്യാൻ അവസരം ലഭിച്ചിട്ടുണ്ട്. ട്രെയിൻ യാത്രകളിലും

അദ്ദേഹം പതിവുപോലെ പുലർച്ചയ്ക്ക് എഴുന്നേൽക്കും. അക്കാലത്ത് ഫസ്റ്റ്ക്ലാസ് കംപാർട്ട്മെന്റിലാണ് യാത്ര ചെയ്തിരുന്നത്. എഴുന്നേറ്റുകഴിഞ്ഞാൽ കംപാർട്ടുമെന്റിനുള്ളിലെ കണ്ണാടിക്കുമുന്നിൽനിന്ന് അദ്ദേഹം മുഖക്ഷൗരം ചെയ്യും.

"ഇന്നത്തെതുപോലുള്ള ഷേവിംഗ് ഉപകരണങ്ങൾ അന്നുണ്ടായിരുന്നില്ലല്ലോ. സാധാരണ ബ്ലേഡ് രണ്ടായിമുറിച്ച്, കണ്ണാടിക്കുമുന്നിൽനിന്ന് അദ്ദേഹം ഷേവ് ചെയ്തിരുന്നു. ഓടിക്കൊണ്ടിരിക്കുന്ന തീവണ്ടിയിൽ പാതി ബ്ലേഡുപയോഗിച്ച് മുഖം ഷേവ് ചെയ്യുന്ന ആ രീതി എപ്പോഴും അത്ഭുതപ്പെടുത്തിയിട്ടുണ്ട്." - കോടിയേരി പറയുന്നു. ഓരോ പ്രദേശത്തുകൂടിയും യാത്രചെയ്യുമ്പോൾ ആ പ്രദേശത്തിന്റെ കാര്യങ്ങൾ ഇ എം എസ് ചോദിച്ചു മനസ്സിലാക്കുമായിരുന്നു. ആ പ്രദേശത്തിന്റെ രാഷ്ട്രീയസാഹചര്യം, പൊതുപശ്ചാത്തലം തുടങ്ങിയവ അറിയാൻ അദ്ദേഹം ശ്രമിച്ചിരുന്നു. അത്തരം യാത്രകളിൽ ഏറ്റവും ശ്രദ്ധേയമായി കോടിയേരിക്ക് അനുഭവപ്പെട്ട ഒന്ന്, അദ്ദേഹം ഇങ്ങനെ ഓർമ്മിക്കുന്നു:

"1995 ൽ തദ്ദേശസ്ഥാപനങ്ങളിലേക്കുള്ള തെരഞ്ഞെടുപ്പിന്റെ കാലം. യു ഡി എഫ് ഗവൺമെന്റ് രാഷ്ട്രീയലാഭത്തിനുവേണ്ടി അശാസ്ത്രീയമായ വാർഡ് വിഭജനം നടത്തിയിട്ടുണ്ടായിരുന്നു. ജില്ലാ പഞ്ചായത്തുകൾ ഉൾപ്പെടെ എൽ ഡി എഫിനു ലഭിക്കാത്തവിധമായിരുന്നു വിഭജനം. സംഘർഷാത്മകമായ ഒരു രാഷ്ട്രീയ അന്തരീക്ഷവുമായിരുന്നു അന്നുണ്ടായിരുന്നത്. തെരഞ്ഞെടുപ്പ് പ്രചാരണത്തിന്റെ ഭാഗമായി ഇ എം എസ് കണ്ണൂരിലെത്തി. ഞാനാണ് അദ്ദേഹത്തോടൊപ്പം ഉണ്ടായിരുന്നത്. പേരാവൂരിലായിരുന്നു യോഗം. പേരാവൂരിനെക്കുറിച്ച് അദ്ദേഹം എന്നോട് ചോദിച്ചു. അവിടെ പ്രതികൂലമായ സ്ഥിതിയാണുള്ളതെന്നും വാർഡ് വിഭജനമൊക്കെ തികച്ചും മോശമായ വിധത്തിൽ യു ഡി എഫിന് അനുകൂലമാക്കി ചെയ്തിരിക്കുകയാണെന്നും ഞാൻ പറഞ്ഞു. 'വാർഡ് വിഭജനം കൊണ്ടൊന്നും നമ്മൾ തോൽക്കില്ല. രാഷ്ട്രീയസ്ഥിതി നമുക്കനുകൂലമാണ്. എങ്ങനെയൊക്കെ വാർഡ് വെട്ടിമുറിച്ചാലും നമ്മൾ ഇത്തവണ ജയിക്കും' എന്ന് ഇ എം എസ് പറഞ്ഞു. അദ്ദേഹം പറഞ്ഞപോലെ വലിയ വിജയം ആ തെരഞ്ഞെടുപ്പിൽ നമ്മൾ നേടി.

ആ സന്ദർശനത്തിനിടയിലാണ് ഒരു വാർഡിൽ യു ഡി എഫും ബി ജെ പി യുമായി സഹകരിച്ചുകൊണ്ട് തെരഞ്ഞെടുപ്പിനെ നേരിടുന്നെന്ന് സൂചിപ്പിക്കുന്ന ഒരു നോട്ടീസ് അദ്ദേഹത്തിന്റെ ശ്രദ്ധയിൽപെട്ടത്. പിറ്റേദിവസത്തെ അദ്ദേഹത്തിന്റെ ലേഖനം ആ വിഷയത്തെ ആസ്പദമാക്കിയായിരുന്നു. യു ഡി എഫ് - ബി ജെ പി ധാരണ തെളിവുസഹിതം ഉദ്ധരിച്ചുകൊണ്ട് അദ്ദേഹം സ്ഥാപിച്ചു. ചെറിയൊരു കാര്യത്തെ ഒരു വലിയ രാഷ്ട്രീയവിഷയമാക്കിമാറ്റാൻ അതിലൂടെ കഴിഞ്ഞു. പല സ്ഥലത്തെയും അത്തരം കൂട്ടുകെട്ട് പുറത്തുകൊണ്ടുവരാൻ അത് സഹായിച്ചു. വലിയ രാഷ്ട്രീയവിവാദമായി അതുമാറി. ഇതൊരു പാഠമായിരുന്നു. ഒരു ചെറിയ പ്രദേശത്തെ രാഷ്ട്രീയകാര്യം ഒരു പൊതുരാഷ്ട്രീയ

പ്രശ്നമായി ഉയർത്തിക്കൊണ്ടുവരേണ്ടതുണ്ടെന്ന് അതിലൂടെ അദ്ദേഹം പഠിപ്പിച്ചു."

രാഷ്ട്രീയസന്ദർഭങ്ങളെ സാഹചര്യമനുസരിച്ച് ഉപയോഗപ്പെടുത്തുവാൻ അത്തരം അനുഭവങ്ങൾ സഹായിച്ചിട്ടുണ്ട്.

അടുക്കും ചിട്ടയോടും കൂടി വിഷയങ്ങൾ അവതരിപ്പിക്കുന്ന രീതി കോടിയേരിയുടെ സവിശേഷതയാണ്. പൊതുപ്രസംഗത്തിലും നിയമസഭയിലെ ഇടപെടലിലും മാത്രമല്ല, പത്രസമ്മേളനങ്ങളിൽ ഉൾപ്പെടെ ആ സവിശേഷത പ്രകടമാണ്. ഇതിലും ഇ എം എസിന്റെ സ്വാധീനമുണ്ടായിരിക്കാം എന്ന് കോടിയേരി തന്നെ പറയുന്നുണ്ട്. അതോടൊപ്പം പ്രായോഗികബുദ്ധിയും പരിശീലനവുമാണ് അത്തരമൊരു രീതി ശീലമായി മാറാൻ സഹായകമായത് എന്ന് കോടിയേരി പറയുന്നു. കാര്യമാത്ര പ്രസക്തമായും ചുരുക്കിയും കേൾക്കുന്നവരെ ആകർഷിക്കുന്ന വിധത്തിലും സംസാരിക്കാൻ അദ്ദേഹത്തിനുള്ള വൈഭവം എല്ലാവരും അംഗീകരിക്കുന്നതാണ്.

പാർട്ടിസ്കൂളിന്റെ മുഖ്യസംഘാടകനായിരുന്നു ഇ എം എസ്. ഒരാഴ്ച നീണ്ടുനിൽക്കുന്ന പാർട്ടിസ്കൂൾ ഇ എം എസിന്റെ നേതൃത്വത്തിൽ സംസ്ഥാനകമ്മിറ്റി അംഗങ്ങൾക്കും ജില്ലാ സെക്രട്ടേറിയറ്റ് അംഗങ്ങൾക്കുമായി സംഘടിപ്പിച്ചിരുന്നു. ഇ എം എസ് ഏതു വിഷയവും കൈകാര്യം ചെയ്തിരുന്നു. "വൈരുദ്ധ്യാത്മക ഭൗതികവാദം പഠിപ്പിക്കുമ്പോഴും ആനുകാലിക രാഷ്ട്രീയവിഷയങ്ങൾ അദ്ദേഹം ബന്ധപ്പെടുത്തും. അതായിരുന്നു അദ്ദേഹത്തിന്റെ രീതി. ആദ്യം സാർവ്വദേശീയം

സ. നായനാർക്കും സ. പിണറായി വിജയനുമൊപ്പം

പറയും. പിന്നെ ദേശീയം പറയും. അതുകഴിഞ്ഞ് കേരളരാഷ്ട്രീയം പറയും. എന്നിട്ട് ആനുകാലിക രാഷ്ട്രീയസ്ഥിതിയിലേക്ക് വരും." കോടിയേരി പറയുന്നു.

കോടിയേരി പ്രസംഗശൈലി ഇതുതന്നെയാണ്. അത് അനുകരണത്തിലൂടെ രൂപപ്പെട്ടതല്ല, മറിച്ച് കൂടുതൽ ഫലപ്രദമാണെന്ന തിരിച്ചറിയലിൽ രൂപപ്പെടുത്തിയെടുത്തതാണ്.

കോടിയേരിയുടെ നിയമസഭാപ്രസംഗങ്ങളെക്കുറിച്ച് 1987-91 കാലയളവിൽ അദ്ദേഹത്തോടൊപ്പം സഭയിലുണ്ടായിരുന്ന സാനുമാഷ് പറയുന്നു:

> അക്കാലത്ത് നിയമസഭാപ്രസംഗങ്ങളിൽ എനിക്ക് ഏറ്റവും ആകർഷകമായിതോന്നിയത് കോടിയേരിയുടേതാണ്. എല്ലാരുടെയും പ്രസംഗങ്ങൾ ഞാൻ ശ്രദ്ധിക്കാറുണ്ടായിരുന്നു. കോടിയേരി സംസാരിക്കുമ്പോൾ സഭയിലെല്ലാരും ശ്രദ്ധിക്കും. അനുവദിക്കപ്പെട്ട സമയത്തിനുള്ളിൽ വളരെ കാര്യമാത്രപ്രസക്തമായി അടുക്കും ചിട്ടയോടുംകൂടി കോടിയേരി വിഷയം അവതരിപ്പിക്കും. വസ്തുതകളും കണക്കും മറ്റും ഉദ്ധരിച്ചുകൊണ്ട് അവതരിപ്പിക്കാനുദ്ദേശിക്കുന്നവിഷയം അദ്ദേഹം സ്ഥാപിക്കും.

ഇതേക്കുറിച്ച് കോടിയേരിയോട് സൂചിപ്പിച്ചപ്പോൾ അദ്ദേഹം പറഞ്ഞു:

> പൊതുസ്ഥലത്ത് പ്രസംഗിക്കുന്നതുപോലെ അസംബ്ലിയിൽ പ്രസംഗിച്ചാൽ പരാജയപ്പെടും. അഞ്ചുമിനിട്ടൊക്കെയാവും പ്രസംഗിക്കാൻവേണ്ടി സഭയിൽ കിട്ടുന്നത്. അവതരിപ്പിക്കാനുള്ളത് ആ സമയത്തിനുള്ളിൽ വ്യക്തമായി അവതരിപ്പിക്കണമെങ്കിൽ നന്നായി ഹോംവർക്ക് ചെയ്യണം. സമയം പരിമിതമായതുകൊണ്ട് അടുക്കും ചിട്ടയുമായി സംസാരിക്കാൻ വാസ്തവത്തിൽ നിർബ്ബന്ധിതമാകുകയാണ്. നമുക്ക് പറയാനൊരുപാട് കാര്യങ്ങൾ ഉണ്ടാവും. അതെല്ലാം അവിടെ പറയാൻ ശ്രമിച്ചാൽ പരാജയപ്പെടും. അസംബ്ലിയിൽ സംസാരിക്കുമ്പോൾ പ്ലാനിംഗ്ബോർഡിന്റെ റിപ്പോർട്ട്, സാമ്പത്തിക അവലോകനരേഖ തുടങ്ങിയവയൊക്കെ പരിശോധിച്ച് ആവശ്യമായ കണക്കും വിവരങ്ങളും ശേഖരിച്ച് താരതമ്യം ചെയ്ത് അവതരിപ്പിക്കും. ഗവൺമെന്റുകൾ തമ്മിലുള്ള വ്യത്യാസം പറയാൻ അത് സഹായിക്കും.

2

നായനാർ, വി എസ്, ചടയൻ, പിണറായി - ഇവർ നാലുപേർ സെക്രട്ടറിമാരായിരുന്ന സന്ദർഭത്തിലും കോടിയേരി സെക്രട്ടേറിയേറ്റ് അംഗമായിരുന്നു. അക്കാലത്തെ സംസ്ഥാന നേതാക്കളിൽ ഏറ്റവുമധികം അടുപ്പമുണ്ടായിരുന്നത് നായനാരുമായാണ്. അദ്ദേഹവുമായി ബന്ധപ്പെട്ട് പ്രവർത്തിക്കാനുള്ള അവസരങ്ങൾ കൂടുതലുണ്ടായിരുന്നു. എക്കാലത്തും സൗഹാർദ്ദപരമായ ബന്ധമാണുണ്ടായിരുന്നത്. പലപ്പോഴും അദ്ദേഹം ഉപദേശിക്കുകയും നിർദ്ദേശങ്ങൾ നല്കുകയുമൊക്കെ ചെയ്തിട്ടുണ്ട്. വെട്ടിത്തുറന്ന് കാര്യങ്ങൾ പറയുന്ന പ്രകൃതമായിരുന്നല്ലോ അദ്ദേഹത്തിന്റേത്.

കാർക്കശ്യത്തോടെയോ കർശനമായോ എന്തെങ്കിലും നമ്മളോട് പറഞ്ഞാലും ഒരു മിനിട്ടുകൊണ്ടുതന്നെ അദ്ദേഹം അതിൽനിന്നു മാറും. എന്തെങ്കിലും അനിഷ്ടം മനസ്സിൽവെച്ച് പെരുമാറുന്ന ഒരു രീതി നായനാർക്കുണ്ടായിരുന്നില്ല. കമ്മിറ്റിയിൽ ശക്തമായി വിമർശിച്ചാലും അതേ ശക്തിയോടെ അദ്ദേഹം മറുപടി പറയും. തിരികെയും വിമർശിക്കേണ്ട കാര്യങ്ങളുണ്ടെങ്കിൽ വിമർശിക്കും. യോഗം കഴിയുന്നതോടെ അദ്ദേഹമത് മനസ്സിൽ നിന്നൊഴിവാക്കുകയും ചെയ്യും. വിമർശനങ്ങൾ നന്നായി ഉൾക്കൊള്ളുന്ന സഖാവായിരുന്നു നായനാർ. "വിമർശിക്കുന്നതൊക്കെ കൊള്ളാം, അതിനുള്ള മറുപടി താങ്ങാനുള്ള കരുത്തുവേണം" എന്ന് യോഗത്തിൽ നായനാർ പറയും. നിശിതമായ വിമർശനവും അതിനുസമാനമായ മറുപടിയും ഉണ്ടാവും. പറഞ്ഞു റെഡിയാക്കും അദ്ദേഹം. താങ്ങാൻ ചിലപ്പോൾ പറ്റില്ല.

സ. അച്യുതാനന്ദൻ, സ. പിണറായി വിജയൻ എന്നിവരോടൊപ്പം

സ. പിണറായിയോടൊപ്പം

നായനാരെപ്പോലെ എല്ലാരോടും സൗഹാർദ്ദമായി ഇടപെടുന്ന രീതിയായിരുന്നില്ല വി എസിന്റേത്. വി എസ് സംസ്ഥാന സെക്രട്ടറിയായിരിക്കുന്ന കാലത്താണ് കോടിയേരി ജില്ലാ സെക്രട്ടറിയാകുന്നത്. അക്കാലത്താണ് ഇരുവരും തമ്മിൽ അടുത്ത ബന്ധമുണ്ടാകുന്നത്. വി എസ് പ്രതിപക്ഷനേതാവും കോടിയേരി ഉപനേതാവുമായി നിയമസഭയിൽ പ്രവർത്തിച്ചിരുന്ന കാലയളവിൽ പരസ്പരം കൂടുതൽ അറിയാൻ കഴിഞ്ഞിട്ടുണ്ടെന്ന് കോടിയേരി പറയുന്നു: "പുറമേ കാണുന്നതുപോലെ ഒരു പരുക്കൻ ശൈലിയല്ല അടുത്തുകഴിഞ്ഞാൽ വി എസിൽ കാണാനാവുന്നത്. വളരെ ലാളിത്യം പ്രകടിപ്പിക്കും. വി എസിന്റെ പ്രത്യേക പ്രസംഗശൈലി എങ്ങനെയാണ് രൂപപ്പെട്ടതെന്ന് ഒരിക്കൽ ഞാൻ ചോദിച്ചിട്ടുണ്ട്. അദ്ദേഹം പറഞ്ഞത്,

> ഞാനീ കോളേജ് വിദ്യാഭ്യാസമൊക്കെ കഴിഞ്ഞ് രാഷ്ട്രീയത്തിലേക്ക് വന്ന ഒരാളല്ല. കർഷകതൊഴിലാളികളെ സംഘടിപ്പിക്കാനാണ് എന്നെ നിയോഗിച്ചത്. കുട്ടനാട്ടിലെ കർഷകതൊഴിലാളികളെ സംഘടിപ്പിക്കലായിരുന്നു പ്രധാന ഉത്തരവാദിത്വം. എഴുത്തും വായനയുമൊന്നും അറിയാത്ത ഒരു ജനതയായിരുന്നല്ലോഅത്. അവരെ കാര്യങ്ങൾ പറഞ്ഞു മനസ്സിലാക്കാൻ സാധാരണ പ്രസംഗഭാഷയിൽ കഴിയില്ല. അവരെ ആകർഷിക്കാൻ കഴിയുന്ന ഒരു ശൈലി ഞാൻ സ്വയം രൂപപ്പെടുത്തിയതാണ്. വർത്തമാനഭാഷയും ആംഗ്യഭാഷയുമെല്ലാം അതിന്റെ ഭാഗമായി ഉണ്ടായതാണ് എന്നാണ്. വിമർശനങ്ങളെ ഉൾക്കൊള്ളുകയും തക്കതായ മറുപടി നൽകുകയും ചെയ്യുന്ന പ്രവണതയാണ് വി എസിന്റേത്.

പിണറായിയെ ആദ്യമായി കാണുന്നത് കെ എസ് എഫിന്റെ യൂണിറ്റ് സമ്മേളനം ഉദ്ഘാടനം ചെയ്യാൻ എത്തിയപ്പോഴാണ്. അതുവരെ കേട്ടിട്ടേ ഉണ്ടായിരുന്നുള്ളൂ. പിന്നീട് ഏറ്റവുമധികം, നിത്യജീവിതത്തിൽതന്നെ ബന്ധപ്പെട്ട് പ്രവർത്തിക്കുന്ന വ്യക്തിയാണ് പിണറായി. കെ എസ് എഫിന്റെ ജില്ലാ സമ്മേളനം 1969 ൽ തലശ്ശേരിയിൽ വച്ചായിരുന്നു. ആ സമ്മേളനത്തിലാണ് പിണറായി സെക്രട്ടറിസ്ഥാനം ഒഴിയുന്നത്. സമ്മേളനത്തിൽ സ്വാഗതസംഘത്തിന്റെ പ്രവർത്തനങ്ങളിൽ സജീവമായിരുന്നു കോടിയേരി. ആ പ്രവർത്തനങ്ങളുടെ ഭാഗമായാണ് കൂടുതൽ അടുപ്പമുണ്ടാവുന്നത്. അന്ന് സ്കൂൾവിദ്യാർത്ഥിയാണ് കോടിയേരി.

“വലിയൊരു ടീം സ്പിരിറ്റിന്റെ ആളാണ് പിണറായി. കൂടെ നിൽക്കുന്നവരെ ആവേശം കൊള്ളിക്കുകയും ഏതു പ്രശ്നത്തിലും മുന്നിൽ നിൽക്കുകയും ചെയ്യുന്ന പ്രകൃതക്കാരനാണ്. അക്കാലത്ത് തലശ്ശേരി കോടതിക്കുമുന്നിൽ ഒരു പ്രകടനം നടന്നിരുന്നു. പിണറായി കെ എസ് എഫ് സംസ്ഥാന സെക്രട്ടറിസ്ഥാനം ഒഴിഞ്ഞ് പാർട്ടിയുടെ തലശ്ശേരി ഏരിയാസെക്രട്ടറിയായി പ്രവർത്തിക്കുന്ന സമയമായിരുന്നു അത്. പ്രകടനത്തിൽ അദ്ദേഹം കൂടി പങ്കെടുത്തിരുന്നു. പ്രകടനത്തിനുനേരെ പോലീസ് ലാത്തിച്ചാർജ്ജ് ഉണ്ടായി. വിദ്യാർത്ഥികൾ കടലിൽ ചാടേണ്ട സ്ഥിതിയുണ്ടായി. വിദ്യാർത്ഥികളെ എസ് ഐ മർദ്ദിക്കുമ്പോൾ പിണറായി വന്നു തടഞ്ഞു. തുടർന്ന് പിണറായിയെയും ഐെസ് ഐ മർദ്ദിച്ചു. സമരം ആകെ പ്രക്ഷുബ്ധമായി. അത്തരം സന്ദർഭങ്ങളിൽ അദ്ദേഹം പ്രകടിപ്പിച്ച ധീരത ശ്രദ്ധേയമായിത്തോന്നി. പിണറായിയെ സമരരംഗത്ത് ഞാൻ കാണുന്ന ആദ്യ സന്ദർഭം അതായിരുന്നു. പിന്നീട് ഒരുപാട് സമരങ്ങളിൽ ഞങ്ങൾ ഒരുമിച്ചു പങ്കെടുത്തു. ഒരുപാട് പോരാട്ടങ്ങൾക്ക് ഒരുമിച്ച് നേതൃത്വം നൽകി.”

“എടുത്തുപറയേണ്ട ഒരനുഭവം ഞങ്ങൾ ഒരുമിച്ച് ജയിലിൽ കിടന്ന കാലത്തേതാണ്. അടിയന്തരാവസ്ഥക്കാലത്തെ ജയിൽവാസമാണത്. പോലീസ് പിണറായിയെ ക്രൂരമായി മർദ്ദിച്ച് കാലിന് സാരമായ പരിക്കും ഒടിവും മറ്റും സംഭവിച്ച സന്ദർഭമായിരുന്നു അത്. എന്നിട്ടാണ് ജയിലിലടച്ചത്. കണ്ണൂർ എസ് പി ജോസഫ് തോമസ് എന്ന ഐ പി എസുകാരനാണ്. അദ്ദേഹത്തിന്റെ നേതൃത്വത്തിലാണ് കണ്ണൂർ ജില്ലയിലാകെ ഭീകരമായ പോലീസ് അതിക്രമം ഉണ്ടായത്. ജയിലിൽ കിടക്കുന്ന സന്ദർഭത്തിൽ അന്നത്തെ ജയിൽവകുപ്പ് മന്ത്രി ആർ ബാലകൃഷ്ണപിള്ള ജയിൽ സന്ദർശിക്കാനെത്തി. അദ്ദേഹത്തോടൊപ്പം എസ് പി ജോസഫ് തോമസും ഉണ്ടായിരുന്നു. അക്കാലത്ത് മന്ത്രിയൊക്കെ ജയിൽ സന്ദർശിക്കാനെത്തുമ്പോൾ തടവുകാരെ വരിവരിയായി നിർത്തും. അത് ജയിലിലെ ഒരു രീതിയാണ്. ജോസഫ് തോമസ് മന്ത്രിയോടൊപ്പമുണ്ടെന്നറിഞ്ഞ പിണറായി തടവുകാരോടൊപ്പം നില്ക്കാൻ തയ്യാറായില്ല. അദ്ദേഹം അലക്കാനുള്ള തുണികൾ ഒരു ബക്കറ്റിലെടുത്ത് അലക്കുന്നിടത്തേക്ക് പോയി. അവിടെനിന്ന് വസ്ത്രമലക്കാൻ തുടങ്ങി. പിണറായി

അലക്കുകഴിഞ്ഞ് തുണികളുമായി തിരിച്ചെത്തിയപ്പോഴും മന്ത്രിയുടെ സന്ദർശനം അവസാനിച്ചിരുന്നില്ല. ബക്കറ്റിൽ അലക്കിക്കഴിഞ്ഞ തുണികളുമായി, ഒരു തോർത്തുമുണ്ടുമുടുത്ത് നടന്നുവരികയായിരുന്ന പിണറായി ഞങ്ങളുടെ സമീപമെത്തിയപ്പോൾ ഒന്നു നിന്നു. എന്നിട്ട് എസ് പിയെ നോക്കി കാല് നീട്ടിക്കാണിച്ചിട്ടു പറഞ്ഞു:

"മിസ്റ്റർ ജോസഫ് തോമസ് നിങ്ങളുടെ നിർദ്ദേശമനുസരിച്ച് നിങ്ങളുടെ പോലീസ് എന്റെ കാല് തല്ലിത്തകർത്ത് ഈ പരുവത്തിലാക്കിയല്ലോ. പക്ഷേ, ഞാൻ തകർന്നുപോയിട്ടൊന്നുമില്ല. ഞാനിപ്പോഴുമുണ്ട്. ഇതാ എന്റെ കാല് നിങ്ങള് നോക്കിക്കോ" എന്നു പറഞ്ഞ് കാണിച്ചുകൊടുത്തു. എല്ലാരും ആകെ സ്തംഭിച്ചുപോയി. മന്ത്രിയും ജയിൽ ഡിജി പിയും അവിടെനിന്ന മറ്റുദ്യോഗസ്ഥരുമെല്ലാം ആകെ സ്തബ്ധരായി. പിണറായി ഒരു കൂസലുമില്ലാതെ അലക്കിയ തുണി അയയിൽ വിരിക്കാൻ തുടങ്ങി. ആ സമയത്ത് ബാലകൃഷ്ണപിള്ള ജോസഫ് തോമസിനെ പരസ്യമായി വിമർശിച്ചു. എന്തിനാണിങ്ങോട്ടുവന്നത് എന്നു ശാസിച്ചു. പുറത്തുപോകാൻ നിർദ്ദേശം നൽകി. തുടർന്ന് ബാലകൃഷ്ണപിള്ള പിണറായിയോട് സമാധാനപരമായി സംസാരിക്കുകയും ചെയ്തു.

പിണറായി അന്ന് എം എൽ എ ആണ്. അന്ന് ജയിലിലുണ്ടായിരുന്ന ആരും മറക്കാത്ത ഒരു സംഭവമാണത്. ഇത്തരം സന്ദർഭങ്ങളിൽ പ്രത്യേകമായി ഇടപെടാനുള്ള കഴിവ് അദ്ദേഹത്തിനുണ്ട്. അത്തരം നിരവധി സന്ദർഭങ്ങളിൽ ഞാൻ അദ്ദേഹത്തിന്റെ കൂടെ ഉണ്ടായിട്ടുണ്ട്. പിന്തിരിഞ്ഞുപോകുന്ന ഒരു രീതി അദ്ദേഹത്തിനില്ല. ഏതു പ്രതിസന്ധിക്കും മുന്നിൽ നിൽക്കും. അപ്പോൾ കൂടെയുള്ളവർക്കും അതൊരു ധൈര്യം പകരും."

പിണറായിയുമായുള്ള ബന്ധം കോടിയേരിയെ സംബന്ധിച്ച് ജീവിതത്തിന്റെ ഭാഗമാണ്. വേർപെടുത്താനാവാത്ത ബന്ധമാണത്. ഏതു ഘടകത്തിനുള്ളിലും ശക്തമായ വിമർശനം ഉന്നയിക്കും. അദ്ദേഹത്തെക്കുറിച്ചുള്ള വിമർശനങ്ങളെ ഉൾക്കൊള്ളുകയും ചെയ്യും.

"വ്യക്തിബന്ധം നോക്കി വിമർശിക്കാതിരിക്കില്ല. അടുപ്പമുള്ള ആളാണ് ഞാൻ. എങ്കിലും എന്റെ ഭാഗത്തൊരു തെറ്റുണ്ടായാൽ അദ്ദേഹം നിശിതമായിത്തന്നെ വിമർശിക്കും. അത് പിന്നെ മനസ്സിൽ കൊണ്ടുനടക്കുന്ന രീതി അദ്ദേഹത്തിനില്ല." ഇതെല്ലാം തന്റെ പൊതുജീവിതത്തെയും സ്വാധീനിച്ചിട്ടുണ്ടെന്ന് കോടിയേരി പറയുന്നു.

ചടയൻ ഗോവിന്ദൻ വളരെ പ്രത്യേകതയുള്ള കമ്യൂണിസ്റ്റുകാരനായിരുന്നു എന്ന് കോടിയേരി അഭിപ്രായപ്പെടുന്നു. വളരെക്കുറച്ചുകാലമേ സെക്രട്ടറിയുടെ ചുമതല നിർവ്വഹിച്ചുള്ളുവെങ്കിലും ആ കാലയളവിൽ സംഘടനയെ ശക്തിപ്പെടുത്താൻ വേണ്ടിയാണ് അദ്ദേഹം ശ്രമിച്ചത്. വ്യക്തിപരമായ പബ്ലിസിറ്റി അദ്ദേഹം ഒരിക്കലും ഇഷ്ടപ്പെട്ടിരുന്നില്ല. സംഘടനാപ്രവർത്തനത്തിനാണ് കൂടുതൽ പ്രാധാന്യം നൽകിയത്. ഏറ്റവും നല്ല സംഘാടകനായിരുന്നു അദ്ദേഹം. ചടയൻ സെക്രട്ടറിയായ

ഭാര്യയ്ക്കും മക്കൾക്കുമൊപ്പം (പഴയകാല കുടുംബ ചിത്രം)

കാലത്താണ് സംസ്ഥാന ഓഫീസുമായി ബന്ധപ്പെട്ട് ഞാൻ കൂടുതൽ പ്രവർത്തിച്ചത്. അദ്ദേഹത്തിന്റെ ഒരു സഹായിയെപ്പോലെ തന്നെയായിരുന്നു. കാര്യങ്ങൾ വിശ്വസിച്ച് എന്നെ ഏല്പിച്ചിരുന്നു. രോഗബാധിതനായ കാലത്ത് സർക്കുലറും കുറിപ്പുകളും മറ്റും തയ്യാറാക്കുക തുടങ്ങിയ കാര്യങ്ങൾക്കെല്ലാം അദ്ദേഹം എന്നെ ചുമതലപ്പെടുത്തിയിരുന്നു. സഖാക്കളോടുള്ള അദ്ദേഹത്തിന്റെ പെരുമാറ്റവും ഇടപെടലും എന്നെ സ്വാധീനിച്ചിട്ടുണ്ട്. വളരെ പ്രത്യേകതകളുള്ള നല്ല കമ്യൂണിസ്റ്റുകാരനായിരുന്നു ചടയൻ."

ദേശീയനേതാക്കളിൽ വ്യക്തിപരമായ ബന്ധമുള്ള സഖാവ് സുർജിതാണ്. എല്ലാരുമായും നല്ല ബന്ധം പുലർത്തിയിരുന്ന സഖാവായിരുന്നു സുർജിതെന്ന് കോടിയേരി നിരീക്ഷിക്കുന്നു. കണ്ണൂരിൽ പരിപാടികളിൽ പങ്കെടുക്കാൻ അദ്ദേഹത്തിന് പ്രത്യേക താല്പര്യമുണ്ടായിരുന്നു.

3

ആരോപണങ്ങൾ കമ്യൂണിസ്റ്റ് പാർട്ടിനേതാക്കൾക്കെതിരെ എപ്പോഴും ഉണ്ടായിട്ടുണ്ട്. അക്കൂട്ടത്തിൽ കോടിയേരിയെ മാറ്റി നിർത്തുന്നില്ലെന്ന് പറയേണ്ടതില്ലല്ലോ. വ്യക്തിയെ ലക്ഷ്യമാക്കിയും കുടുംബത്തെക്കൂടി ഉൾപ്പെടുത്തിയും നിരവധി ആരോപണങ്ങൾ വിവാദങ്ങളായും അല്ലാതെയും അദ്ദേഹത്തിനു നേരിടേണ്ടിവന്നിട്ടുണ്ട്. അവയെ നേരിടാൻ "തെറ്റു ചെയ്തിട്ടില്ല" എന്ന ഉറച്ച ബോദ്ധ്യം മാത്രമാണ് തന്നെ പ്രാപ്തനാക്കുന്നത് എന്ന് കോടിയേരി പറയുന്നു. കുടുംബത്തെക്കൂടി ഉൾപ്പെടുത്തിക്കൊണ്ടുള്ള നിരവധി ആരോപണങ്ങൾ അദ്ദേഹം നേരിട്ടിട്ടുണ്ട്. വിശേഷിച്ചും മക്കളെ ലക്ഷ്യം വച്ചുള്ള ആരോപണങ്ങൾ. "ആരോപണങ്ങൾ പലതും വരും. തെറ്റ് ചെയ്തിട്ടുണ്ടെങ്കിൽമാത്രം പേടിച്ചാൽ മതി. തെറ്റ് ചെയ്തിട്ടില്ലെങ്കിൽ ഒരു ആരോപണത്തെയും ഭയപ്പെടേണ്ടതില്ല. പാർട്ടിയിൽ വന്നകാലം മുതൽ ആരോപണങ്ങളുണ്ട്. രാഷ്ട്രീയ ഉദ്ദേശ്യത്തോടെയുള്ള ആക്രമണങ്ങളാണവ. അതു മനസ്സിലാക്കാനുള്ള കഴിവുണ്ടാവണം. അതല്ലാതെ, ആരോപണങ്ങളിൽ വിഷമിച്ചിരുന്നാൽ വിഷമിച്ചിരിക്കലേ ഉണ്ടാവൂ, പിന്നെ പാർട്ടിയിൽ ഉണ്ടാവില്ല. നായനാർ, വി എസ്, പിണറായി, ചടയൻ, അഴീക്കോടൻ രാഘവൻ, സി എച്ച് കണാരൻ തുടങ്ങിയവരെല്ലാം ആരോപണങ്ങൾ നേരിട്ടവരാണല്ലോ. അഴീക്കോടന് എസ്റ്റേറ്റുണ്ട്, ബസുകളുണ്ട് എന്നെല്ലാം പ്രചരിപ്പിച്ചു. അതെല്ലാം മാധ്യമങ്ങൾ തന്നെയാണ്. അഴിമതിക്കോടൻ എന്നാണ് പറഞ്ഞിരുന്നത്. ഒടുവിൽ അദ്ദേഹം കൊലചെയ്യപ്പെട്ടപ്പോൾ താമസിക്കാൻ സ്വന്തമായി വീടുപോലും ഇല്ലെന്ന് മനോരമതന്നെ എഴുതി. അതാണ് അവസ്ഥ. ആരോപണങ്ങൾക്കു പിന്നാലെ പോയാൽ രാഷ്ട്രീയപ്രവർത്തനം നടക്കില്ല. വീട്ടിലിരിക്കേണ്ടിവരും. മാനസികമായി തളർത്തുകയാണ് ആരോപണം ഉന്നയിക്കുന്നവരുടെ ആവശ്യം. അതിന് വഴങ്ങിക്കൊടുക്കരുത്."

"മക്കളെ പതിനെട്ടുവയസുവരെ സംരക്ഷിക്കണം. അതു കഴിഞ്ഞാൽപിന്നെ അവരുടെ ജീവിതം അവരാണ് തീരുമാനിക്കേണ്ടതത്. അതിൽ രക്ഷിതാക്കൾക്കു പരിമിതിയുണ്ട്." - കോടിയേരി പറയുന്നു.

1996 ൽ ബിനോയുടെ പഠനാവശ്യത്തിനായി തിരുവനന്തപുരത്ത് സ്ഥിരതാമസമാക്കിയതിനുശേഷമാണ് അച്ഛനെ കാണാൻ തുടങ്ങിയതെന്ന് ബിനോയ്യും ബിനീഷും പറയുന്നുണ്ട്. "കുട്ടിക്കാലത്ത് അച്ഛനെ കാണാൻപോലും കിട്ടുമായിരുന്നില്ല. ഞങ്ങൾ ഉണരുംമുമ്പ് അച്ഛൻ വീട്ടിൽനിന്ന് പോയിട്ടുണ്ടാവും. ഞങ്ങൾ ഉറങ്ങിയശേഷമാവും അദ്ദേഹം വീട്ടിലെത്തുന്നത്." തങ്ങളുടെ വ്യക്തിപരമായ കാര്യങ്ങളിൽ അച്ഛൻ ഇടപെടാറില്ലെന്നും അതേസമയം തെറ്റിന്റെ വഴികൾ സ്വീകരിക്കരുതെന്ന് ഉപദേശിച്ചിട്ടുണ്ടെന്നും മക്കളിരുവരും പറയുന്നു.

ശ്രീ കോടിയേരി ബാലകൃഷ്ണൻ

ഡോ. ബി സന്ധ്യ ഐ പി എസ്

രണ്ടായിരത്തി ഏഴിൽ ജസ്റ്റിസ് കെ ടി തോമസിന്റെ കീഴിലുള്ള പോലീസ് അക്കൗണ്ടബിലിറ്റി കമ്മീഷൻ നൽകിയ റിപ്പോർട്ടിൽ കമ്യൂണിറ്റി പോലീസിങ് പരീക്ഷണാടിസ്ഥാനത്തിൽ കേരളത്തിലെ പോലീസ് സ്റ്റേഷനുകളിൽ നടപ്പിലാക്കണം എന്നൊരു നിർദ്ദേശമുണ്ടായിരുന്നു. ഇക്കാര്യത്തെക്കുറിച്ച് അന്നത്തെ ആഭ്യന്തരമന്ത്രി ശ്രീ. കോടിയേരി ബാലകൃഷ്ണൻ വളരെ ഗൗരവതരമായ ചർച്ചകൾ നടത്തുകയുണ്ടായി എന്ന് ഒരു ദിവസം പോലീസ് ആക്ട് ഡ്രാഫ്റ്റിങ് കമ്മിറ്റി മീറ്റിങ് കഴിഞ്ഞപ്പോൾ ജേക്കബ് പുന്നൂസ് സാർ എന്നോടു സൂചിപ്പിച്ചു. (പുന്നൂസ് സാർ ആ കമ്മിറ്റിയുടെ ചെയർമാനും ഞാൻ കൺവീനറും ആയിരുന്നു). സന്ധ്യ കമ്യൂണിറ്റി പോലീസിംഗിനെ കുറിച്ച് നന്നായി പഠിച്ച് നമ്മുടെ നാട്ടിൽ നടപ്പിലാക്കുവാൻ സാധിക്കുന്ന പദ്ധതികൾ ഉൾപ്പെടുത്തി ഒരു റിപ്പോർട്ട് ഡ്രാഫ്റ്റ് ചെയ്യണം എന്നദ്ദേഹം പറഞ്ഞു. അധികം വൈകാതെ ഒരു ദിവസം ശ്രീ കോടിയേരി എന്നെ വിളിപ്പിച്ച് കമ്യൂണിറ്റി പോലീസിങ് സമ്പ്രദായത്തെക്കുറിച്ചു സംസാരിക്കുകയുണ്ടായി. പദ്ധതി രൂപരേഖയെക്കുറിച്ചു കേരളത്തിലെ മുഴുവൻ ജനവിഭാഗങ്ങളുമായും വിശദമായ ചർച്ച വേണം എന്നദ്ദേഹം നിർദ്ദേശിച്ചു. 2008 ജനുവരിയിൽ പദ്ധതിയെക്കുറിച്ചുള്ള ആദ്യ ചർച്ച തിരുവനന്തപുരം ഗവൺമെന്റ് ഗസ്റ്റ്ഹൗസിൽ വച്ചു നടത്തുമ്പോൾ ചർച്ചയിൽ ആദ്യാവസാനക്കാരനായി ആഭ്യന്തരമന്ത്രി കോടിയേരി ഉണ്ടായിരുന്നു എന്നുള്ളത് ഇന്നും ഞാനോർക്കുന്നു. അന്ന് ബറ്റാലിയൻ ഐ ജി ആയിരുന്ന എന്നെ പദ്ധതിയുടെ നോഡൽ ഓഫീസറായി നിയമിച്ചുകൊണ്ടുള്ള ഗവൺമെന്റ് ഓർഡറും വന്നു. എല്ലാ രാഷ്ട്രീയപാർട്ടികളുടേയും സംസ്ഥാനതല നേതാക്കൾക്ക് ആഭ്യന്തരമന്ത്രി

തന്നെ കത്തയയ്ക്കുകയും അവരുമായി അദ്ദേഹം നേരിട്ട് സംസാരിക്കുകയും ചെയ്ത് സംസ്ഥാനതല ചർച്ചയിൽ പ്രതിപക്ഷ നേതാവും എല്ലാ രാഷ്ട്രീയപാർട്ടികളുടെ നേതാക്കന്മാരും പങ്കെടുക്കും എന്ന് ഉറപ്പു വരുത്തിയത് എന്നെ അത്ഭുതപ്പെടുത്തി. ഒരു എക്സിക്യൂട്ടീവിനെപോലെ ചടുലമായി പ്രവർത്തിക്കുന്ന മന്ത്രി ഞങ്ങൾ പോലീസ് ഉദ്യോഗസ്ഥരെ ശരിക്കും അത്ഭുതപ്പെടുത്തി. ഒരു പേപ്പറിൽ ഒരു കാര്യം എഴുതി അദ്ദേഹത്തിന്റെ കയ്യിൽ കൊടുത്താൽ വള്ളിപുള്ളി തെറ്റാതെ അത് വായിക്കുകയും അതിനെക്കുറിച്ച് പലകാര്യങ്ങളും ഫോണിലൂടെയോ നേരിട്ട് വിളിച്ചു വരുത്തിയോ ചോദിച്ചറിയും. അദ്ദേഹത്തിന്റെ ഈ സ്വഭാവവിശേഷം കാരണം വളരെ സൂക്ഷ്മവിവരങ്ങൾ പോലും ഏറെ ശ്രദ്ധയോടെ മനസ്സിലാക്കാനും വളരെ കൃത്യമായി എഴുതി തയ്യാറാക്കാനും ഞാൻ ശീലിച്ചു. ഇത് എന്റെ ഔദ്യോഗിക ജീവിതത്തിൽ 'Attention to Details' എന്ന ഗുണം രൂഢമൂലമാകുവാൻ കാരണമാവുകയും ചെയ്തു.

2007 ൽ ഞാൻ ബറ്റാലിയൻ ഐ ജിയായിരുന്നു. അന്ന് ഓരോ ബറ്റാലിയനുകളിലേക്കും പാസിംഗ്ഔട്ട് പരേഡിന് അദ്ദേഹം മിക്കവാറും തലേദിവസം തന്നെ ബറ്റാലിയൻ സ്ഥിതി ചെയ്യുന്ന ജില്ലയിലെത്തി താമസിക്കും. പാസ്ഔട്ട് ആകുന്നവരെക്കുറിച്ച്, ആ ബറ്റാലിയനെക്കുറിച്ച് ഒക്കെ വളരെ വിശദമായ നോട്ടു തയ്യാറാക്കി തലേ ദിവസംതന്നെ ഞാൻ അദ്ദേഹത്തിന് നല്കും. പാസിങ്ഔട്ട് പരേഡിൽ സല്യൂട്ട് സ്വീകരിച്ചു കൊണ്ട് അദ്ദേഹം നടത്തുന്ന പ്രസംഗത്തിൽ ഞാനെഴുതി കൊടുത്ത നോട്ടിലുള്ളതും അതിലില്ലാത്തതുമൊക്കെയായ ഒരുപാട് കാര്യങ്ങളുൾക്കൊള്ളിച്ചു കൊണ്ടുള്ള ചടുലമായൊരു പ്രസംഗം കേൾക്കാൻ ഞങ്ങൾക്ക് അവസരം ലഭിക്കും. ഞങ്ങളുടെ കഠിനാധ്വാനത്തെ പ്രശംസിക്കാൻ അദ്ദേഹം ഒരു പിശുക്കും കാണിച്ചിരുന്നില്ല.

പോലീസിന്റെ ഘടനയെക്കുറിച്ച്, അതിലെ ഓരോ വിഭാഗത്തിന്റെയും പ്രവർത്തനത്തെക്കുറിച്ച് ഒക്കെ ആഭ്യന്തരമന്ത്രിയായി അദ്ദേഹം ചാർജ്ജ് എടുത്ത ആദ്യഘട്ടത്തിൽ ഞങ്ങളോടൊക്കെ വിശദമായി ചോദിച്ചും നോട്ട് എഴുതി വാങ്ങിയുമൊക്കെ പഠിച്ചിരുന്നു. അല്പകാലം കഴിഞ്ഞപ്പോഴേക്കും പോലീസിന്റെ ഏതു കാര്യത്തെക്കുറിച്ചും ഞങ്ങളെക്കാൾ ഭംഗിയായി അദ്ദേഹം മനസ്സിലാക്കി കഴിഞ്ഞിരുന്നു. ഏതു കാര്യവും ചോദിച്ചറിയാൻ അദ്ദേഹത്തിനുള്ള ക്ഷമയും കഴിവും അത്ഭുതപ്പെടുത്തുന്നതാണ്.

ജനമൈത്രി സുരക്ഷാപദ്ധതി ആവിഷ്കരിച്ചു നടപ്പാക്കിയ ഓരോ ഘട്ടത്തിലും ആഭ്യന്തരമന്ത്രിയുടെ ശ്രദ്ധാപൂർവ്വമായ ഇടപെടലും പിൻതുണയും ഞങ്ങൾക്ക് അതു നന്നായി നടപ്പിലാക്കാനുള്ള ഊർജ്ജം പകർന്നു നൽകി. ഇതിനിടെ ചില പ്രമാദമായ അന്വേഷണങ്ങളും മറ്റും അദ്ദേഹം എന്നെ ഏൽപ്പിച്ചിരുന്നു. അവയൊക്കെ അന്വേഷിക്കാൻ ഞാൻ ആവശ്യപ്പെട്ട ടീമംഗങ്ങളെ നല്കിക്കൊണ്ട് അത്തരം അന്വേഷണങ്ങൾ

ഹർകിഷൻസിങ് സുർജിത്തിനൊപ്പം

കൃത്യമായി ചെയ്യാൻ വേണ്ട എല്ലാ പിൻതുണയും അദ്ദേഹം നൽകി. അന്വേഷണത്തെക്കുറിച്ചും മറ്റ് പ്രധാന കാര്യങ്ങളെക്കുറിച്ചുമൊക്കെ അദ്ദേഹത്തെ നേരിട്ട് വിളിച്ചു സംസാരിക്കാൻ മുതിർന്ന ഉദ്യോഗസ്ഥർക്ക് മാത്രമല്ല, എസ്.പി മാർക്കും സ്വാതന്ത്ര്യമുണ്ടായിരുന്നു. ട്രാഫിക് ആക്സിഡന്റുകൾ കുറച്ചുകൊണ്ടുവരുന്നതിൽ അദ്ദേഹം ഒരുപാട് താല്പര്യം കാണിച്ചു. ഒടുവിൽ ആംഡ് പോലീസ്, ട്രാഫിക് ഐ.ജി ആയിരുന്ന എന്നെ കേരളത്തിന്റെ ആദ്യത്തെ ട്രാഫിക് ഐ ജി ആയി 2009 ൽ നിയമിച്ചു. പപ്പു സീബ്ര എന്ന ട്രാഫിക് മാസ്കോട്ട്, ട്രാഫിക്കിനായി പ്ലാൻ ഫണ്ട്, ജന്റർ ഫ്ളാഗ്ഷിപ്പ് പ്രോഗ്രാമിനായി പ്ലാൻ ഫണ്ട് തുടങ്ങിയവയിലൂടെ ഈ രംഗങ്ങളിലൊക്കെ അഭൂതപൂർവ്വമായ നേട്ടങ്ങൾ കൈവരിക്കുവാനായി. 2010ൽ ഗ്ലോബൽ കമ്യൂണിറ്റി പൊലീസിങ് കോൺക്ലേവ് കൊച്ചിയിൽ വെച്ച് നടക്കുമ്പോൾ കോൺക്ലേവിലുടനീളം അദ്ദേഹത്തിന്റെ സാന്നിദ്ധ്യം ഉണ്ടായിരുന്നു. പല സെഷനുകളിലും ഏറ്റവും പിൻനിരയിലിരുന്നു നോട്ട് എഴുതി എടുക്കുന്ന ആഭ്യന്തരമന്ത്രി വിദേശ ഡെലിഗേറ്റുകൾക്ക് ഒരു അത്ഭുതമായിരുന്നു. സംസ്ഥാനത്തിന്റെ ക്രമസമാധാനനിലയെ പ്രതികൂലമായി ബാധിക്കാനിടയാക്കിയേക്കാവുന്ന ചില സംഭവങ്ങളിൽ പ്രതിപക്ഷത്തെക്കൂടി ചില കാര്യങ്ങൾ ധരിപ്പിക്കുന്നതു നന്നായിരിക്കും എന്നു നിർദ്ദേശം തന്നിരുന്നതും ഇത്തരം നടപടികൾ കാരണം വലിയ കലാപങ്ങൾ പലതും എറണാകുളം, തൃശൂർ റേഞ്ച് ഐ ജി ആയിരിക്കെ ഒഴിവാക്കാനായതും ഇന്നും അത്ഭുതത്തോടെയാണു ഞാൻ ഓർക്കുന്നത്. ഇന്ത്യയിലാദ്യമായി പോലീസ് ആക്ട്

പരിഷ്കരിച്ച സംസ്ഥാനം എന്ന ഖ്യാതി കേരളത്തിനു ലഭ്യമായത് ആഭ്യന്തരമന്ത്രിയുടെ അക്കാര്യത്തിലുള്ള അതീവ താല്പര്യം ഒന്നുകൊണ്ടു മാത്രമാണ് (Kerala Police Act 2011). ഞങ്ങളൊക്കെ ഒരു കാഷ്വൽ ലീവു പോലുമെടുക്കാതെ രണ്ടുവർഷം അതിനായി പരിശ്രമിച്ചിരുന്നു. പരിപൂർണ്ണ വിശ്വാസം ഉള്ള ഒരു ആഭ്യന്തരമന്ത്രിക്കൊപ്പം ജോലി ചെയ്യുമ്പോൾ എന്ത് വിഷമതകളും തരണം ചെയ്യുക സുസാദ്ധ്യമായിരുന്നു. മകളുടെയും ഭർത്താവിന്റെയുമൊക്കെ കാര്യങ്ങൾ ചോദിച്ചറിയുന്ന സ്നേഹസമ്പന്നനായ ഒരു വ്യക്തി കൂടിയാണ് ശ്രീ കോടിയേരി ബാലകൃഷ്ണൻ.

കോടിയേരി ബാലകൃഷ്ണന്റെ നിയമസഭാ പ്രവർത്തനത്തിന്റെ ചില നേർക്കാഴ്ചകൾ

പി എസ് റംഷാദ്

കേരള നിയമസഭയുടെ ആറരപ്പതിറ്റാണ്ട് ചരിത്രത്തിന്റെ ഭാഗമായ ജനപ്രതിനിധികളിൽ ജനനേതാക്കളും താൽക്കാലികമായി മാത്രം സാന്നിദ്ധ്യം അറിയിച്ചു പോയവരുമുണ്ട്. ജനനേതാക്കൾ വാക്കു കൊണ്ടും പ്രവൃത്തികൊണ്ടും സ്വന്തം മുദ്ര പതിപ്പിച്ചവരാണ്. ദേശീയ പ്രസ്ഥാനത്തിനു ജീവൻ നല്കി തിരുവിതാംകൂറിന്റെയും കൊച്ചിയുടെയും മലബാറിന്റെയും രാഷ്ട്രീയ, സാമൂഹിക ജീവിതത്തെ നിർണ്ണായകമായി സ്വാധീനിച്ചവർ, ജന്മിത്വത്തിനും നാടുവാഴിത്വത്തിനും രാജവാഴ്ചയുടെ മനുഷ്യാവകാശ ലംഘനങ്ങൾക്കുമെതിരേ സ്വയം സമർപ്പിച്ചു പൊരുതിയവർ, ഐക്യകേരള പ്രസ്ഥാനത്തിന്റെ സ്പന്ദനമായവർ, അടിയന്തരാവസ്ഥയെയും സ്വേചരാധിപത്യത്തെയും ഭയമില്ലാതെ ചോദ്യം ചെയ്തവർ, ഇന്നിപ്പോൾ ഫാസിസത്തിനും വർഗ്ഗീയതയ്ക്കുമെതിരായ ഉറച്ച നിലപാടുകൾ കൊണ്ട് രാജ്യത്തിനുതന്നെ പ്രതീക്ഷ നൽകുന്നവർ. ഒരു പഞ്ചായത്ത് മെമ്പർ പോലും ആകണമെന്ന ആഗ്രഹത്തോടെയോ പ്രതീക്ഷയോടെയോ നാടിനും ജനങ്ങൾക്കും വേണ്ടി പ്രവർത്തിക്കാൻ ഇറങ്ങിയവരല്ല അവരിലൊരാളും. കാലം പോകെ ജനങ്ങൾ അവരെ അറിയുകയും ഏറ്റെടുക്കുകയുമാണു ചെയ്യുന്നത്. അല്ലാത്തവരെ കാലംതന്നെ അപ്രസക്തരാക്കി.

കേരളജനത സ്നേഹാദരങ്ങളോടെ കാണുന്ന സമകാലിക രാഷ്ട്രീയ നേതാക്കളുടെ മുൻനിരയിൽ ഇടമുണ്ട് സി പി ഐ (എം) ന്റെ മുതിർന്ന നേതാവും സംസ്ഥാന സെക്രട്ടറിയുമായ കോടിയേരി ബാലകൃഷ്ണന്. അത് അദ്ദേഹം കഠിനാദ്ധ്വാനം ചെയ്തു നേടിയെടുത്തതുമാണ്. സ്വയം സമർപ്പിച്ച ആ രാഷ്ട്രീയ അദ്ധ്വാനത്തിന്റെ ഒരു പ്രധാന ഭാഗം നിയമസഭയിലുമായിരുന്നത് സ്വാഭാവികം. അദ്ദേഹത്തിന്റെ എല്ലാമായ പാർട്ടി

നൽകിയ 'അസൈൻമെന്റുകളിൽ' ഒന്നു മാത്രമാണ് പാർലമെന്ററി പ്രവർത്തനം. അതങ്ങനെയാണ്; പുറത്തെ ജനപക്ഷ രാഷ്ട്രീയ പ്രവർത്തനത്തിന്റെ സ്വാഭാവിക തുടർച്ചയായാണ് കമ്യൂണിസ്റ്റുകാർ ഇതും കാണുന്നത്. നിയമനിർമ്മാണസഭാംഗമായിരിക്കുമ്പോൾ ജനങ്ങളോടുള്ള ഉത്തരവാദിത്വം കൂടിയിരിക്കുന്നു എന്നു തിരിച്ചറിഞ്ഞു പ്രവർത്തിച്ചവരിലൊരാളാണ് കോടിയേരി ബാലകൃഷ്ണനും. 1982–1987ലെ ഏഴാം നിയമസഭയിലാണ് ആദ്യമായി ജയിച്ചെത്തിയത്. 1987 ൽ വീണ്ടും. പിന്നീട് പാർട്ടിയുടെ കണ്ണൂർ ജില്ലാ സെക്രട്ടറിയായതുകൊണ്ട് രണ്ടു തെരഞ്ഞെടുപ്പുകളിൽ മൽസരിച്ചില്ല; 1991 ലും 1996 ലും. 2001 ൽ ജയിച്ച് മൂന്നാം വട്ടം സാമാജികനായപ്പോൾ സി പി ഐ (എം) നിയമസഭാ കക്ഷിയുടെ ഉപനേതാവായി. പ്രതിപക്ഷത്തായിരുന്നു എൽ ഡി എഫ്. അതുകൊണ്ട് പ്രതിപക്ഷ ഉപനേതാവ്. വി എസ് അച്യുതാനന്ദൻ പ്രതിപക്ഷ നേതാവ്. നിയമസഭയിലെ പ്രതിപക്ഷ നിരയെ വി എസും കോടിയേരിയും തോളോടുതോൾ ചേർന്നിരുന്ന് നയിച്ച ആ കാലം സഭയുടെ സ്ഥിരം സാക്ഷികളായ മാധ്യമ പ്രവർത്തകരുടെ ഓർമ്മയിൽ തിളങ്ങിയാണു നിൽക്കുന്നത്. എന്തൊക്കെ സംഭവിച്ച കാലമാണത്. മുത്തങ്ങയിൽ ആദിവാസികൾക്കെതിരായ പൊലീസ് വെടിവയ്പ്, കേരളത്തെ ഞെട്ടിച്ച മാറാട് സംഭവങ്ങൾ, സുനാമി, കേരളത്തെ ഇളക്കിമറിച്ച കിളിരൂർ, കവിയൂർ ലൈംഗിക പീഡന സംഭവങ്ങൾ, ലോക്സഭാ തെരഞ്ഞെടുപ്പിൽ 20 ൽ 18 സീറ്റുകളിലും ഇടതുവിജയം, മുഖ്യമന്ത്രി എ കെ ആന്റണിയുടെ രാജി, ഉമ്മൻ ചാണ്ടിയുടെ ആരോഹണം. ക്ഷോഭിക്കേണ്ടിടത്തു ക്ഷോഭിച്ചും അക്ഷോഭ്യരായിരിക്കേണ്ടിടത്ത് അങ്ങനെയായിരുന്നും പ്രതിപക്ഷം ജനശ്രദ്ധ നേടിയ കാലം. ജനത്തിന് ആത്മവിശ്വാസം നല്കി എന്നതായിരിക്കും കൂടുതൽ യോജിക്കുക.

ഉപനേതാവ്

കോടിയേരി ബാലകൃഷ്ണന്റെ നിയമസഭാ ഇടപെടലുകൾ ഒരു മാധ്യമ പ്രവർത്തകൻ എന്ന നിലയിൽ ശ്രദ്ധിച്ചത് അവ ചടുലമായതുകൊണ്ടുമാത്രമല്ല; അദ്ദേഹം വസ്തുതാപരമായി മാത്രം സംസാരിക്കുന്നതുകൊണ്ടു കൂടിയാണ്. പറയേണ്ടതൊക്കെ കുറിക്കുകൊള്ളുന്ന വിധം പറഞ്ഞു, അരുതാത്തതൊന്നും പറഞ്ഞുമില്ല. ഇതിപ്പോൾ ഈ കുറിപ്പിനു വേണ്ടി ആലോചിച്ചുണ്ടാക്കിയ വിലയിരുത്തൽ അല്ല. പതിനൊന്നാം നിയമസഭയുടെ രണ്ടാം സമ്മേളനം റിപ്പോർട്ട് ചെയ്ത്, 2002ൽ ആദ്യമായി നിയമസഭയിൽ കയറിയതുമുതൽ സ്നേഹാദരങ്ങളോടെ ശ്രദ്ധിക്കുന്ന കുറച്ചു പേരിൽ കോടിയേരി ബാലകൃഷ്ണനുമുണ്ട്. തലസ്ഥാനത്തു നിരവധി വർഷങ്ങൾ ജോലി ചെയ്ത, എന്റെ തലമുറയിലെയും തൊട്ടുമുൻതലമുറകളിലെയും നിരവധി മാധ്യമ പ്രവർത്ത

പ്രകാശ് കാരാട്ട് പിണറായി വിജയൻ, എം എ ബേബി,
സീതാറാം യെച്ചൂരി എന്നിവർക്കൊപ്പം

കർക്ക് ഈ വിധം നേതാക്കളെ അവരുടെ മെറിറ്റിൽ വരച്ചു കാട്ടാൻ കഴിയും. ജനവിധിയുടെ ഉജ്ജ്വല കിരീടം നേടി എത്തുന്ന നേതാക്കളിൽ മിക്കവരും സുദീർഘവും ത്യാഗനിർഭരവുമായ പൊതുപ്രവർത്തനത്തിന്റെ ഒരു ഘട്ടമായാകും സഭാ പ്രവർത്തനത്തെയും കാണുന്നത്. ചിലർ അതിനോട് ഒന്നാം ദിവസം മുതൽതന്നെ സത്യസന്ധമായ ഉത്തരവാദിത്വബോധം കാണിക്കും. അവരുടെ വാക്കിലും നോക്കിലും ഓരോ ഇടപെടലുകളിലും അതുണ്ടാവുകയും ചെയ്യും. അങ്ങനെയാണ് ചോദ്യോത്തരവേള മുതൽ നിയമനിർമ്മാണം വരെ ഓരോ ഇഞ്ചും അറിഞ്ഞ്, കണ്ണും കാതും കൂർപ്പിച്ച് സഭാ ഗ്യാലറിയിൽ ഇരിക്കുന്ന മാധ്യമ പ്രവർത്തകരുടെ മനസ്സിലേക്കു ചില ജനപ്രതിനിധികൾ ഇടിച്ചു കയറി വരുന്നത്. യാദൃച്ഛികമായിത്തുടങ്ങി പിന്നീട് സന്തോഷവും അഭിമാനവും പഠനവുമായി മാറുന്ന നിരീക്ഷണമായി അതു മാറാറുണ്ട്. വേറെ ഏതൊക്കെ നേതാക്കളെ മനസ്സിൽ പതിച്ചു വച്ചിട്ടുണ്ട് എന്ന് ഇപ്പോൾ ചോദിക്കരുത്; പറയില്ല. ഇത് കോടിയേരി ബാലകൃഷ്ണനെക്കുറിച്ചുള്ള എഴുത്താണ്.

നിയമസഭാ സമ്മേളനങ്ങൾ റിപ്പോർട്ടു ചെയ്യുക എന്ന അഭിമാനകരമായ മാധ്യമ പ്രവർത്തനം ഞാൻ തുടങ്ങുന്നതിനും രണ്ടു പതിറ്റാണ്ടു മുമ്പ് നിയമസഭാംഗമായ ജനനേതാവിനെക്കുറിച്ചാണ് ഈ കുറിപ്പ് എന്ന തികഞ്ഞ ബോദ്ധ്യമുണ്ട്. മാത്രമല്ല, അദ്ദേഹം ആദ്യം എം എൽ എ ആയ 1982 ൽ ഞാൻ ഏഴാംക്ലാസിലോ മറ്റോ എത്തിയിട്ടേയുള്ളുതാനും. രണ്ടാം വട്ടം, 1987-91 കാലയളവിൽ അദ്ദേഹം സാമാജികനായിരിക്കുമ്പോഴും മാധ്യമപ്രവർത്തനം തുടങ്ങിയിട്ടുപോലുമില്ല. എങ്കിലും നേരത്തേ കോടിയേരി ബാലകൃഷ്ണൻ അംഗമായിരുന്ന രണ്ട് സഭകളിലെയും അദ്ദേഹ

ത്തിന്റെ ഇടപെടലുകളിലൂടെ വിശദമായിത്തന്നെ ഒന്നു കടന്നു പോയി നോക്കിയിരിക്കുന്നു, ഇപ്പോൾ. 1991 മുതൽ 2001 വരെയുള്ള പത്തു വർഷം, ഒമ്പതും പത്തും സഭകളിൽ അദ്ദേഹം ഉണ്ടായിരുന്നില്ല. പിന്നീടാണ് വി എസ് പ്രതിപക്ഷ നേതാവും കോടിയേരി ഉപനേതാവുമായി വന്നത്. ആ സഭയിൽ എ കെ ആന്റണി മുഖ്യമന്ത്രിയും വക്കം പുരുഷോത്തമൻ സ്പീക്കറുമായിരുന്നു. മുഖ്യമന്ത്രി രാജിവച്ചതിനെത്തുടർന്ന് സർക്കാരിൽ മാറ്റമുണ്ടായപ്പോൾ വക്കം രാജിവച്ച് ധനമന്ത്രിയും പകരം തേറമ്പിൽ രാമകൃഷ്ണൻ സ്പീക്കറുമായി. പ്രതിപക്ഷ ഉപനേതാവ് എന്നൊരു പദവി ഇല്ലെന്നും പ്രതിപക്ഷത്തെ മുഖ്യകക്ഷിയുടെ പാർലമെന്ററി പാർട്ടി ഉപനേതാവ് എന്നു മാത്രം മനസ്സിലാക്കിയാൽ മതിയെന്നും മുതിർന്ന മാധ്യമ സുഹൃത്തുക്കൾ പറഞ്ഞുതന്നിരുന്നു. ഏതായാലും പ്രതിപക്ഷത്തെ മുഖ്യകക്ഷിയുടെ ഉപനേതാവിനെ പ്രതിപക്ഷ ഉപനേതാവായാണ് അന്നുമിന്നും സഭയിലും പുറത്തും വിശേഷിപ്പിച്ചു കണ്ടിട്ടുള്ളത്. വി എസ് മുഖ്യമന്ത്രിയായിരുന്നപ്പോൾ ഉമ്മൻ ചാണ്ടി പ്രതിപക്ഷ നേതാവും ജി കാർത്തികേയൻ ഉപനേതാവുമായിരുന്നു. കോടിയേരി പിന്നീട് 2011–16 കാലയളവിലെ പതിമൂന്നാം നിയമസഭയിലും വി എസിനൊപ്പം തന്നെ ഉപനേതാവായി പ്രവർത്തിച്ചു.

കാമ്പാണു കരുത്ത്

പൊതുപ്രാധാന്യമുള്ള വിഷയങ്ങൾ ചോദ്യോത്തര വേളകളിൽ ഉന്നയിക്കുക, ശ്രദ്ധ ക്ഷണിക്കലിനും സബ്മിഷനും കിട്ടുന്ന അവസരങ്ങളെ സ്വന്തം നിയോജകമണ്ഡലത്തിലെ വികസനപരമായ വിഷയങ്ങൾക്കുൾപ്പെടെ പരമാവധി പ്രയോജനപ്പെടുത്തുക എന്നീ പ്രധാന ഊന്നലുകൾ ജയിപ്പിച്ചു വിട്ട ജനങ്ങളോടുള്ള പ്രതിബദ്ധതയുടെ അളവുകോലുകളാണ്. എല്ലാ നല്ല സാമാജികരും അങ്ങനെയാണുതാനും. എന്നാൽ പരത്തിപ്പറയാതിരിക്കുക എന്നത് ഒരു കല തന്നെയാണ്; എല്ലാവർക്കും സാദ്ധ്യമാകാത്ത കാര്യവും. അതുപോലെയാണ് ചോദ്യോത്തര വേളയിലും മറ്റും ഉപചോദ്യത്തിനു കിട്ടുന്ന അവസരത്തിൽ വിഷയത്തിൽ നിന്നു മാറിപ്പോകാതിരിക്കുക എന്നത്. കോടിയേരിയുടെ മുദ്ര പതിയുന്നത് ഇക്കാര്യങ്ങളിൽ അദ്ദേഹം പുലർത്തുന്ന ജാഗ്രതയിലാണ്. ദീർഘകാലത്തെ പൊതുപ്രവർത്തനത്തിന്റെ കാമ്പിൽ നിന്ന് നേടുന്ന മികവുതന്നെയാകണം അത്. അങ്ങനെ വേണം എന്ന് മനപ്പൂർവം ചിന്തിച്ചുറച്ചു ചെയ്യുന്നതാണോ എന്നറിയില്ല. നിയമനിർമ്മാണം എന്ന സുപ്രധാന ഉത്തരവാദിത്വം നിറവേറ്റുന്നത് എങ്ങനെ എന്നതു സഭയിൽ സാമാജികരുടെ മാറ്റുരയ്ക്കുന്ന സന്ദർഭമാണ്. ഭരണപക്ഷത്തോ പ്രതിപക്ഷത്തോ ആകട്ടെ, ഒരു ചെറിയ ഇടപെടലിൽപ്പോലും അതു തെളിഞ്ഞു മിന്നുകതന്നെ ചെയ്യും. അത്തരം നിരവധി

ഇടപെടലുകൾ കോടിയേരിയുടേതായി ചൂണ്ടിക്കാണിക്കാനുണ്ട്. എങ്കിലും 2006- 2011 ലെ വി എസ് മന്ത്രിസഭയിൽ ആഭ്യന്തര മന്ത്രിയായിരുന്നപ്പോൾ 2007 ലെ പൊലീസ് ആക്റ്റ് ഭേദഗതി നിയമനിർമ്മാണത്തിനു ചുക്കാൻ പിടിച്ചത് സഭാചരിത്രത്തിലെ മികച്ച നിയമനിർമ്മാണ വേളകളിലൊന്നാണ്. ബിൽ സഭയിൽ അവതരിപ്പിച്ചതുമുതൽ സെലക്ട് കമ്മിറ്റിക്കു വിട്ടു ജനാഭിപ്രായം നേടി തിരികെ സഭയിൽ വന്ന ശേഷം ആഭ്യന്തര മന്ത്രി നടത്തിയ പ്രസംഗം വരെ ഓരോന്നും എല്ലാക്കാലത്തേക്കുമായിരുന്നു. ഒരുപക്ഷ, സാമാജികൻ എന്ന നിലയിലും ഭരണാധികാരി എന്ന നിലയിലും കോടിയേരി ബാലകൃഷ്ണൻ ഏറ്റവുമധികം ഗൃഹപാഠം ചെയ്തത് പൊലീസ് ആക്റ്റിനു വേണ്ടിയായിരിക്കാം. ഭരണാധികാരിയായിരുന്നാൽപ്പോരാ ഇടതുപക്ഷ സർക്കാരിലെ പൊലീസ് മന്ത്രിയുടെ പ്രതിബദ്ധത പ്രത്യേകമായി അടയാളപ്പെടുത്തണം എന്നു തീരുമാനിച്ചുറച്ചതുപോലെ ഭദ്രമായിരുന്നു അത്; ഒരേസമയം പൊലീസ് സേനയുടെ കരുത്തും ജനപക്ഷഭേദഗതികളുടെ കാമ്പും അത് നിലനിർത്തി. നിലവിലുള്ള പൊലീസ് നിയമത്തിലെ ഏതാനും ചില വകുപ്പുകളിലെ ഭേദഗതിയാണ് ഉദ്ദേശിക്കുന്നതെങ്കിലും ഇത് കേരളത്തിലെ പൊലീസ് ആക്റ്റിന്റെ സമഗ്രമാറ്റത്തിനു തുടക്കമാണ് എന്ന് ബിൽ അവതരിപ്പിച്ച് ആഭ്യന്തര മന്ത്രി പറഞ്ഞു.

കോടിയേരിയുടെ അടിയന്തരപ്രമേയ അവതരണം സഭയുടെ മുഴുവൻ ശ്രദ്ധയും അദ്ദേഹത്തിലേക്കു മാത്രം കേന്ദ്രീകരിക്കുന്ന ഗംഭീര സന്ദർഭമാണ്. അടിയന്തര പ്രമേയത്തിന് അവതരണാനുമതി തേടി സീപ്ക്കർക്കു നല്കുന്ന നോട്ടീസിന്റെ അവതരണമാണ് പൊതുവെ അടിയന്തരപ്രമേയമായി ആളുകൾ തെറ്റിദ്ധരിക്കാറുള്ളത്. പ്രതിപക്ഷത്തിന്റെ ആ നോട്ടീസ് അപൂർവ്വ സന്ദർഭങ്ങളിൽ മാത്രമേ യഥാർത്ഥ പ്രമേയത്തിലേക്ക് എത്താറുള്ളു. വിഷയവുമായി ബന്ധപ്പെട്ട മന്ത്രിയോ മുഖ്യമന്ത്രിതന്നെയോ നല്കുന്ന വിശദീകരണത്തിനൊടുവിൽ പറയുന്ന ഒരു വാചകമുണ്ട്: "അതുകൊണ്ട് സഭ നിർത്തിവച്ച് ഈ നോട്ടീസ് ചർച്ച ചെയ്യേണ്ടതില്ല എന്നാണ് സർക്കാരിന്റെ അഭിപ്രായം." അതോടെ പ്രമേയത്തിന് സ്പീക്കർ അവതരണാനുമതി നിഷേധിക്കും. അതിന്റെ തുടർച്ചയായി പ്രതിപക്ഷം സഭയിൽ നിന്ന് ഇറങ്ങിപ്പോവുകയും ചെയ്യും. അത്യപൂർവ്വമായി ആ വാക്കൗട്ട് എന്ന ഇറങ്ങിപ്പോക്ക് ബോയ്ക്കോട്ട് എന്ന ബഹിഷ്കരണമായി മാറാറുണ്ട്. എന്തുതന്നെ ആയാലും പ്രതിപക്ഷത്തെ കക്ഷിനേതാക്കൾക്ക് ആ വിഷയത്തിൽ പറയാനുള്ളതെല്ലാം പറഞ്ഞിട്ടേ ഇറങ്ങിപ്പോവുകയുള്ളു. കോടിയേരി ഉപനേതാവായിരുന്ന രണ്ടു സഭകളിലും ഇറങ്ങിപ്പോക്കിനുമുമ്പുള്ള പ്രസംഗം വി എസിന്റെ വേളയാണ്. പക്ഷേ, നോട്ടീസ് അവതരണ പ്രസംഗത്തിനുള്ള നിയോഗം മിക്കപ്പോഴും ഉപനേതാവിനായിരുന്നു. മറ്റേതെങ്കിലും പ്രതിപക്ഷ എം

എൽ എയുടെ നിയോജക മണ്ഡലത്തിൽ സംഭവിച്ച വൻപ്രാധാന്യമുള്ള വിഷയം അടിയന്തര പ്രമേയമായി വന്നപ്പോൾ ആ എം എൽ എ അവതരിപ്പിച്ചു. എപ്പോഴൊക്കെ ഊഴം കോടിയേരിയുടേതായോ അപ്പോഴൊക്കെ അദ്ദേഹം വിഷയത്തിന്റെ മർമത്തിലേക്കു സഭയുടെയും അതുവഴി കേരളത്തിന്റെയാകെയും ശ്രദ്ധ കൊണ്ടുവന്നു. ഒരിക്കൽപ്പോലും കാടിലും പടർപ്പിലും തല്ലി നേരം കളയാൻ തയ്യാറായതായി കണ്ടിട്ടില്ല. അമ്പെയ്യുമ്പോൾ തത്തയുടെ കണ്ണുമാത്രം കണ്ട ഒരാൾ.

സ്ത്രീപക്ഷം

"സർ, പൊലീസ് ആക്ടിൽ ഇതുപോലെ താലി പൊട്ടിക്കണമെന്നു പറഞ്ഞിട്ടുണ്ടോ?" വനിതാ എം എൽ എമാരെ പൊലീസ് മർദിച്ചുവെന്ന പ്രതിപക്ഷ ആരോപണത്തിന് ഉമ്മൻ ചാണ്ടി സർക്കാരിലെ ആഭ്യന്തര മന്ത്രി തിരുവഞ്ചൂർ രാധാകൃഷ്ണൻ മറുപടി പറയുമ്പോഴാണ് പ്രതിപക്ഷ ഉപനേതാവ് കോടിയേരി ബാലകൃഷ്ണന്റെ ചോദ്യം. അതിന്റെ കൂർത്ത മുനയിൽ സഭ പൊടുന്നനെ നിശ്ശബ്ദമായപ്പോൾ മന്ത്രിയൊന്ന് പതറി. കോടിയേരി ആ വിഷയത്തിന്റെയാകെ ഗൗരവം ഉൾക്കൊണ്ടു ക്ഷോഭത്തിലും അക്ഷോഭ്യനായി നിന്നു. പതിമൂന്നാം നിയമസഭയിൽ 2013 ഫെബ്രുവരി 7 ലെ ഒരു പ്രധാന സന്ദർഭമായിരുന്നു ഇത്. സൂര്യനെല്ലി കേസിൽ പുനരന്വേഷണം ആവശ്യപ്പെട്ട് നിയമസഭാ കവാടത്തിലേക്കു മാർച്ച് നടത്തിയ ഇടതുപക്ഷ വനിതാ സംഘടനാ പ്രവർത്തകർക്കു നേരേയാണ് പൊലീസ് ലാത്തിച്ചാർജുണ്ടായത്. ഇ എസ് ബിജിമോൾ, ഗീതാ ഗോപി എന്നീ എം എൽ എമാരും പി കെ ശ്രീമതി, കെ കെ ശൈലജ തുടങ്ങി, ആ സഭയിൽ ഇല്ലായിരുന്നെങ്കിലും അതിനു മുമ്പ് ജനപ്രതിനിധികളായിരുന്ന പ്രമുഖ നേതാക്കളും നേതൃത്വം നൽകിയതായിരുന്നു മാർച്ച്. പ്രതിപക്ഷത്തിന്റെ അടിയന്തര പ്രമേയ നോട്ടീസിനു മറുപടി പറയുമ്പോൾ, തൊട്ടുമുമ്പത്തെ സഭയിൽ ആഭ്യന്തര മന്ത്രിയായിരുന്ന കോടിയേരിയെ ഒന്നു 'തോണ്ടാൻ' തിരുവഞ്ചൂർ ശ്രമിച്ചപ്പോഴായിരുന്നു പ്രതികരണം. "കഴിഞ്ഞ ഗവൺമെന്റിന്റെ കാലത്ത് പാസ്സാക്കിയ പൊലീസ് ആക്റ്റുണ്ട്. അതിലെ നാല്പതാം വ്യവസ്ഥ അനുസരിച്ച് അനധികൃതമായി കൂട്ടം കൂടി നിന്നാൽ അവരെ നീക്കം ചെയ്യുക എന്നത് പൊലീസിന്റെ ഉത്തരവാദിത്വമാണ്. ആ ഉത്തരവാദിത്വം ഉണ്ട് എന്നു പറയുന്ന ആ ബിൽ പൈലറ്റ് ചെയ്തത് ശ്രീ കോടിയേരി ബാലകൃഷ്ണനാണ്." തിരുവഞ്ചൂരിന്റെ വാക്കുകൾ. ഈ പ്രതികരണത്തിലൂടെ വനിതകളുടെ പ്രക്ഷോഭത്തെ വെറും കൂട്ടംകൂടലായി ചുരുക്കിക്കാണിക്കാൻ മന്ത്രി ശ്രമിച്ചതിനുള്ള രാഷ്ട്രീയ മറുപടികൂടിയായിരുന്നു കോടിയേരിയുടേത്. വനിതാ നേതാവിന്റെ താലി പൊലീസ് വലിച്ചു പൊട്ടിച്ചു എന്ന പ്രതിപക്ഷ ആരോപണത്തിന് അതിലും

ശക്തമായ ഒരു അടിവര വേണ്ടി വന്നില്ല.

കൈവിടരുത് വാക്ക്

കെ ബി ഗണേഷ്കുമാർ യു ഡി എഫ് സർക്കാരിൽ മന്ത്രി ആയിരിക്കുമ്പോൾ വി എസ് അച്യുതാനന്ദനെക്കുറിച്ചു സഭയ്ക്കു പുറത്തു ചില പൊതുയോഗങ്ങളിൽ നടത്തിയ വഴിവിട്ട പരാമർശങ്ങൾ വ്യാപക പ്രതിഷേധത്തിന് ഇടയാക്കിയിരുന്നു. ഉമ്മൻ ചാണ്ടി മുഖ്യമന്ത്രിയായിരുന്ന 2011-16 കാലയളവിലായിരുന്നു ഇത്. വി എസ് പ്രതിപക്ഷ നേതാവും തൊട്ടുമുമ്പത്തെ മുഖ്യമന്ത്രിയും. ഗണേഷ് കുമാറിന്റെ പരാമർശങ്ങൾക്കെതിരായ പ്രതിഷേധം സഭയിൽ ഉന്നയിച്ചത് പ്രതിപക്ഷ ഉപനേതാവ് കോടിയേരി ബാലകൃഷ്ണൻ. ഗണേഷിനെ മന്ത്രിസഭയിൽ നിന്നു പുറത്താക്കാൻ ധൈര്യമുണ്ടോ എന്ന അദ്ദേഹത്തിന്റെ ചോദ്യം സഭയിൽ നിന്നുകത്തി. മന്ത്രി എന്നാൽ നിയമസഭയിൽ നില്ക്കുമ്പോൾ മാത്രമല്ല പുറത്തും മന്ത്രിതന്നെയാണെന്നും ലോകത്തെവിടെപ്പോയാലും കേരളത്തിന്റെ മന്ത്രിയാണെന്നും അദ്ദേഹം ഓർമിപ്പിച്ചു. "ഒന്നോ രണ്ടോ ആളുകളുടെ ഭൂരിപക്ഷമുണ്ടെന്നു കരുതി മന്ത്രിമാർ ഓരോന്നു പറയുന്നതു മുഴുവൻ അർഹിക്കുന്ന ഗൗരവത്തിലെടുക്കേണ്ടേ?" എന്ന ചോദ്യം ഉമ്മൻ ചാണ്ടി മന്ത്രിസഭയുടെ വളരെക്കുറഞ്ഞ ഭൂരിപക്ഷത്തിലേക്കുള്ള വിരൽ ചൂണ്ടലായി. പ്രതിപക്ഷം നേരത്തേ നോട്ടീസ് കൊടുത്തിരുന്നു, വിഷയം ചോദ്യോത്തരവേള കഴിഞ്ഞുള്ള ശൂന്യവേളയിൽ ഉന്നയിക്കും എന്നാണ് ഭരണപക്ഷം പ്രതീക്ഷിച്ചത്. എന്നാൽ സഭ തുടങ്ങിയപ്പോൾത്തന്നെ കോടിയേരി എണീറ്റു. ആ പരാമർശങ്ങളിൽ സഭയുടെ പൊതുവികാരം ഗണേഷ് കുമാറിന് എതിരാക്കി മാറ്റുന്ന വിധം അതിശക്തമായിരുന്നു പ്രസംഗം. അതങ്ങനെതന്നെയാവുകയും ചെയ്തു. മുഖ്യമന്ത്രി ഉമ്മൻ ചാണ്ടി ഗണഷ്കുമാറിനെ പുറത്താക്കിയില്ല. പക്ഷേ, മുഖ്യമന്ത്രി സ്വന്തം നിലയിൽ ഖേദം പ്രകടിപ്പിച്ചു, ഗണേഷ് കുമാറിനെക്കൊണ്ട് ഖേദ പ്രസ്താവന നടത്തിക്കുകയും ചെയ്തു.

പ്രതിനിധാനം ചെയ്യുന്ന രാഷ്ട്രീയത്തെ കരുത്തോടെയും സത്യസന്ധമായും മാത്രമല്ല, അതിന്റെ എല്ലാ സൗന്ദര്യത്തിലും അവതരിപ്പിക്കുന്ന കോടിയേരി ശൈലി സഭയ്ക്കു പുറത്ത് അദ്ദേഹത്തിന്റെ എത്രയോ പ്രസംഗങ്ങൾ കേട്ടവർക്ക് മനസ്സിലായിട്ടുള്ളതാണ്. സി പി ഐ (എം) ന്റെയും വർഗ്ഗ ബഹുജന സംഘടനകളുടെയും ഇടതുമുന്നണിയുടെയും രാഷ്ട്രീയ പൊതുയോഗങ്ങളിലെയും പ്രക്ഷോഭ രംഗങ്ങളിലെയും ഏറ്റവും ശ്രദ്ധേയരായ പ്രസംഗകരുടെ ഒന്നാം നിരയിൽത്തന്നെയുണ്ട്. തീപ്പൊരിയല്ല കോടിയേരിയുടെ പ്രസംഗ രീതി; പക്ഷേ, കേൾക്കുന്ന ഓരോ ആളുടെയും ശ്രദ്ധ മാറിപ്പോകാത്ത വിധം ആകർഷകം.

നിയമസഭയിൽ സംസാരിക്കുമ്പോൾ പുറത്തെ പ്രസംഗ ശൈലി

യിൽ നിന്ന് മാറാൻ കഴിയാതെ വിഷമിക്കുന്ന നിരവധി സാമാജികരെ കണ്ടിട്ടുണ്ട്. ചിലർ അങ്ങനെ മാറാൻ ശ്രമിച്ച് സ്വന്തം രീതിക്കു ചേരാത്ത അക്കാദമിക ശൈലി സ്വീകരിക്കാൻ പാടുപെടുന്നതും കാണാം. എന്നാൽ ഒരേസമയം പുറത്തെ വിഷയാവതരണത്തിന്റെ ചൂട് തീരെച്ചോരാതെയും സഭയിൽ പറയേണ്ടത് പുറത്തെ അതേ വിധമല്ല എന്ന ബോദ്ധ്യത്തോടെയുമാണ് കോടിയേരി സംസാരിക്കാറ്. അങ്ങനെയുള്ള നേതാക്കൾ പലരുമുണ്ടായിട്ടുണ്ട്, നമ്മുടെ മഹത്തായ സഭയിൽ. ഇപ്പോഴുമുണ്ട് അതിനു ശ്രമിച്ചു വിജയിച്ചു നിൽക്കുന്നവർ; രണ്ടുപക്ഷത്തും. മഹാരഥന്മാരും മഹതികളുമായ ജനനേതാക്കളുടെ പല തലമുറകളെ അറിഞ്ഞ് അറുപത്തിയഞ്ചാം വയസ്സിൽ എത്തിയ കേരള നിയമസഭ, കേരളത്തിന്റെ സവിശേഷ മാതൃകകളുടെ കൂടി പ്രതീകമാണ്. സഭയെ വാക്കിലും പ്രവൃത്തിയിലും ആ നിലവാരത്തിലേക്ക് എത്തിച്ചത് ഒന്നാം നിയമസഭ മുതൽ ഈ പതിനഞ്ചാം നിയമസഭ വരെ ജനവിധി നേടി വന്നവർ തന്നെയാണ്. അവരിൽത്തന്നെ സ്വന്തം 'സഭാകാല'ത്തെ രാഷ്ട്രീയവും വ്യക്തിപരവുമായ ഗുണമേന്മ കൊണ്ട് അടയാളപ്പെടുത്തിയവരിലാണ് കോടിയേരി ബാലകൃഷ്ണന്റെ ഇടം.

സൗഹൃദവും മറുപടിയും

കക്ഷിരാഷ്ട്രീയത്തിലെ അഭിപ്രായവ്യത്യാസങ്ങളും രൂക്ഷമായ പോരുകളുമൊക്കെ അങ്ങനെതന്നെ നില്ക്കുമ്പോഴും നേതാക്കൾ പരസ്പരം വ്യക്തിപരമായി നല്ല ബന്ധം പുലർത്തുന്നത് സ്വാഭാവികമാണ്. അങ്ങനെയാണ് ഭൂരിഭാഗം പേരും. നിയമസഭയുടെ മാധ്യമ ഗ്യാലറിയിൽ പതിവായി പോയിരുന്ന മാധ്യമപ്രവർത്തകർക്ക് ബന്ധങ്ങളിലെ ഈ ഊഷ്മളത നേരിട്ടറിയാൻ നിരവധി അവസരങ്ങളുണ്ടായി. നിയമസഭ പുതിയ മന്ദിരത്തിലേക്ക് മാറ്റുന്നതിനു മുമ്പ് ഗവൺമെന്റ് സെക്രട്ടേറിയറ്റ് കെട്ടിടത്തിൽത്തന്നെ പ്രവർത്തിച്ചിരുന്നപ്പോൾ ഇത്തരം സന്ദർഭങ്ങൾ കൂടുതൽ അടുത്തു കാണാമായിരുന്നു എന്ന് മുതിർന്ന മാധ്യമ പ്രവർത്തകർ പറഞ്ഞുകേട്ടിട്ടുണ്ട്. പ്രസ് ഗ്യാലറി അന്ന് അംഗങ്ങളുടെ സീറ്റുകളോട് കൂടുതൽ അടുത്തായിരുന്നതാണു കാരണം.

ഗ്യാലറി കുറച്ചുകൂടി അകന്നെങ്കിലും അംഗങ്ങളുടെ ഈ അടുപ്പത്തിന്റെ കാഴ്ചയ്ക്ക് തീരെ മങ്ങലേറ്റില്ല. എല്ലാവരുമായും, എപ്പോഴും, മനപ്പൂർവം മുഖത്തുവരുന്ന ഡിപ്ലോമാറ്റിക് ചിരിയുമായല്ലാതെ സ്വാഭാവിക സൗഹൃദത്തിൽ അടുത്തു പെരുമാറുന്ന കോടിയേരിയെ ഓർക്കുന്നു. എവിടെ ആയിരുന്നാലും അന്നും ഇന്നും കോടിയേരിയുടെ ആ തെളിഞ്ഞ പെരുമാറ്റത്തിനു മാറ്റമൊന്നുമില്ലതാനും. ഇതിനു രാഷ്ട്രീയ എതിരാളികളുൾപ്പെടെ സാക്ഷ്യം പറയും. ആഭ്യന്തര മന്ത്രി ആയിരുന്നപ്പോൾ ഈ ശൈലി എത്രത്തോളം ഭരണ പ്രതിപക്ഷങ്ങൾക്കിടയിൽ

മഞ്ഞുരുക്കി എന്നതിന് അക്കാലത്തെ സഭാ സമ്മേളനങ്ങളിൽ പങ്കെടുത്തവർക്ക് നന്നായറിയാം. പുറകിൽ കൈകെട്ടി, വിടാത്ത ചിരിയോടെ, പ്രതിപക്ഷാംഗങ്ങളുടെ അടുത്തേക്ക് പോവുന്ന ആഭ്യന്തര മന്ത്രി പ്രതിപക്ഷ നേതാവിന്റെയോ മറ്റോ അടുത്തിരുന്നു സംസാരിക്കു മ്പോൾ ഇരുന്നും നിന്നും അവർക്കു ചുറ്റും കൂടുന്ന മറ്റു പ്രതിപക്ഷാം ഗങ്ങൾ: പലവട്ടം കണ്ടിട്ടുണ്ട് ഈ കാഴ്ച.

അതേസമയം, ഉരുളയ്ക്കുപ്പേരി പോലെ എന്ന പ്രയോഗം സത്യ മാക്കുന്ന വിധം ഗംഭീര മറുപടികൾ നൽകുന്ന കോടിയേരിയെയും സഭ കണ്ടിട്ടുണ്ട്. ഒരേയൊരു സന്ദർഭത്തിലൂടെ കടന്നു പോയാൽത്തന്നെ അത് വ്യക്തമാകും. 2001-2006 കാലയളവിലെ പന്ത്രണ്ടാം നിയമസഭയിൽ നിന്നാണ് ലോക്സഭാ തെരഞ്ഞെടുപ്പുമായി ബന്ധപ്പെട്ട ഈ സന്ദർഭം. കേരളത്തിലെ അക്കാലത്തെ രാഷ്ട്രീയ സാഹചര്യവുമായി ചേർന്നുനിൽ ക്കുന്നതുമാണ് അത്.

കെ ശങ്കരനാരായണനായിരുന്നല്ലോ എ കെ ആന്റണി മന്ത്രിസഭ യിലെ ധനമന്ത്രി. സഭയിലായാലും പുറത്തായാലും ഒന്നാന്തരം നർമം കൊണ്ട് എല്ലാവരെയും ചിരിപ്പിക്കാറുള്ള ആൾ. 2004ലെ ലോക്സഭാ തെരഞ്ഞെടുപ്പിനു മുമ്പ് അവതരിപ്പിച്ച സംസ്ഥാന ബജറ്റിന്റെ ചർച്ചാ വേള. ഇത് തെരഞ്ഞെടുപ്പു മുന്നിൽ കണ്ടുള്ള ബജറ്റാണെന്ന് പ്രതി പക്ഷാംഗങ്ങൾ പലരും പ്രസംഗത്തിൽ പറഞ്ഞു. അതിനോട് പ്രതികരിച്ച്, ശങ്കരനാരായണൻ എണീറ്റു പറഞ്ഞു, "അതേ, തെരഞ്ഞെടുപ്പു ബജറ്റു തന്നെയാണ്. ഞങ്ങൾ തെരഞ്ഞെടുപ്പിനു പോവുകയാ. നിങ്ങൾ പോര ണില്ലേ?" സഭ, പ്രത്യേകിച്ചും ഭരണപക്ഷം ആ നർമം ആസ്വദിച്ചു ചിരിച്ചു.

പ്രസംഗിച്ചുകൊണ്ടുനിന്ന അംഗം സത്യത്തിൽ മന്ത്രിയുടെ ഈ പ്രതികരണത്തിൽ പെട്ടെന്നൊന്നു പതറി. ഉപനേതാവ് കോടിയേരി എണീറ്റതും പറഞ്ഞതും പെട്ടെന്നാണ്: "സംശയമെന്താ, ഞങ്ങളും പോരുന്നുണ്ടല്ലോ. പക്ഷേ, തിരിച്ചുവരുന്നതു ഞങ്ങൾ മാത്രമായിരിക്കും." ഒരൊറ്റ നിമിഷംകൊണ്ട് കളം മാറുകയും ചിരി പ്രതിപക്ഷത്തി ന്റേതാവുകയും ചെയ്തു. അവരുടെ നേതാവ് നേടിക്കൊടുത്ത ചിരി. പ്രതിപക്ഷ നേതാവ് വി എസിന്റെയും മുഖ്യമന്ത്രി എ കെ ആന്റണി യുടെയും മാത്രമല്ല 'മറുപടി കിട്ടിയ' ധനമന്ത്രിയുടെയും മുഖം മന്ദഹാ സത്തിൽ വിടർന്ന നിമിഷം. നടക്കാൻ പോകുന്നത് നിയമസഭാ തെരഞ്ഞെടുപ്പല്ലെന്നും ജയിച്ചവർ ഈ സഭയിലേക്കല്ല വരുന്നതെന്നും അറിയാഞ്ഞിട്ടല്ല. പറഞ്ഞതിന്റെ സ്പിരിറ്റിലേക്ക് എല്ലാവരെയും എത്തിക്കാൻ കഴിയുന്ന തൽസമയ ഇടപെടലിനായിരുന്നു മാർക്ക്. 20 ലോക്സഭാ സീറ്റുകളിൽ പതിനെട്ടും എൽ ഡി എഫിനു കിട്ടിയതും യു ഡി എഫിന് ഒരു സീറ്റിൽ മാത്രം ജയിക്കാനായതും കോൺഗ്രസിന് ഒന്നും കിട്ടാതിരുന്നതും ചരിത്രം. യു ഡി എഫിന് കനത്ത തോല്വി

ഉണ്ടാകുമെന്നും കോൺഗ്രസിന് ഒരു സീറ്റോ മറ്റോ കിട്ടിയാലായെന്നും സി പി ഐ (എം) സംസ്ഥാന സെക്രട്ടറിയായിരുന്ന പിണറായി വിജയൻ പ്രചാരണം അവസാനിച്ച പിന്നാലെ മാധ്യമങ്ങളോടു പറഞ്ഞതും ആ തെരഞ്ഞെടുപ്പു കാലത്തെ അമ്പരപ്പിച്ച വിലയിരുത്തലുകളിലൊന്നായി. സി പി ഐ (എം) ന്റെയും ഇടതുമുന്നണിയുടെയും രണ്ടു പ്രധാന നേതാക്കളുടെ സഭയിലെയും പുറത്തെയും പ്രതികരണങ്ങളുടെ സ്വഭാവം, തെറ്റിപ്പോകാത്ത സൂക്ഷ്മ രാഷ്ട്രീയ വിശകലനത്തിന്റെ നേർ ച്ചിത്രങ്ങളിലൊന്നായി മാറുകയും ചെയ്തു.

പ്രതിരോധം

മുഖ്യമന്ത്രി വി എസ് അച്യുതാനന്ദൻ പ്രതിപക്ഷ നേതാവ് ഉമ്മൻ ചാണ്ടിയുടെ പേരുച്ചരിച്ചപ്പോൾ അപമാനിച്ചു എന്ന പ്രതിപക്ഷ വിമർശനം വൻ ബഹളം സൃഷ്ടിച്ചത് പന്ത്രണ്ടാം നിയമസഭയിൽ 2008 ഡിസംബർ മൂന്നിനും നാലിനുമാണ്. നാലിന് ഈ വിഷയത്തിൽ പ്രതിപക്ഷം അടിയന്തര പ്രമേയത്തിനു നോട്ടീസ് നൽകി. രാജ്യത്തിനു വേണ്ടി വീരമൃത്യു വരിച്ച സന്ദീപ് ഉണ്ണികൃഷ്ണന്റെ കുടുംബത്തെ വി എസ് അവഹേളിച്ചു എന്നു വരുത്താനും ശ്രമമുണ്ടായി. വി എസ് വാർ ത്താസമ്മേളനം നടത്തി ആ പരാമർശത്തിൽ ഖേദം പ്രകടിപ്പിച്ചിട്ടും പ്രതിപക്ഷം അടങ്ങിയില്ല. അടിയന്തര പ്രമേയമായിട്ടോ സബ്മിഷനായിട്ടു പോലുമോ വിഷയം ഉന്നയിക്കേണ്ടതില്ല എന്ന നിലപാടാണ് സ്പീക്കർ കെ രാധാകൃഷ്ണൻ സ്വീകരിച്ചത്. ക്രമപ്രശ്നമായി ഉന്നയിക്കാമെന്നും പറഞ്ഞു. "ഒരു അംഗം സഭയെ തെറ്റിദ്ധരിപ്പിച്ചെന്ന് മറ്റൊരു അംഗത്തിന് ആക്ഷേപമുണ്ടെങ്കിൽ നിയമസഭാ നടപടി ചട്ടമനുസരിച്ച് യുക്തമായ നടപടി അദ്ദേഹത്തിനു സ്വീകരിക്കാവുന്നതാണ്. അതുകൊണ്ട് അടിയന്തര പ്രമേയം അനുവദിക്കേണ്ടതില്ല" എന്ന് മുഖ്യമന്ത്രിയും പറഞ്ഞു. ചട്ടം 303 അനുസരിച്ച് ക്രമപ്രശ്നം ഉന്നയിച്ചിട്ടുണ്ടെന്നും മുഖ്യമന്ത്രിക്കു പറയാമെന്നും സ്പീക്കർ പറഞ്ഞെങ്കിലും വി എസ് വിശദീകരിക്കാൻ തുടങ്ങിയതോടെ പ്രതിപക്ഷം ബഹളം വച്ചു. അപ്പോഴാണ് ആഭ്യന്തര മന്ത്രി കോടിയേരി ബാലകൃഷ്ണൻ ഇടപെട്ടത്. സഭയിൽ തലേന്നു നടന്ന പ്രശ്നത്തിൽ അവകാശലംഘനമുണ്ട് എന്ന പ്രതിപക്ഷ നേതാവിന്റെ വാദം മുഖവിലയ്ക്കെടുത്തുതന്നെയായിരുന്നു പ്രതികരണം: "അദ്ദേഹം പറയുന്നത് ഒരു പ്രിവിലേജ് ഉണ്ടെന്നാണ്. പ്രിവിലേജ് ഉണ്ടെങ്കിൽ അത് എങ്ങനെ ഉന്നയിക്കണമെന്ന് ചട്ടത്തിൽ പറയുന്നുണ്ട്. അതനുസരിച്ച് ഉന്നയിക്കാൻ പ്രതിപക്ഷ നേതാവിനും സഭയിലെ ഏതൊരംഗത്തിനും അവകാശമുണ്ട്. അത് ഉപയോ ഗിക്കുകയാണ് വേണ്ടത്." കോടിയേരി ഇതു പറയുമ്പോഴും പ്രതിപക്ഷം ബഹളം തുടർന്നെങ്കിലും വി എസിനു കവചമായിരിക്കാനുള്ള ഉത്തര

വാദിത്വത്തിൽ നിന്ന് അദ്ദേഹത്തിന്റെ മന്ത്രിസഭയിലെ രണ്ടാമൻ പിന്നോട്ടുപോയില്ല. ക്രമപ്രശ്നമാണ് പ്രതിപക്ഷനേതാവ് ഉന്നയിച്ചതെങ്കിൽ അതിനാണ് മുഖ്യമന്ത്രി മറുപടി പറഞ്ഞതെന്നു കൂടി കൂട്ടിച്ചേർത്തതോടെ ആ പ്രതിരോധം കൃത്യമായി.

ജാഗ്രത കൈവിടാതെ

ആഭ്യന്തര മന്ത്രിയെന്ന നിലയിൽ കോടിയേരി ബാലകൃഷ്ണൻ മറുപടി നല്കിയ മൂന്ന് അടിയന്തര പ്രമേയങ്ങളാണ് നിയമസഭ ചർച്ച ചെയ്തത്. കേരളം ഏറെ താല്പര്യത്തോടെയും ആകാംക്ഷയോടെയും ശ്രദ്ധിച്ച വിഷയങ്ങളായിരുന്നു അവ മൂന്നും. ശക്തമായ മഴയും മണ്ണിടിച്ചിലും പ്രളയവും മൂലം ജനജീവിതം ദുസ്സഹമായി എന്നു ചൂണ്ടിക്കാട്ടി പ്രതിപക്ഷം നല്കിയ നോട്ടീസ് 2007 ജൂലൈ 18 നാണ് ചർച്ച ചെയ്തത്. മൂന്നാറിലെ അനധികൃതഭൂമി കൈയേറ്റത്തേക്കുറിച്ചുള്ള നോട്ടീസ് ചർച്ച ചെയ്യാനും സർക്കാർ തയ്യാറായി; 2010 മാർച്ച് ഒന്നിന്. സംസ്ഥാനത്ത് തീവ്രവാദ പ്രവർത്തനങ്ങൾ വർദ്ധിച്ചു വരുന്നു എന്ന് ആരോപിച്ച് 2010 ജൂലൈ 12 നു നല്കിയ നോട്ടീസാണ് അതിപ്രധാനമായ മറ്റൊന്ന്. ഏറ്റവും നീണ്ട മറുപടിയും മൂന്നാമത്തെ വിഷയത്തിലായിരുന്നു. നിലമ്പൂർ-ഷൊർണൂർ പാസഞ്ചറിന്റെ ബോഗികളുടെ ഇടയിലുള്ള ഒമ്പത് സ്പീഡ് ഹോസ് പൈപ്പുകളും 11 ബ്രേക്ക് ഹോസ് പൈപ്പുകളും ഇരുപതു സ്ഥലത്ത് മുറിച്ച നിലയിൽ കണ്ടെത്തിയത്, വഞ്ചിനാട് എക്സ്പ്രസിൽ മാവേലിക്കരയിൽ വച്ച് പ്ലാസ്റ്റിക് കവറിൽ ജലാറ്റിൻ സ്റ്റിക്കും ഡിറ്റനേറ്റനറുകളും ഫ്യൂസ് വയറും കണ്ടത്, കണ്ണൂർ എടക്കാട്ടുവച്ച് സ്വകാര്യ ബസിൽ നിന്ന് ഡിറ്റനേറ്ററുകളും ഫ്യൂസ് വയറും കണ്ടെടുത്തത് എന്നീ മൂന്നു സംഭവങ്ങൾ ഉന്നയിച്ചായിരുന്നു നോട്ടീസ്. അതുമായി ബന്ധപ്പെട്ട ചർച്ചയുടെ തുടക്കത്തിലും ഒടുവിലും കോടിയേരി നൽകിയ മറുപടികളിലെ വിവേകത്തിന്റെയും ജാഗ്രതയുടെയും സൂക്ഷ്മശ്രദ്ധയാണ് പ്രധാനം. പൊലീസ് റിപ്പോർട്ടു മാത്രം സഭയിൽ പറയുന്ന ആഭ്യന്തര മന്ത്രിയായല്ല, ആഭ്യന്തര സുരക്ഷയും സമുദായ മൈത്രിയും വിവിധ തലങ്ങളിലെ രാഷ്ട്രീയ ലക്ഷ്യങ്ങളും ഉൾപ്പെടെ എല്ലാ വശങ്ങളെയും അവയുടെ മെറിറ്റിൽ വിശകലനം ചെയ്താണ് അദ്ദേഹം സംസാരിച്ചത്. ഈ ചർച്ചയ്ക്കു മറുപടി പറയുമ്പോൾ സമ്മിശ്ര വികാരത്തോടുകൂടിയാണ് താൻ ഇവിടെ നില്ക്കുന്നത് എന്ന ആദ്യവാചകം തന്നെ സഭയുടെ സമ്പൂർണ്ണ ശ്രദ്ധ നേടി; സൂചി വീണാൽ കേൾക്കുന്ന നിശ്ശബ്ദത എന്നൊക്കെ പറയാവുന്ന തരം ശ്രദ്ധ. മാധ്യമ ഗ്യാലറികൾ തിങ്ങി നിറഞ്ഞിരുന്നു. സീറ്റുകിട്ടാതെ മാധ്യമ പ്രവർത്തകർ നിന്നുകൊണ്ടുപോലും ശ്രദ്ധിക്കുന്ന അപൂർവ്വ സന്ദർഭങ്ങളിലൊന്ന്. ഒരുകാര്യം ആദ്യം തന്നെ അദ്ദേഹം തുറന്നു പറഞ്ഞു. "ഈ പ്രശ്നത്തിനിടയിൽ ചില രാഷ്ട്രീയ

വിവാദങ്ങളും കടന്നു വന്നിട്ടുണ്ട്. ആ വിവാദത്തിനു മറുപടി പറയാൻ നിന്നാൽ ഞാൻ ഉദ്ദേശിച്ച കാര്യം നടക്കാതെ പോകും. അതുകൊണ്ട് അതിനു മറുപടി പറയുന്നില്ല.'' മാറി നിന്ന് രാഷ്ട്രീയ പാർട്ടികൾ അങ്ങോട്ടുമിങ്ങോട്ടും കുറ്റപ്പെടുത്തിക്കൊണ്ട് പരിഹരിക്കാൻ സാധിക്കുന്ന പ്രശ്നമല്ല ഇന്ന് രാഷ്ട്രം നേരിട്ടുകൊണ്ടിരിക്കുന്നത് എന്ന താക്കീതിന്റെ ഗാംഭീര്യത്തിലും കഴമ്പിലും ഒരാൾക്കും എതിർവാക്കുണ്ടായില്ല. എന്നും പ്രസക്തമാകുന്ന വിവേകത്തിന്റെ സ്വരമായി സഭ അതു സ്വീകരിക്കുകതന്നെ ചെയ്തു.

ഇനിയും ഏറെയുണ്ട് പറയാൻ. എന്നാൽ ഓർമ്മയിൽ പച്ച പിടിച്ചു നിൽക്കുന്നതും, ഓർമ്മയുണ്ടെങ്കിലും വിശദാംശങ്ങൾ അതേവിധം ഓർക്കാത്തതുകൊണ്ട് സഭാ രേഖകൾ പരിശോധിച്ച് കണ്ടെത്തിയതുമായ ചില സന്ദർഭങ്ങളാണ് പറഞ്ഞത്. കോടിയേരി ബാലകൃഷ്ണന്റെ നിയമസഭയിലെ പ്രവർത്തനങ്ങളും സഭയ്ക്കു പുറത്ത് എം എൽ എ എന്ന നിലയിൽ നടത്തിയ പ്രവർത്തനങ്ങളും കൂടുതലായി രേഖപ്പെടുത്തി വയ്ക്കേണ്ടതുണ്ട്. രണ്ടാണു കാരണം: വരുംകാലങ്ങളിലും തെരഞ്ഞെടുപ്പു ജയിച്ചുവരുന്നവർക്ക് അതിലൂടെയൊന്നു കടന്നു പോകാൻ സാധിക്കുന്നത് ഗുണം ചെയ്യും; നല്ല ജനപ്രതിനിധികളാകാൻ. തങ്ങൾ പ്രതിനിധാനം ചെയ്യുന്ന രാഷ്ട്രീയത്തോടു വിയോജിക്കുന്നരെക്കൂടി ചേർത്തുനിർത്തി രാഷ്ട്രീയ നേതാക്കൾ എങ്ങനെ മുന്നോട്ടു പോകണം എന്ന ഉന്നത ജനാധിപത്യ മൂല്യത്തിനൊരു പാഠപുസ്തകമാകും അത് എന്നതാണ് മറ്റൊന്ന്.

കോടിയേരിയിൽ നിന്ന് ഇനിയും കേരളത്തിനു കിട്ടാനുണ്ട് ഏറെ,....

സഖാവ്

ബി അബുരാജ്

ആയിരത്തി തൊള്ളായിരത്തി അറുപത്തി ആറ് തലശ്ശേരി യൂണിയൻ ഹൈസ്കൂളാണ് രംഗം. കേരളത്തിലെ കലാലയങ്ങളിൽ കെ എസ് യു കൊടുകുത്തി വാഴുന്ന കാലമാണത്. തലശ്ശേരിയിലെ വിദ്യാലയങ്ങളിലും സ്ഥിതി വ്യത്യസ്തമല്ല. അന്ന് എസ് എഫ് ഐ രൂപീകരിക്കപ്പെട്ടിട്ടില്ല. കോളേജുകളിലും സ്കൂളുകളിലും ഇടതുപക്ഷ ആഭിമുഖ്യമുള്ള സ്റ്റുഡന്റ്സ് ഫെഡറേഷനുണ്ട്. എസ് എഫ് എന്ന ചുരുക്കപ്പേരിൽ അറിയപ്പെട്ടിരുന്ന ആ സംഘടനക്ക് കാര്യമായ ആൾബലമുണ്ടായിരുന്നുമില്ല. പക്ഷേ കമ്യൂണിസ്റ്റ് ആശയം കേരളത്തിൽ അപ്പോഴേക്കും വേറുറപ്പിച്ചു കഴിഞ്ഞിരുന്നല്ലോ, കമ്യൂണിസ്റ്റുകാർ ജനഹൃദയങ്ങളിലും. അതിന്റെ പിൻബലത്തിൽ സ്റ്റുഡന്റ്സ് ഫെഡറേഷൻ പ്രവർത്തനം ശക്തമാക്കിക്കൊണ്ടിരുന്നു.

തലശ്ശേരി ഈങ്ങൽ പീടികയിൽ മൊറ്റേമൽ വീട്ടിൽ കുഞ്ഞുണ്ണിക്കുറുപ്പ് മാഷുടെയും നാരായണിയമ്മയുടെയും മകൻ ബാലകൃഷ്ണൻ അന്ന് ഒൻപതാം ക്ലാസ് വിദ്യാർത്ഥിയാണ്. ചൂഷണം ചെയ്യപ്പെടുന്നവരുടെ വിമോചനമെന്ന ലക്ഷ്യത്തോടെ പ്രവർത്തിക്കുന്ന കമ്യൂണിസ്റ്റ് പാർട്ടിയെപ്പറ്റി അയാൾ അന്നേ മനസ്സിലാക്കിയിരുന്നു. തന്റെ സഹപാഠികളെയും ഒപ്പം ചേർത്ത് പുരോഗമനപ്രസ്ഥാനത്തിൽ പ്രവർത്തിക്കാൻ ആ കുട്ടി തീരുമാനിച്ചു; ആരുടേയും പ്രേരണയില്ലാതെ.

കോടിയേരി ജൂനിയർ ബേസിക് എൽ പി സ്കൂളിൽ അഞ്ചാം ക്ലാസ് വരെ പൂർത്തിയാക്കി ഹൈസ്കൂളിലെത്തിയ ബാലകൃഷ്ണൻ സൗഹൃദങ്ങളുടെ കാര്യത്തിൽ കുബേരനായിരുന്നു. കൂട്ടുകാരോടൊക്കെ അയാൾ

രാഷ്ട്രീയം പറഞ്ഞു. ബാലകൃഷ്ണന്റെ വാക്കുകൾക്ക് കാതോർക്കാൻ ഒരു സംഘമുണ്ടായി. ആ കൂട്ടായ്മ സ്കൂളിൽ സ്റ്റുഡന്റ്സ് ഫെഡറേഷൻ രൂപീകരണത്തിന് കാരണമായി. അങ്ങനെയിരിക്കെ കെ എസ് യു സ്കൂളിനുമുന്നിൽ ഒരു യോഗം സംഘടിപ്പിച്ചു. അന്നത്തെ സാഹചര്യത്തിൽ ധാരാളം വിദ്യാർത്ഥികൾ പങ്കെടുത്തു. മുഖ്യ പ്രാസംഗികൻ സംഘടനയുടെ സംസ്ഥാന പ്രസിഡന്റ് കടന്നപ്പള്ളി രാമചന്ദ്രൻ. അതേ സ്ഥലത്ത് ഫെഡറേഷന്റെ യോഗം സംഘടിപ്പിച്ച് തങ്ങളുടെ സംഘടനാ രൂപീകരണം പ്രഖ്യാപിക്കണമെന്നായി ബാലകൃഷ്ണന്റെ ചിന്ത. ഇന്നത്തെപ്പോലെ അത്ര എളുപ്പമുള്ള കാര്യമല്ല അത്. പക്ഷേ സാധിച്ചു. സംസ്ഥാന സെക്രട്ടറിയെതന്നെ പങ്കെടുപ്പിക്കുകയും ചെയ്തു. അന്നത്തെ എസ് എഫ് ഐ സെക്രട്ടറി മറ്റാരുമല്ല സാക്ഷാൽ പിണറായി വിജയൻ

കാലം ഒരുപാട് കഴിഞ്ഞു. കൃത്യമായി പറഞ്ഞാൽ നാൽപ്പത്തി ഒൻപത് വർഷം. സുദീർഘവും സംഭവബഹുലവും ഐതിഹാസികവുമായ കാലത്തിനുശേഷം പിണറായി വിജയൻ സി പി ഐ (എം) സംസ്ഥാന സെക്രട്ടറി പദമൊഴിയുമ്പോൾ അവിടേക്ക് നിയോഗിക്കപ്പെടുന്നത് ബാലകൃഷ്ണൻ! അപ്പോഴും ഒണിയൻ സ്കൂളിലെ പഴയ യൂണിറ്റ് സെക്രട്ടറി നീന്തിക്കടന്നത് ത്യാഗങ്ങളുടെയും സഹനങ്ങളുടെയും മർദ്ദനങ്ങളുടെയും കടൽ. പിണറായിക്കുശേഷം ഈ മഹാപ്രസ്ഥാനത്തെ നയിക്കാനാര് എന്ന ചോദ്യത്തിന്റെ സ്വാഭാവിക ഉത്തരമായി അദ്ദേഹത്തിന്റെ പേര് സി പി ഐ (എം) പ്രവർത്തകർ മാത്രമല്ല ബഹുജനമൊക്കെ തിരിച്ചറിഞ്ഞു കഴിഞ്ഞിരുന്നു. പഴയ മൊറ്റേമൽ ബാലകൃഷ്ണന് കേരളത്തിന്റെ സ്വന്തം കോടിയേരി ബാലകൃഷ്ണനായി, ഏതു കൊടുങ്കാറ്റിനെയും പുഞ്ചിരിയോടെ നേരിടുന്ന നേതൃത്വമാതൃകയായി തീർന്നുകഴിഞ്ഞിരുന്നു.

സഖാക്കളുടെയും ബഹുജനങ്ങളുടെയും ഹൃദയത്തിൽ ഇടം നേടി കേരളത്തിലെ ഏറ്റവും സ്വീകാര്യനായ ജനനേതാവായി അദ്ദേഹം മാറിയതെങ്ങനെയെന്നറിയാൻ ആ ജീവിതപുസ്തകത്തിലെ ചില താളുകൾ കൂടി മറിച്ചുനോക്കണം.

1969 മാർച്ച് എസ് എസ് എൽ സി പരീക്ഷയുടെ അവസാന ദിവസം. പരീക്ഷ കഴിഞ്ഞ് വീട്ടിലേക്ക് മടങ്ങുമ്പോൾ ബാലകൃഷ്ണൻ സി പി ഐ (എം) ന്റെ പ്രാദേശികനേതാവായ ജയരാജനെ കണ്ടു. രണ്ടു പേരും കൂടി ഒന്നിച്ചായി പിന്നെ നടത്തം. പെട്ടെന്ന് ജയരാജന്റെയും ബാലകൃഷ്ണന്റെയും മുന്നിലേക്ക് ഒരു പറ്റം ആയുധധാരികൾ ചാടിവീണു. വർഗ്ഗീയഭ്രാന്ത് തലയ്ക്കുപിടിച്ച ആർ എസ് എസുകാരായിരുന്നു അവർ. ജയരാജനെ കുത്തി. കൗമാരത്തിന്റെ തുടക്കത്തിലായിരുന്ന ബാലകൃഷ്ണനെയും വെറുതെ വിട്ടില്ല. മൃഗീയമായി മർദ്ദിച്ചു. തലയിൽ വെട്ടി.

കൊലപ്പെടുത്താൻതന്നെ ചെയ്തതാണ്. എസ് എസ് എൽ സിക്കുശേഷമുള്ള അവധിക്കാലം ആർ എസ് എസുകാരുടെ വെട്ടുകൊണ്ട് ആശുപത്രിയിലായി രണ്ടുമാസം. മൊറ്റേമൽ ബാലകൃഷ്ണനെന്ന കുട്ടി ജനസഹസ്രങ്ങളുടെ നേതാവായ കോടിയേരി ബാലകൃഷ്ണനായി മാറിത്തീരുന്ന രാഷ്ട്രീയ പ്രക്രിയയിൽ ആ ആക്രമണത്തിന് സുപ്രധാന പങ്കുണ്ട്.

പത്താംക്ലാസ് കഴിഞ്ഞ് ബാലകൃഷ്ണൻ നേരെ മദിരാശിക്ക് വണ്ടി കയറി. അവിടെ രണ്ട് ചേച്ചിമാരുണ്ട്. അവരോടൊപ്പം താമസിച്ച് ഏതെങ്കിലും ജോലി കണ്ടെത്തുകയായിരുന്നു ലക്ഷ്യം. പഠിക്കാനുള്ള ആവേശം അപ്പോഴുമുണ്ടായിരുന്നു. സ്കൂൾ പഠനത്തിനിടയിൽതന്നെ ഹിന്ദി പ്രചാരസഭയുടെ ചില പരീക്ഷകളൊക്കെ അധികമായി പാസാവുകയും ചെയ്തിരുന്നു. മദിരാശിയിൽ ജോലി കിട്ടിയെങ്കിലും മാഹി കോളേജിൽ പ്രീഡിഗ്രിക്ക് പ്രവേശനം ലഭിച്ചതോടെ അതുപേക്ഷിച്ച് നാട്ടിലേക്ക് മടങ്ങി. ഇക്കണോമിക്സും ഹിസ്റ്ററിയുമായിരുന്നു വിഷയങ്ങൾ. മുതിർന്ന കുട്ടികളുള്ള മാഹി കോളേജിൽ ആ പ്രീഡിഗ്രിക്കാരൻ ചെയർമാനായി. കോളേജിൽ ശക്തമായ വിദ്യാർത്ഥിപ്രക്ഷോഭവും തുടർന്ന് ചെയർമാനെ പുറത്താക്കലുമൊക്കെയുണ്ടായി. അന്നത്തെ തലശ്ശേരിയിലെ പ്രമുഖ പാർട്ടിനേതാവും പിന്നീട് എം എൽ എ യും കോടിയേരിയുടെ ഭാര്യാപിതാവുമായിത്തീർന്ന രാജുമാഷിന്റെ (അഞ്ചാം നിയമസഭയിൽ അവസാന ഒരു വർഷവും തുടർന്ന് ആറാം നിയമസഭയിലും തലശ്ശേരിയെ പ്രതിനിധീകരിച്ച എം വി രാജഗോപാലൻ) ഇടപെടലാണ് പുനഃപ്രവേശനം സാദ്ധ്യമാക്കിയത്. മാഹിയിലെ പഠനത്തിനുശേഷം തിരുവനന്തപുരം യൂണിവേഴ്സിറ്റി കോളേജിൽ ബി എക്ക് ചേർന്നു - ഹിസ്റ്ററിയും പൊളിറ്റിക്സും.

മാഹി കോളേജിൽ പഠിക്കുമ്പോൾതന്നെ സി പി ഐ (എം) അംഗമാവുകയും തൊട്ടടുത്തവർഷം ഈങ്ങൽ പീടിക ബ്രാഞ്ച് സെക്രട്ടറിയായി നിയോഗിക്കപ്പെടുകയും ചെയ്തു. രണ്ടുവർഷത്തിനകം കോടിയേരി ലോക്കൽ കമ്മിറ്റി സെക്രട്ടറിയായി. ഇതിനിടയിൽ എസ് എഫ് ഐ യുടെ സംസ്ഥാന നേതൃനിരയിലും അദ്ദേഹം പ്രവർത്തിച്ചു. ഇന്ത്യയിലെ വിവിധ സംസ്ഥാനങ്ങളിൽ പ്രവർത്തിച്ചുകൊണ്ടിരുന്ന പ്രാദേശിക ഇടതുപക്ഷ വിദ്യാർത്ഥി സംഘടനകൾ യോജിച്ച് എസ് എഫ് ഐ എന്ന ദേശീയസംഘടന രൂപീകരിക്കുന്നത് 1970 ലാണ്. തിരുവനന്തപുരത്താണ് എസ് എഫ് ഐ യുടെ പ്രഥമ സമ്മേളനം നടന്നത്. അതിൽ പങ്കെടുത്തു. 1972ൽ എസ് എഫ് ഐ സംസ്ഥാന വൈസ് പ്രസിഡന്റായി. പിന്നീട് സെക്രട്ടറിയും. 1980 വരെ തലസ്ഥാനത്ത് തുടർന്നു.

എസ് എഫ് ഐ ഇന്നത്തെ നിലയിൽ വലിയ സ്വാധീനമുള്ള സംഘടനയായി തീരുന്നത് കോടിയേരിയുടെ കാലത്താണ്. അടിയന്തരാവസ്ഥ

യ്ക്കുശേഷം അഞ്ചുവർഷം എസ് എഫ് ഐ യെ നയിച്ച കോടിയേരിക്ക് കേരളത്തിലെ ഏറ്റവും വലിയ വിദ്യാർത്ഥിസംഘടനയായി എസ് എഫ് ഐ യെ മാറ്റാൻ സാധിച്ചു. ക്യാമ്പസുകളിൽ നാമമാത്ര സാന്നിധ്യമായിരുന്ന എസ് എഫ് ഐ വിവിധ കോളേജ് യൂണിയനുകളും സർവ്വകലാശാല യൂണിയനുകളും നിയന്ത്രിക്കാൻ കഴിയുന്ന പ്രസ്ഥാനമായിത്തീർന്നത് അടിയന്തരാവസ്ഥയ്ക്കുശേഷമാണ്. മറ്റൊരു വിദ്യാർത്ഥിസംഘടനാപ്രവർത്തകനും അനുഭവിക്കേണ്ടിവന്നിട്ടില്ലാത്ത പീഡനമാണ് കോടിയേരിക്ക് ജനാധിപത്യധ്വംസനത്തിന്റെ ആ അന്ധകാരയുഗത്തിൽ നേരിടേണ്ടിവന്നത്. അർദ്ധരാത്രിയുടെ നിശ്ശബ്ദതയിൽ വീട് വളഞ്ഞ് കോടിയേരിയെ പോലീസ് അറസ്റ്റ് ചെയ്തു. അടിയന്തരാവസ്ഥ പ്രഖ്യാപനം വന്ന ഉടൻ തലശ്ശേരിയിൽ അതിനെതിരെ പ്രതിഷേധിച്ച് പ്രസംഗിച്ചതിനായിരുന്നു അറസ്റ്റ്. രണ്ടുദിവസം കഴിഞ്ഞ് വിട്ടയച്ചെങ്കിലും പിന്നീട് വീണ്ടും ആ വിദ്യാർത്ഥിനേതാവിനെത്തേടി പോലീസെത്തി. ഒന്നരവർഷം ജയിലിൽ. ഇമ്പിച്ചിബാവ, എം വി രാഘവൻ, പിണറായി വിജയൻ, എം പി വീരേന്ദ്രകുമാർ, ബാഫക്കിതങ്ങൾ, പി എം അബൂബക്കർ, എ കണാരൻ തുടങ്ങി പ്രമുഖരായ പലരും അവിടെ സഹതടവുകാരായിരുന്നു. അടിയന്തരാവസ്ഥ പിൻവലിച്ചശേഷമായിരുന്നു പിന്നെ മോചനം.

വിദ്യാർത്ഥിസംഘടനാരംഗത്ത് ഒതുങ്ങിനിന്ന നേതാവിയിരുന്നില്ല കോടിയേരി. കോഫി വർക്കേഴ്സ് യൂണിയന്റെയും ലോറി തൊഴിലാളി യൂണിയന്റെയും പ്രവർത്തനങ്ങൾക്കും അദ്ദേഹം നേതൃത്വം നല്കി. കർഷകസംഘത്തിന്റെ സംസ്ഥാന ജോയിന്റ് സെക്രട്ടറിയായി. അങ്ങനെ എല്ലാവിഭാഗം ജനങ്ങളുടെയും പ്രശ്നങ്ങളിൽ യുവാവായിരുന്ന കാലത്തുതന്നെ സജീവമായി ഇടപെടുകയും അവരുടെ സംഘടനകൾ പടുത്തുയർത്താൻ ശ്രമിക്കുകയും ചെയ്തത് ആ വിദ്യാർത്ഥിനേതാവിനെ വലിയ അനുഭവസമ്പത്തിനും സംഘടനാശേഷിക്കും ഉടമയാക്കി.

മുപ്പത്തിയഞ്ചാം വയസ്സിൽ സി പി ഐ (എം) സംസ്ഥാന കമ്മിറ്റി അംഗമായി. തൊട്ടടുത്തവർഷം കണ്ണൂർ ജില്ലാ സെക്രട്ടറി. അതും ഉത്തരമലബാറിലെ ഇടതുപക്ഷക്കാരിൽ പൊതുവെയും സി പി ഐ (എം) ൽ ആഴത്തിലും സ്വാധീനമുണ്ടായിരുന്ന എം വി രാഘവനെ പുറത്താക്കിയശേഷമുള്ള കാലം. രാഘവനും സി പി ഐ (എം) ഉം തമ്മിൽ മുഖാമുഖം പോരടിക്കുന്ന സംഘർഷഭരിതമായ അന്തരീക്ഷത്തിൽ കോടിയേരി ബാലകൃഷ്ണന്റെ ജീവിതത്തിലെ ഏറ്റവും സുപ്രധാനമായ ഘട്ടം ഇതുതന്നെയാണെന്നതിൽ തർക്കമില്ല. 1982 ൽതന്നെ തലശ്ശേരിയിൽനിന്ന് നിയമസഭയിലേക്ക് തെരഞ്ഞെടുക്കപ്പെട്ടെങ്കിലും കേരളം മുഴുവൻ ശ്രദ്ധിക്കപ്പെടുന്നത് സി പി ഐ (എം) ജില്ലാ സെക്രട്ടറിയായതിനെത്തുടർന്നാ

ണ്. കൂത്തുപറമ്പിൽ അധികാരധാർഷ്ട്യം അഞ്ച് ഉശിരൻമാരായ സഖാക്കളുടെ ജീവൻ കവർന്നെടുത്തതടക്കമുള്ള സംഭവങ്ങൾ അക്കാലത്തുണ്ടായി. 1988 ൽ ആലപ്പുഴയിൽനടന്ന സി പി ഐ (എം) സംസ്ഥാന സമ്മേളനത്തിലാണ് കോടിയേരി ബാലകൃഷ്ണനെ സംസ്ഥാനകമ്മിറ്റിയംഗമായി തെരഞ്ഞെടുക്കുന്നത്. ആലപ്പുഴയിൽ വീണ്ടും സംസ്ഥാന സമ്മേളനം ചേരുന്നത് 2015 ൽ. ആ സമ്മേളനത്തിൽ കോടിയേരി സംസ്ഥാന സെക്രട്ടറിയായി പാർട്ടിയുടെ അമരക്കാരനായത് ആഹ്ലാദകരമായ യാദൃച്ഛികത. അതിനിടെ 2008 ൽ കോയമ്പത്തൂരിൽ നടന്ന 19 -ാം പാർട്ടി കോൺഗ്രസിൽ പോളിറ്റ്ബ്യൂറോ അംഗമായി. 2015ൽ സംസ്ഥാന സെക്രട്ടറിയാവുമെന്നത് ഏറെക്കുറെ ഊഹിക്കപ്പെട്ടിരുന്നുവെങ്കിലും പോളിറ്റ്ബ്യൂറോ അംഗത്വം പലർക്കും അപ്രതീക്ഷിതമായിരുന്നു. വാർത്താമാധ്യമങ്ങൾ പി ബി യിലേക്ക് മറ്റ് ചില പേരുകൾ ഉയർത്തിക്കാട്ടുകയും ചെയ്തു. 17-ാം കോൺഗ്രസിൽ കേരളത്തിൽനിന്ന് അഞ്ച് പി ബി അംഗങ്ങളുണ്ടായിരുന്നു. ന്യൂഡൽഹിയിൽ 18-ാം കോൺഗ്രസ് ചേർന്നപ്പോൾ അംഗസംഖ്യ മൂന്നായി കുറഞ്ഞിരുന്നു. സഖാവ് ബാലാനന്ദനും സഖാവ് നായനാരും ചരിത്രത്തിലേക്ക് പിൻവാങ്ങി. പാർട്ടി ജനറൽ സെക്രട്ടറിയായിരുന്ന സഖാവ് സുർജിത്തിന്റെ നിര്യാണം മൂലമുള്ള ഒഴിവും ഉണ്ടായിരുന്നു. മികച്ച പാർലമെന്റേറിയനായും കോടിയേരി തിളങ്ങി. രാജുമാഷിനുശേഷം തലശ്ശേരിയുടെ എം എൽ എ ആയി 1982 ൽ കോടിയേരി 7-ാം നിയമസഭയിലെത്തി. 1987ൽ വീണ്ടും തെരഞ്ഞെടുക്കപ്പെട്ടു. പിന്നീട് 2001, 2006, 2011 എന്നീ വർഷങ്ങളിൽ തുടർച്ചയായി നിയമസഭയിലെത്തി. 2006 ൽ ആഭ്യന്തര-വിജിലൻസ്-ടൂറിസം വകുപ്പ് മന്ത്രിയായി. ജയിൽ, നീതിനിർവ്വഹണം, ഫയർ ആന്റ് റെസ്ക്യൂ വകുപ്പുകളുടെ ചുമതലകളും ഇതോടൊപ്പം വഹിച്ചു. നിയമസഭയിൽ ജനകീയ പ്രശ്നങ്ങളുയർത്തുമ്പോൾ കൊടുങ്കാറ്റാകും കോടിയേരി. നിയമനിർമ്മാണ പ്രക്രിയയിൽ ഇടപെടുമ്പോൾ പ്രസംഗങ്ങൾ ഗഹനവും കാര്യമാത്രപ്രസക്തവും. ദീർഘനാളായി അദ്ദേഹത്തെ നിയമസഭയിൽ പിൻതുടരുന്നവർക്ക് ആ അവതരണങ്ങളിൽ പ്രകടമായ വ്യത്യാസം തിരിച്ചറിയാം. പ്രത്യേകിച്ചും ശരീരഭാഷയിൽ. ഓരോ പ്രായവും ആവശ്യപ്പെടുംവിധം ശരീരഭാഷ പരിഷ്കരിക്കാൻ സാധിച്ചത് അനുകരണീയമാണ്. ഉദാഹരണത്തിന് ഏഴാം കേരളനിയമസഭയിൽ റേഷൻ വിതരണസ്തംഭനത്തിനെതിരെ നടന്ന പ്രതിഷേധം. പാവപ്പെട്ട ജനങ്ങളുടെ അന്നം മുട്ടിച്ച യു ഡി എഫ് സർക്കാരിനെതിരെ പ്രതിപക്ഷം ആഞ്ഞടിച്ചു. യൗവനത്തിന്റെ സകല ഊർജ്ജവുമാവാഹിച്ച് കോടിയേരി ബാലകൃഷ്ണൻ ആക്രമണത്തിന്റെ കുന്തമുനയായി. നിയമസഭയ്ക്കുള്ളിൽ ധർണ്ണ, മുദ്രാവാക്യംവിളി എന്നിങ്ങനെ.... വാച്ച് ആന്റ് വാർഡിനെ

ഉപയോഗിച്ച് സാമാജികരെ ഒതുക്കാൻ ശ്രമമുണ്ടായി. ഇതേതുടർന്ന് കോടിയേരിയെ സസ്പെന്റ് ചെയ്തു. എം വി രാഘവനും കോലിയക്കോട് കൃഷ്ണൻനായരുമാണ് കൂട്ടത്തിൽ സസ്പെൻഷനിലായ മറ്റു രണ്ടുപേർ. കേരളനിയമസഭയിലെ രണ്ടാമത്തെ സസ്പെൻഷൻ നടപടിയായിരുന്നു അത്. 1969 ലായിരുന്നു നിയമസഭയിലെ ആദ്യ സസ്പെൻഷൻ, ദാമോദരൻപോറ്റി സ്പീക്കറായിരിക്കുമ്പോൾ.

നിയമസഭയിൽ കോടിയേരിയുടെ ശബ്ദത്തിന് ഒരിക്കലും കരുത്ത് ചോർന്നിട്ടില്ല. പറയുന്ന ഓരോ വാക്കിനും പിന്നിൽ നീണ്ട ഗൃഹപാഠങ്ങളുണ്ടാകും. ആകസ്മികമായ രാഷ്ട്രീയ പ്രസ്താവനകൾ നടത്തേണ്ടിവരുന്ന സന്ദർഭങ്ങൾ ഒഴിച്ചുനിർത്തിയാൽ എന്തു പറയുമ്പോഴും അതുമായി ബന്ധപ്പെട്ട പ്രസക്തമായ രേഖകളെല്ലാം പരിശോധിച്ചിരിക്കും. വിദഗ്ദ്ധരുമായി ദീർഘസംഭാഷണങ്ങൾ നടത്തി സംശയനിവൃത്തി വരുത്തിയിരിക്കും. പൊതുസമ്മേളനങ്ങളിൽ എത്ര ആവേശത്തിൽ പ്രസംഗിച്ചാലും ഓരോ വാക്കും നിർത്തി നിർത്തി വ്യക്തമായാണ് പറയുക. ആശയ വ്യക്തത അവതരണത്തിലുമുണ്ട്.

ഭരണകർത്താവെന്ന നിലയിൽ അദ്ദേഹത്തിന്റെ പ്രവർത്തനങ്ങൾ എതിരാളികളുടെപോലും പ്രശംസ പിടിച്ചുപറ്റി. ആ ശൈലി അടുത്തുനിന്ന് കാണാനും അദ്ദേഹത്തിന്റെ നിർദ്ദേശാനുസരണം പ്രവർത്തിക്കാനും എനിക്കും അക്കാലത്ത് അവസരം ലഭിച്ചു.

2007 ഫെബ്രുവരി 20

അന്നൊരു ചൊവ്വാഴ്ചയായിരുന്നു. സെക്രട്ടേറിയറ്റിലെ ഓഫീസ് മുറിയിൽ മേശപ്പുറത്ത് അടുക്കി വച്ചിരിക്കുന്ന ഫയലുകൾ ഒന്നൊന്നായി നോക്കിതീർക്കുകയാണ് ആഭ്യന്തരമന്ത്രി കോടിയേരി ബാലകൃഷ്ണൻ. ഉദ്യോഗസ്ഥതലത്തിൽ തീർപ്പാക്കേണ്ടുന്ന ഫയലുകളും മന്ത്രിയുടെ മുന്നിലേക്ക് വരും വിധത്തിലുള്ള കാലാനുസൃതമല്ലാത്ത സെക്രട്ടേറിയറ്റ് സംവിധാനത്തിൽ മന്ത്രിമാർ പലപ്പോഴും കുടുങ്ങിപ്പോകാറുണ്ട്. ഉദ്യോഗസ്ഥരുടെ ശൂന്യവേതന അവധി സംബന്ധിച്ചുപോലും മന്ത്രിമാർ തീരുമാനമെടുക്കേണ്ടിവരുമ്പോൾ നയപരമായ വിഷയങ്ങളുമായി ബന്ധപ്പെട്ട ഫയലുകൾക്ക് ചിലപ്പോഴെങ്കിലും കാലതാമസം വരാൻ കാരണമാകും. അതു സംഭവിക്കാതിരിക്കാൻ സന്ദർശകരോ പരിപാടികളോ മീറ്റിങ്ങുകളോ ഇല്ലാത്ത ഏതു നിമിഷവും കോടിയേരി ഫയലുകൾ നോക്കാനായി ചെലവഴിക്കാറാണ് പതിവ്. അന്നും അതുതന്നെ തുടർന്നു.

അങ്ങനെയിരിക്കവെയാണ് മുൻപിലുള്ള ടി വി സ്ക്രീനിൽ ഫ്ളാഷ് ന്യൂസ്.

എറണാകുളം-ഇടുക്കി ജില്ലകളുടെ അതിർത്തിയിലുള്ള ഭൂത

ത്താൻകെട്ട് അണക്കെട്ടിനുസമീപം തട്ടേക്കാട് ബോട്ടപകടം. വിനോദയാത്രക്കുപോയ സ്കൂൾ വിദ്യാർത്ഥികളും അദ്ധ്യാപകരുമാണ് അപകടത്തിൽപ്പെട്ടത്. മന്ത്രി ഫയലുകൾ മാറ്റിവച്ച് ടെലിവിഷൻ ശ്രദ്ധിച്ചു. എറണാകുളം റേഞ്ച് ഐ ജിയെ ബന്ധപ്പെട്ട് വിവരങ്ങൾ ശേഖരിക്കാൻ പ്രൈവറ്റ് സെക്രട്ടറി അഡ്വ. എം സി രാഘവന് നിർദ്ദേശം. നിമിഷങ്ങൾക്കകം കോടിയേരി തീരുമാനിച്ചു. തട്ടേക്കാടിന് പോവുകതന്നെ. പിന്നെ വൈകിയില്ല. തീരുമാനമെടുക്കുന്നതും നടപ്പാക്കുന്നതും സന്ദർഭം ആവശ്യപ്പെടുന്ന വേഗതയിലാണ്. ദുരന്തസ്ഥലത്തുപോയാൽ അന്ന് മടങ്ങാനാവില്ല. പിറ്റേദിവസത്തേക്ക് മാറിയുടുക്കാൻ വസ്ത്രം പോലുമെടുക്കാനുള്ള സമയം നഷ്ടപ്പെടുത്താതെ കോടിയേരിയിറങ്ങി. വൈകിട്ട് വർക്കലയിൽ ഒരു പരിപാടി ഏറ്റിട്ടുണ്ട്. അവിടെ എത്താനാവില്ലെന്ന് സംഘാടകരെ അറിയിക്കാൻ പേഴ്സണൽ അസിസ്റ്റന്റ് എം. രാഘവനോടാവശ്യപ്പെട്ടു.

തിരുവനന്തപുരത്ത്നിന്ന് തട്ടേക്കാടെത്താൻ അഞ്ചുമണിക്കൂറെങ്കിലും വേണം. അപ്പോഴേക്കും രാത്രിയാകും. പിന്നെയെന്ത് രക്ഷാപ്രവർത്തനം നടത്താനാവുമെന്നും ഇപ്പോൾതന്നെ അവിടെ സാദ്ധ്യമായ കാര്യങ്ങൾ നടന്നിട്ടുണ്ടാവുമെന്നുമൊക്കെ ചിലരെങ്കിലും പറയുന്നുണ്ടായിരുന്നു. പക്ഷേ കോടിയേരി എന്താണെന്ന് പിറ്റേദിവസത്തെ വർത്തമാനപത്രങ്ങൾ മറിച്ചുനോക്കിയാൽ മനസ്സിലാകും. ആഭ്യന്തരമന്ത്രി വന്നതിനുശേഷം രക്ഷാപ്രവർത്തനങ്ങളും തുടർന്നുള്ള നടപടികളും ഇരട്ടിവേഗത്തിലായെന്നും എല്ലാ കാര്യത്തിലും മന്ത്രി നേരിട്ട് നേതൃത്വം നല്കിയെന്നും വിമർശകരായ പത്രങ്ങൾ പോലും എഴുതി. പിന്നീടെത്രയോ സന്ദർഭങ്ങളിൽ കോടിയേരിയുടെ ഈ സ്വഭാവസവിശേഷത കേരളത്തിന് തുണയായി. എവിടെ പ്രശ്നങ്ങൾ ഉണ്ടാവുന്നോ അവിടെ ഓടിയെത്താതെ, തനിക്ക് അതിൽ ചെയ്യാൻ കഴിയുന്ന കാര്യങ്ങൾ ചെയ്യാതെ അദ്ദേഹത്തിന്റെ മനസ്സടങ്ങില്ല.

തട്ടേക്കാടേക്കുള്ള യാത്രയ്ക്കിടയിൽ മന്ത്രി ദുരന്തനിവാരണ നടപടികൾ തുടങ്ങിക്കഴിഞ്ഞിരുന്നു. ദുരന്തസ്ഥലത്തുനിന്ന് ലഭിക്കുന്ന വിവരങ്ങളുടെ അടിസ്ഥാനത്തിൽ ആവശ്യമായ സംവിധാനങ്ങളെപ്പറ്റി ആലോചിച്ച് അവ മുൻഗണനാക്രമത്തിൽ എത്തിക്കാനായി ഇടപെടൽ നടത്തി. തട്ടേക്കാടും രണ്ടുവർഷം കഴിഞ്ഞ് തേക്കടിയിലും ബോട്ടപകടമുണ്ടായപ്പോൾ കേന്ദ്രപ്രതിരോധമന്ത്രിയായിരുന്ന എ കെ ആന്റണിയെ ഉടൻ ബന്ധപ്പെടാനും അദ്ദേഹത്തിന്റെ സഹായത്തോടെ രക്ഷാപ്രവർത്തനത്തിന് നാവികസേനയെ ഏർപ്പാടാക്കാനും മുന്നിട്ടിറങ്ങി. തേക്കടി ദുരന്തത്തിൽ വിദേശത്തും ഇതരസംസ്ഥാനങ്ങളിലും നിന്നുള്ള വിനോദസഞ്ചാരികൾ ഉൾപ്പെട്ടേക്കാം എന്നതുകൊണ്ട് ടൂറിസം സെക്രട്ടറി ഡോ.

വേണുവിന്റെ ചുമതലയിൽ സെക്രട്ടറിയറ്റിൽ ഹെൽപ്ഡെസ്ക് ആരംഭിക്കാനടക്കം കൃത്യമായ നടപടികൾ സ്വീകരിച്ചു. ഇങ്ങനെ മറ്റുള്ളവരെക്കാൾ ഒരുപടികൂടി കടന്ന് ക്ഷണവേഗത്തിൽ ചിന്തിക്കാനുള്ള ശേഷിയാണ് കോടിയേരിയിലെ ഭരണാധികാരിയിൽ കരുത്തും കാര്യശേഷിയും നിറച്ചത്.

നല്ല പൊതുപ്രവർത്തകർ എല്ലായ്പ്പോഴും നല്ല ഭരണാധികാരികൾ ആയിക്കൊള്ളണമെന്നില്ല. കോടിയേരി ബാലകൃഷ്ണൻ പക്ഷേ രണ്ടു പതിറ്റാണ്ടുകാലത്തെ പാർലമെന്ററി പ്രവർത്തനത്തിനിടെ ആദ്യമായാണ് മന്ത്രിപദം കൈകാര്യം ചെയ്യുന്നതെങ്കിലും അതിന്റെ പരിമിതികളൊന്നും തുടക്കത്തിൽപോലും ദൃശ്യമായില്ല. ജനപക്ഷത്തു നിലകൊള്ളുന്ന, നാടിന്റെ അടിയന്തരിരാവശ്യങ്ങൾക്കൊപ്പം ഭാവിയിലെ ആവശ്യങ്ങളും ദീർഘവീക്ഷണം ചെയ്യാൻ കഴിവുള്ള പരിണിതപ്രജ്ഞനാണെന്ന് തെളിയിച്ചു.

മന്ത്രിയായ കോടിയേരിക്ക് തീർത്തും വ്യത്യസ്ത സ്വഭാവമുള്ള വകുപ്പുകളാണ് കൈകാര്യം ചെയ്യാനുണ്ടായിരുന്നത്. പോലീസും വിനോദസഞ്ചാരവും അഗ്നിശമന സുരക്ഷാവിഭാഗവും. പോലീസിനെ 'സേന' എന്നാണ് സാധാരണ വിശേഷിപ്പിക്കാറുള്ളത്. ചിട്ടയും അച്ചടക്കവും അനിവാര്യമായ സംവിധാനം. ആജ്ഞകളിലൂടെയാണ് പോലീസ് സംവിധാനം പ്രവർത്തിക്കുന്നത്. ഉത്തരവു നല്കലും അടിച്ചമർത്തലുമാണ് കാലാകാലങ്ങളായി അതിന്റെ ശൈലി. വിനോദസഞ്ചാരമാകട്ടെ വളറെയേറെ പ്രത്യേകതകളുള്ള വ്യവസായമേഖലയാണ്. കേരളത്തിന്റെ ഭാവി എന്ന് വിശേഷിപ്പിക്കപ്പെടുന്ന സേവനാധിഷ്ഠിതമായ വ്യവസായം. ചെറിയ സംഭവത്തിൽപോലും ഉലഞ്ഞ് തകർന്നുപോകാവുന്ന വ്യവസായം. അവിടെ ഉത്തരവുകൾക്ക് വലിയ പ്രസക്തിയില്ല; ഭരണപരമായ നടപടിക്രമം മാത്രം. മറിച്ച് പുതിയ ആശയങ്ങളിലൂടെ, വികസനപദ്ധതികളിലൂടെ, പ്രചാരണതന്ത്രങ്ങളിലൂടെ, പ്രതിച്ഛായാ നിർമിതികളിലൂടെ വളർച്ച ഉറപ്പാക്കുകയാണ്. ഫയർ ആന്റ് സേഫ്റ്റി ആകട്ടെ അനിവാര്യമായ സേവനമേഖലയാണ്. അവിടെ സൗകര്യങ്ങൾ ഒരുക്കലും സൂക്ഷ്മതയുമൊക്കെയാണ് വേണ്ടത്. നീതി നിർവ്വഹണവകുപ്പും അദ്ദേഹത്തിന്റെ ചുമതലയിലായിരുന്നു. കോടതികളുടെ ഭരണപരമായ സൗകര്യങ്ങൾ ഉറപ്പുവരുത്താൻ ചുമതലപ്പെട്ട ഈ വകുപ്പിന്റെ ഭരണരീതി ഇതിൽനിന്നെല്ലാം വിഭിന്നമാണ്. തീർത്തും വ്യത്യസ്ത സ്വഭാവമുള്ള വകുപ്പുകളെ സമർത്ഥമായി നയിക്കാൻ കോടിയേരിക്കു കഴിഞ്ഞു. മനുഷ്യാവകാശങ്ങളുടെയും സാമാന്യമര്യാദയുടെയും സകലസീമകളെയും ലംഘിച്ചുകൊണ്ട് മാധ്യമങ്ങൾ വ്യക്തിപരമായി കടന്നാക്രമിക്കുകയും അവാസ്തവ പ്രചാരണങ്ങൾ അഴിച്ചുവിടുകയും ചെയ്തിട്ടും അതി

ലൊന്നും തെല്ലും അസ്വസ്ഥനാകാതെ മുന്നോട്ടുപോവുകയും കേരളം കണ്ട ഏറ്റവും മികച്ച ആഭ്യന്തരമന്ത്രി എന്ന വിശേഷണത്തിന് സ്വാഭാവിക അർഹത നേടിയെടുക്കുകയും ചെയ്തു.

പ്രത്യക്ഷത്തിൽ തന്നെ ദൃശ്യമാകുന്ന ഒട്ടനവധി നേട്ടങ്ങൾ കോടിയേരി കൈകാര്യം ചെയ്ത എല്ലാ വകുപ്പുകളിലും ഉണ്ടാക്കാൻ സാധിച്ചു. ക്രമസമാധാനപാലനത്തിൽ ഇന്ത്യയിൽതന്നെ ഒന്നാം സ്ഥാനത്ത് എത്തി. *ഇന്ത്യാ ടുഡേ* പോലുള്ള മാധ്യമങ്ങളുടെയും കേന്ദ്രസർക്കാരിന്റെയും വിലയിരുത്തലുകളിൽ ദേശീയതലത്തിൽ കേരളം മുന്നിലായി. ഞാൻ വ്യക്തിപരമായി മനസ്സിലാക്കിയ ഒരു കാര്യം പങ്കിടാം. *ഇന്ത്യാ ടുഡേ* എല്ലാ വർഷവും നടത്തുന്ന സംസ്ഥാനങ്ങളുടെ വിലയിരുത്തലിൽ ക്രമസമാധാനപാലനത്തിൽ കേരളം ഒന്നാമതെത്തി. വിധിനിർണ്ണയം കഴിഞ്ഞ് അത് പ്രഖ്യാപിക്കുന്നതിനുമുൻപ് പോൾ മുത്തൂറ്റ് വധിക്കപ്പെട്ടു. പ്രതികളെ ഉടൻതന്നെ പിടികൂടിയെങ്കിലും പോലീസ് കൃത്യമായി സൃഷ്ടിച്ച പ്രതികളാണെന്ന മട്ടിൽ മാധ്യമവിചാരണ പരിധിവിട്ടു. ഇതോടെ അവാർഡ് നൽകണോ എന്ന ആശങ്ക *ഇന്ത്യ ടുഡേ*ക്കുണ്ടായതായി ദില്ലിയിലെ എന്റെ മാധ്യമസുഹൃത്ത് വെളിപ്പെടുത്തി. പക്ഷേ ദില്ലി സർവ്വകലാശാല പ്രൊഫസർമാർ അടങ്ങുന്ന ജഡ്ജിങ് കമ്മിറ്റി തങ്ങളുടെ നിലപാടിൽ ഉറച്ചുനില്ക്കുകയും മാനേജുമെന്റിന് ആത്മവിശ്വാസം നൽകുകയും ചെയ്തു. കേരളത്തിന് വീണ്ടും ഒന്നാംസ്ഥാനം നല്കി. പോൾ മുത്തൂറ്റ് വധകേസ് പിന്നീട് സി ബി ഐയെ ഏല്പിച്ചു. അവരും കേരളാ പോലീസിന്റെ അന്വേഷണം ശരിവച്ചു. പോലീസ് സേനയുടെ അംഗബലം വർദ്ധിപ്പിക്കുകയും പത്ത് ശതമാനം വനിതാപോലീസുകാരെ നിയോഗിക്കുകയും പോലീസ് സേനാംഗങ്ങളുടെ പ്രമോഷൻ സാദ്ധ്യതകൾ ഉയർത്താൻ കൂടുതൽ തസ്തികകൾ സൃഷ്ടിക്കുകയും ചെയ്തു. ക്രമസമാധാനവും കുറ്റാന്വേഷണവും വേർതിരിച്ച്, രണ്ടും മൂന്നും ദശാബ്ദത്തെ സേവനത്തിനുശേഷവും പോലീസുകാർ സാദാപോലീസായി വിരമിച്ചുകൊണ്ടിരുന്ന ദുഃസ്ഥിതിക്ക് പരിഹാരമുണ്ടാക്കാൻ ഗ്രേഡ് പ്രമോഷൻ കൊണ്ടുവന്നു. കേരളത്തിൽ നിലവിലില്ലായിരുന്ന ഇന്ത്യാ റിസർവ്വ് ബറ്റാലിയൻ സ്ഥാപിക്കാൻ നടപടി സ്വീകരിച്ചു. സംസ്ഥാനത്ത് ആയിരം പോലീസുകാരുടെ സേവനം കൂടി കേന്ദ്രസഹായത്തോടെ ലഭ്യമാകാൻ ഇത് സഹായിച്ചു. പോലീസുകാരുടെ ജോലിസമയത്തിന് യാതൊരു കൃത്യതയും ഇല്ലായിരുന്നു. അത് മാനസികമായും ശാരീരികമായും അവരെ തളർത്തുകയും ചിലരെയെങ്കിലും തകർക്കുകയും ചെയ്യുന്നതായി പല വിദഗ്ദ്ധസമിതികളും ചൂണ്ടിക്കാട്ടിയിട്ടുണ്ട്. ഇതിനൊരു പരിഹാരം ഉണ്ടാക്കി എട്ടുമണിക്കൂർ ജോലിസമ്പ്രദായം കൊണ്ടുവന്നു. പോലീസ് സ്റ്റേഷനുകളിലേക്ക് കടന്നുവരുന്നവർ തോക്കേന്തിയ ഒരു പാറാ

വുകാരനെ അഭിമുഖീകരിക്കുന്നതിനുപകരം റിസപ്ഷൻ ഡസ്കിലെ പോലീസുദ്യോഗസ്ഥർ പുഞ്ചിരിയോടെ സന്ദർശകന്റെ ആവശ്യം ചോദിച്ചറിയുന്ന രീതിവരണമെന്ന് ഉന്നതപോലീസുദ്യോഗസ്ഥരുടെ യോഗത്തിൽ കോടിയേരി നിർദ്ദേശിച്ചു. മർദ്ദന ഉപകരണം മാത്രമായി വെറും കൈക്കൂലിക്കാരായി തീർന്നിരുന്ന പോലീസ് സംവിധാനത്തിന് ജനസേവനത്തിന്റെ മുഖമുണ്ടെന്ന് കാണിച്ചുകൊടുത്തതിന്റെ പേരിലായിരിക്കുമത്. ജനങ്ങളുമായി ഇടപഴകി അവരുമായി സൗഹൃദം സ്ഥാപിച്ച് ക്രമസമാധാനം ഉറപ്പാക്കാനാകുമെന്ന മാതൃക ലോകത്തിന് അദ്ദേഹം കാട്ടിക്കൊടുത്തു. അടിമുടി അഴിമതിയിൽ മുങ്ങിയ പോലീസ് സംവിധാനത്തെ ഒരു രാത്രിവെളുക്കുമ്പോൾ ശുദ്ധീകരിക്കാൻ സാദ്ധ്യമല്ല. പക്ഷേ സാധാരണ പോലീസുകാരനെ മുതൽ ഉന്നതൻമാരെവരെ പച്ച നോട്ടുകൾകൊണ്ട് വിലക്കെടുക്കാൻ കഴിയുന്ന സംവിധാനത്തിൽ നിന്ന് കറകൾ കഴുകിക്കളയാൻ സാദ്ധ്യമല്ലെന്ന പൊതുധാരണ തിരുത്താൻ കോടിയേരിക്കായി. ഒരു ബദൽ സാദ്ധ്യമാണ്, നാം പരിശ്രമിച്ചാൽ എന്ന് അദ്ദേഹം തെളിയിച്ചു. ജനമൈത്രി സുരക്ഷാപദ്ധതി ഇതിനൊരുദാഹരണമാണ്. വളരെ പ്രതീക്ഷയോടെ കോടിയേരി തുടക്കം കുറിച്ച മറ്റൊരു പദ്ധതിയാണ് സ്റ്റുഡന്റ് പോലീസ് കേഡറ്റ്. സേവനസന്നദ്ധരും അച്ചടക്കമുള്ളവരുമായ ഭാവിതലമുറയെ വാർത്തെടുക്കാനുള്ള ദീർഘവീക്ഷണത്തോടെ ആവിഷ്കരിച്ച പദ്ധതി ഇന്ന് ഇന്ത്യ മുഴുവൻ പകർത്തുന്നു.

ജയിൽവകുപ്പിന്റെയും ചുമതല അദ്ദേഹത്തിനായിരുന്നല്ലോ. ജയിലിനെ ശിക്ഷാകേന്ദ്രം എന്നതിനപ്പുറം തിരുത്തൽ കേന്ദ്രങ്ങളാക്കി മാറ്റണമെന്ന വീക്ഷണം അദ്ദേഹം വച്ചുപുലർത്തി. ജയിലുകൾ കോൺസൻട്രേഷൻ ക്യാമ്പുകൾ അല്ലെന്നും മനഃപരിവർത്തന സ്ഥാപനങ്ങളാണെന്നും കോടിയേരി തിരിച്ചറിഞ്ഞു. ശിക്ഷിക്കപ്പെട്ടവർ കൂടുതൽ കടുത്ത കുറ്റവാളികളായി ജയിലിൽ നിന്നും ഇറങ്ങുന്ന അവസ്ഥ മാറ്റാൻ ജയിൽ നിയമം തന്നെ മാറ്റിയെഴുതി. ജയിലിൽ കൂടുതൽ പഠനാവസരങ്ങളും തൊഴിൽ ചെയ്യാനുള്ള സൗകര്യങ്ങളുമൊരുക്കി. പരോൾ വ്യവസ്ഥകൾ യുക്തിസഹമാംവിധം ഉദാരമാക്കി. ജയിൽഭരണം സംബന്ധിച്ച നിരവധി ഗൗരവമുള്ള പഠനങ്ങൾ അദ്ദേഹം വായിച്ചു. അതിനായി എത്ര തിരക്കുകൾക്കിടയിലും സമയം കണ്ടെത്തി. നിയമനിർമ്മാണം സംബന്ധിച്ച ചർച്ചകൾക്കായി ദിവസങ്ങൾ ചെലവഴിക്കാൻ യാതൊരു മടിയും ഉണ്ടായിരുന്നില്ല.

അഗ്നിശമനസേന വകുപ്പിനെ ആരും അത്ര പ്രാധാന്യമുള്ളതായി പരിഗണിച്ചിരുന്നില്ല. ആ വകുപ്പ് കോടിയേരിയുടെ ഭരണ നൈപുണ്യത്തിൽ പരിഷ്കരിക്കപ്പെടുന്നതുവരെ ജനങ്ങൾക്ക് നിത്യവും ആവശ്യമുള്ള അഗ്നിശമനസേന അപര്യാപ്തതകളാൽ വീർപ്പുമുട്ടുകയായിരുന്നു.

ആവശ്യത്തിന് ഫയർ സ്റ്റേഷനുകളില്ല, ഉള്ളയിടത്ത് ജീവനക്കാരില്ല, ഉപകരണങ്ങൾ കാലപ്പഴക്കം കൊണ്ട് ഉപയോഗശൂന്യമായി, ആധുനിക ഉപകരണങ്ങൾ വാങ്ങാൻ വേണ്ടത്ര തുകയില്ല...അങ്ങനെ വെറും കാഴ്ചവസ്തുക്കളായി ഫയർസ്റ്റേഷനുകൾ മാറിയ കാലത്താണ് കോടിയേരി ചുമതലയേല്ക്കുന്നത്. ഫയർമാൻമാരുടെ 1500 ലധികം ഒഴിവുകൾ നികത്തിക്കൊണ്ടാണ് അദ്ദേഹം തുടങ്ങിയത്. കോടിക്കണക്കിന് രൂപ ചെലവഴിച്ച് ആധുനിക ഉപകരണങ്ങൾ വാങ്ങി. പുതിയ സ്റ്റേഷനുകൾ ആരംഭിച്ചു.

വിനോദസഞ്ചാരമേഖലയിലാകട്ടെ സ്ഥിതി വ്യത്യസ്തമായിരുന്നു. ടൂറിസത്തിലെ ആഗോള സൂപ്പർ ബ്രാന്റാണ് കേരളം. ഗ്ലാമർ വകുപ്പ്. 6000 കോടിരൂപയുടെ വരുമാനം പ്രതിവർഷം നേടിക്കൊണ്ടിരുന്ന വിനോദസഞ്ചാരമേഖലയിൽ നവീനമായ മാർക്കറ്റിങ് തന്ത്രങ്ങൾ ആവിഷ്കരിക്കാനുള്ള നിർദ്ദേശം ടൂറിസം മന്ത്രിയെന്ന നിലയിൽ നല്കി. പുതിയ ഡെസ്റ്റിനേഷനുകൾ വികസിപ്പിച്ചു. യു കെ, യു എസ് എ, ഫ്രാൻസ് തുടങ്ങി കേരളത്തിലേക്ക് പതിവായി സഞ്ചാരികളെത്തുന്ന രാജ്യങ്ങളിലേക്ക് മാത്രം മാർക്കറ്റിങ് പ്രവർത്തനങ്ങൾ നടത്തിയാൽ പോരെന്നും ലോകത്തിന്റെ എല്ലാ മൂലകളിലും കേരളത്തെ അറിയിക്കാനാകണമെന്നും ഉദ്യോഗസ്ഥരോട് പറഞ്ഞു. സ്കാഡിനേവിയൻ രാജ്യങ്ങളടക്കമുള്ള മാർക്കറ്റുകളിലേക്ക് കേരളത്തിന്റെ പെരുമ എത്തുന്നതിങ്ങിനെയാണ്. ആഗോള ടൂറിസം മേളകളിലുള്ള പങ്കാളിത്തവും വിവിധ രാജ്യങ്ങളിൽ സംഘടിപ്പിച്ച റോഡ്ഷോകളും ഫലപ്രദമായി. വിദേശവാസികളായ കേരളീയരെ പിറന്ന നാടിന്റെ ബ്രാൻഡ് അംബാസിഡൻമാരാക്കി. 'എന്റെ കേരളം' പദ്ധതി ഇതിന്റെ തുടക്കമായിരുന്നു. ടൂറിസത്തിൽനിന്നും ഇത്രയേറെ വരുമാനമുണ്ടാക്കിയിട്ടും അതിന്റെ ഗുണഫലങ്ങൾ തദ്ദേശവാസികൾക്ക് കിട്ടുന്നില്ലെന്നതായിരുന്നു പ്രധാന പോരായ്മ. ഇതിന് ഉചിതമായ പരിഹാരമായി റെസ്പോൺസിബിൾ ടൂറിസം അഥവാ ഉത്തരവാദിത്വ ടൂറിസം പദ്ധതി. 2008 മാർച്ചിൽ ഉത്തരവാദിത്വ ടൂറിസം സംബന്ധിച്ച അന്താരാഷ്ട്ര കോൺഫറൻസ് വിളിച്ചുചേർത്തു. നമ്മുടെ സാംസ്കാരിക പൈതൃകത്തെയും കലകളെയും അതിന്റെ ആത്മാംശം ചോരാതെ വിനോദസഞ്ചാരികൾക്ക് പ്രിയങ്കരമാക്കാനും അതുവഴി തദ്ദേശീയ കലാകാരൻമാർക്ക് ജീവിതം മെച്ചപ്പെടുത്താനും ലക്ഷ്യം വച്ചുകൊണ്ട് തുടക്കമിട്ട ഉത്സവം ഒരു സാംസ്കാരികമുന്നേറ്റം കൂടിയായി. കൊച്ചി മറീന പോലുള്ള പശ്ചാത്തല സൗകര്യ വികസനപരിപാടികൾ കൂടിയായപ്പോൾ കേരളടൂറിസത്തിന് വസന്തമായി. വിനോദസഞ്ചാരമേഖലയിൽ വിവരസാങ്കേതികവിദ്യയുടെ സാദ്ധ്യതകൾ പ്രയോജനപ്പെടുത്താൻ ഫലപ്രദമായ നടപടികൾ സ്വീകരിച്ചതിന്റെ ഗുണഫലങ്ങൾ

ഇന്നും ലഭിക്കുന്നു. പരമ്പരാഗത രീതിയിൽ സംവിധാനം ചെയ്തിരുന്ന കേരളടൂറിസത്തിന്റെ വെബ്സൈറ്റിനെ കാലാനുസൃതമായി പരിഷ്കരിച്ചു. കേരളത്തിലേക്കെത്തുന്ന ടൂറിസ്റ്റുകളുടെ എണ്ണം, അതിലൂടെ ലഭിക്കുന്ന വരുമാനം തുടങ്ങിയ കാര്യങ്ങൾ സംബന്ധിച്ച് വ്യക്തത ഉണ്ടായിരുന്നില്ല. സ്ഥിതിവിവരക്കണക്കുകളുടെ ശേഖരണം കൂടുതൽ ശാസ്ത്രീയമാക്കണമെന്നും അതിന് വിവരസാങ്കേതികവിദ്യയെ ഉപയോഗപ്പെടുത്തണമെന്നും കോടിയേരി പറഞ്ഞു. മന്ത്രിയുടെ അഭിപ്രായങ്ങളെ ഭരണനടപടികളാക്കി മാറ്റാൻ എണ്ണയിട്ട യന്ത്രം പോലെ പ്രവർത്തിക്കുന്ന സംവിധാനം അന്നത്തെ ടൂറിസം സെക്രട്ടറി ഡോ. വി വേണുവിന്റെയും ഡയറക്ടർ എം. ശിവശങ്കറിന്റെയും നേതൃത്വത്തിൽ ഉണ്ടായിരുന്നു. സി എം രവീന്ദ്രൻ, ടൂറിസം വകുപ്പിൽനിന്നുള്ള ഉദ്യോഗസ്ഥനായ വിജയകുമാർ എന്നിവർ മന്ത്രി ഓഫീസിൽ ടൂറിസം വകുപ്പിന്റെ പ്രവർത്തനങ്ങളെ ഏകോപിപ്പിച്ചു.

ആസൂത്രണപ്രക്രിയയുടെ അടിസ്ഥാനം ഡേറ്റയാണ്. കൃത്യതയില്ലാത്ത ഡേറ്റ ടൂറിസം പ്ലാനിങ്ങിനെ ദോഷകരമായി ബാധിക്കുമെന്ന തിരിച്ചറിവ് ഓൺലൈൻ വിവരശേഖരണത്തിലേക്ക് നയിച്ചു. വിദേശ ടൂറിസ്റ്റുകൾ വന്നാൽ ഹോട്ടൽ അധികൃതർ പോലീസിന് അവരുടെ വിവരങ്ങളടങ്ങിയ സി ഫോം സമർപ്പിക്കണം. എന്നാൽ ഇത് കൃത്യമായി ചെയ്തിരുന്നില്ല. സി ഫോം ഓൺലൈനായി നല്കാൻ സൗകര്യമൊരുക്കി പ്രശ്നം പരിഹരിച്ചു. ടൂർ ഓപ്പറേറ്റർമാരുടെ അക്രഡിറ്റേഷൻ മുതൽ കെ ടി ഡി സിയുടെ റൂം ബുക്കിങ് വരെ എല്ലാം ഓൺലൈനായി ചെയ്യാൻ സംവിധാനമൊരുക്കി. അദ്ദേഹം മന്ത്രിസ്ഥാനം ഒഴിയുമ്പോൾ ടൂറിസത്തിൽനിന്നുള്ള വരുമാനം ഭരണം തുടങ്ങുമ്പോഴുള്ളതിന്റെ ഇരട്ടിയായി, 12,000 കോടി രൂപ കവിഞ്ഞിരുന്നു.

കേരളവികസനത്തിൽ പുതിയ ദിശാബോധം പകർന്ന ഭരണാധികാരിയാണ് കോടിയേരി ബാലകൃഷ്ണൻ. കാൽ നൂറ്റാണ്ടുകാലത്തെ പാർലമെന്ററി പ്രവർത്തനപരിചയത്തിലൂടെ ആർജ്ജിച്ച ശേഷികൾ നാടിന്റെ പുരോഗതിക്കായി വിനിയോഗിച്ചുകൊണ്ട് മാതൃകയായെങ്കിലും അദ്ദേഹവും വിമർശനങ്ങൾക്കതീതനല്ല. എന്നാൽ വിമർശനങ്ങളെ സഹിഷ്ണുതയോടെ കാണാനുള്ള മനസ്സ് ദീർഘവും സഹനങ്ങളിലൂടെ ഉരുത്തിരിഞ്ഞുവന്നതുമായ പൊതുജീവിതത്തിലൂടെ കോടിയേരി ആർജ്ജിച്ചിട്ടുണ്ട്. രാഷ്ട്രീയമായ കൃത്യത ഉറപ്പാക്കാൻ അത് അദ്ദേഹത്തെ സഹായിച്ചിട്ടുണ്ട്.

മാധ്യമങ്ങളോടും പൊതുസമൂഹത്തിനോടും കൃത്യമായ വാക്കുകളിലൂടെ പ്രതികരിക്കുന്ന രാഷ്ട്രീയക്കാരനെ, സാധാരണക്കാരന്റെ പ്രശ്നങ്ങളിൽ ഹൃദയംകൊണ്ട് ഇടപെടുന്ന പൊതുപ്രവർത്തകനെ, നിയമ

നിർമ്മാണങ്ങളെക്കുറിച്ച് ആഴത്തിൽ ഗ്രാഹ്യമുള്ള സാമാജികനെ, ദീർഘ വീക്ഷണവും ആജ്ഞാശക്തിയും ഒപ്പമുള്ളവരുടെ ശക്തിദൗർബല്യങ്ങ ളറിഞ്ഞ് അവരിലൂടെ കാര്യങ്ങൾ നടത്തിയെടുക്കാൻ കഴിവുമുള്ള ഭര ണാധികാരിയെ, പാർട്ടിനയങ്ങളിലും നിലപാടുകളിലും വിട്ടുവീഴ്ചയി ല്ലാത്ത നേതാവിനെ, ഒരു തുള്ളിപോലും തുളുമ്പാത്ത കരുതലിനെ നമുക്ക് കോടിയേരി ബാലകൃഷ്ണൻ എന്നു വിളിക്കാം. ഒന്നരപതിറ്റാ ണ്ടുകാലത്തെ വ്യക്തിപരമായ അടുപ്പത്തിൽ ഒരിക്കലും അദ്ദേഹത്തെ ക്ഷോഭിച്ചു കണ്ടിട്ടില്ല. കണിശമായും കാർക്കശ്യത്തോടെയും പലരോടും സംസാരിക്കുന്നതിന് സാക്ഷിയായിട്ടുണ്ട്. പക്ഷേ അതൊന്നും ആരെയും മുറിവേല്പിക്കാനല്ലെന്നും പൊതുതാല്പര്യത്തിന് പ്രാധാന്യം കൊടു ക്കുന്നതുകൊണ്ടാണെന്നും കേൾക്കുന്ന ആർക്കും ബോദ്ധ്യപ്പെടും.

ഭരണകാലത്ത് അദ്ദേഹം അഭിമുഖീകരിച്ച ഏറ്റവും പ്രയാസകര മായ സംഭവങ്ങളിലൊന്ന് ബീമാപ്പള്ളി വെടിവെയ്പായിരിക്കും. പ്രാദേ ശികമായി ഗുണ്ടാപ്പിരിവുമായി ബന്ധപ്പെട്ട സംഭവമാണ് മണിക്കൂറു കൾക്കകം സാമുദായിക ചേരിതിരിവായി മാറിയത്. 2009 മെയ് പതിനേ ഴിന് ഉച്ചക്കുശേഷമായിരുന്നു അക്രമവും വെടിവയ്പും. ഈ ദൗർഭാഗ്യ കരമായ സംഭവത്തെ ആഭ്യന്തരമന്ത്രി കൈകാര്യം ചെയ്തരീതി ഭരണ നിർവ്വഹണത്തെ ഗൗരവപൂർവ്വം കാണുന്നവർക്ക് വലിയ പാഠമാണ്. വെടി വയ്പുണ്ടാകുന്നത് വൈകിട്ട് ഏകദേശം മൂന്നരയോടെയാണ്. അതിനു മുമ്പുള്ള അക്രമസംഭവങ്ങളിൽ ഒരാൾ കൊല്ലപ്പെട്ടു. വലിയ ജനക്കൂട്ടത്തെ നിയന്ത്രിക്കാൻ വെടിവയ്പല്ലാതെ മറ്റു മാർഗ്ഗങ്ങളുണ്ടായിരുന്നില്ലെന്ന് പോലീസ് രേഖകൾ വ്യക്തമാക്കുന്നു. എന്നാൽ ഇതേതുടർന്ന് കലാപം ആളിപ്പടരാനുള്ള എല്ലാ സാദ്ധ്യതകളുമുണ്ടായിരുന്നു. പതിനേഴിന് രാത്രിയും പതിനെട്ടിന് അതിരാവിലെ മുതലും ആഭ്യന്തരമന്ത്രി നേരിട്ട് നടത്തിയ ഇടപെടലുകളും അനുരഞ്ജന ചർച്ചകളും പ്രശ്നം കൂടുതൽ വഷളാകാതെ തണുപ്പിച്ചു. ശ്രീ. രമേശ് ചെന്നിത്തല, ശ്രീ. തലേക്കു ന്നിൽ ബഷീർ തുടങ്ങിയവരെ കോടിയേരി ക്ഷണിച്ചുവരുത്തി ആലോ ചനകൾ നടത്തി. ക്രിസ്ത്യൻ പുരോഹിതൻ, ജമാ അത്ത് ഭാരവാഹി കൾ എന്നിവരോട് പ്രത്യേകമായി സംസാരിച്ചു. മണിക്കൂറുകൾകൊണ്ട് സ്ഥിതി സാധാരണനിലയിലായി. തീവ്രവാദപ്രവർത്തനങ്ങൾക്കെതിരെ ശക്തമായ നടപടികൾ സ്വീകരിച്ചു. മതതീവ്രവാദികൾ തൊടുപുഴയിൽ ന്യൂമാൻ കോളേജദ്ധ്യാപകൻ ജോസഫിന്റെ കൈവെട്ടിയ സംഭവത്തിൽ കൃത്യം ചെയ്തവർക്കൊപ്പം ഗൂഢാലോചനക്കാരെയെല്ലാം നിയമത്തിന്റെ മുന്നിൽ കൊണ്ടുവരാൻ സാധിച്ചത് കേരളത്തെ വർഗ്ഗീയതയുടെ മറ്റൊരു ഹബ്ബാക്കി മാറ്റുന്നതിന് തടയിട്ടു. 2010 ആഗസ്തിൽ മഅ്ദനിയെ അറ സ്റ്റുചെയ്യാൻ കർണ്ണാടക പോലീസ് കേരളത്തിലെത്തിയത് സംഘർഷ

സാദ്ധ്യത സൃഷ്ടിച്ച മറ്റൊരു സന്ദർഭമാണ്. ശക്തി ഉപയോഗിച്ച് ധൃതിയിൽ അറസ്റ്റു ചെയ്യുക എന്നതായിരുന്നു കർണ്ണാടക പോലീസ് സ്വീകരിച്ച നിലപാട്. എന്നാൽ അത് കേരളത്തിൽ അസ്വസ്ഥത സൃഷ്ടിക്കുമെന്നും അങ്ങനെ എടുത്തുചാടാതെ തന്നെ കോടതിവിധി നടപ്പാക്കാമെന്നും കോടിയേരി പറഞ്ഞു. ഏതാനും മണിക്കൂറുകൾ മാത്രമാണ് ഇതിനായി വിനിയോഗിക്കേണ്ടി വന്നത്. പി ഡി പി നേതൃത്വവും മഅ്ദനിയുമടക്കം അറസ്റ്റ് അനിവാര്യമാണെന്ന് തിരിച്ചറിയുകയും കീഴടങ്ങുക എന്നതാണ് മഅ്ദനിയുടെ തീരുമാനമെന്ന് പ്രഖ്യാപിക്കുകയും ചെയ്തു. പ്രതിസന്ധികൾ ഉണ്ടാകുമ്പോഴാണ് നമുക്ക് ശരിയായ കോടിയേരി ബാലകൃഷ്ണനെ കാണാൻ സാധിക്കുന്നത്.

പാവപ്പെട്ട ജനങ്ങളും പാർട്ടിയുമാണ് കോടിയേരിയുടെ എല്ലാം. സി പി ഐ (എം) ൽ വിഭാഗീയത നീറിപ്പുകയുന്ന കാലത്തും പാർട്ടിക്കൊപ്പം നിലയുറപ്പിക്കുകയും അച്ചടക്കത്തിന്റെ ചതുരക്കള്ളികൾ ലംഘിക്കാതെ വിമർശനങ്ങളുന്നയിക്കുകയും ചെയ്തുകൊണ്ടാണ് കോടിയേരി പൊതുസമ്മതനായത്. പൊതുജനങ്ങൾക്കുമുന്നിൽ തുറന്ന പുസ്തകം പോലെയുള്ള ജീവിതം; നിറഞ്ഞ ചിരി. കൊടുങ്കാറ്റിലുലയാത്ത ശാന്തത. അടിയുറച്ച പ്രത്യയശാസ്ത്ര വ്യക്തത. ഇതെല്ലാം ചേർന്ന കോടിയേരിയെ കേരളം ഇന്നും ഉറ്റുനോക്കുന്നു.

തെരഞ്ഞെടുത്ത നിയമസഭാ പ്രസംഗങ്ങൾ

കോടിയേരി ബാലകൃഷ്ണൻ അംഗമായിരുന്ന അഞ്ചു നിയമസഭകളിൽ അദ്ദേഹം നടത്തിയിട്ടുള്ള ഇടപെടലുകളെയും വിശദമായ പ്രസംഗങ്ങളെയും പ്രതിനിധീകരിക്കുന്ന ഏഴ് സന്ദർഭങ്ങൾ മാത്രമാണ് ഇവിടെ ചേർത്തിരിക്കുന്നത്.

നിയമസഭാപ്രസംഗം 1
1982–87 പ്രതിപക്ഷ എം എൽ എ

1982–87 കാലത്ത് ആദ്യമായി നിയമസഭംഗമായ കോടിയേരി പ്രതിപക്ഷ എം എൽ എ എന്ന നിലയിൽ അബ്കാരി ഭേദഗതി ബില്ലിൽ ഇടപെട്ട് നടത്തിയ പ്രസംഗം.

അബ്കാരി ഭേദഗതി ബില്ലിന്മേൽ സ്വന്തം ഭേദഗതി അവതരിപ്പിച്ചു കൊണ്ട് 1984 ഒക്ടോബർ 30 ന് കോടിയേരി നടത്തിയ പ്രസംഗം. ബ്രിട്ടീഷുകാർ നടപ്പാക്കിയ അബ്കാരി നിയമം മുതൽ കേരളത്തിലെ രാഷ്ട്രീയ സാഹചര്യം വരെ പരാമർശിക്കപ്പെടുന്നു.

റോക്കറ്റ് വേഗമല്ല, അണ്ണാന്റെ മരം കയറ്റം

(വിലക്കയറ്റം പതിവുപോലെ കരുണാകരൻ മന്ത്രിസഭയെയും കുഴക്കിയ പ്രശ്നമായിരുന്നു. പ്രതിപക്ഷം ശക്തമായ സമരപരിപാടികൾ നടത്തിയകാലം. വിലക്കയറ്റാരോപണങ്ങൾ ഉയരുമ്പോഴെല്ലാം വില കുറച്ചുകൊണ്ട് പ്രതിരോധിക്കാൻ പദ്ധതികൾ തയാറാക്കി. പക്ഷേ, ഒന്നും ഫലിച്ചില്ലെന്ന ആക്ഷേപവുമായി പ്രതിപക്ഷം രംഗത്തെത്തി. സർക്കാരിന്റെ ആദ്യനാളുകളിൽത്തന്നെ ഈ പ്രശ്നം അലട്ടാൻ തുടങ്ങി. 1983 ജൂലൈ 18ന് നടന്ന ധനാഭ്യർത്ഥനാ ചർച്ചയിൽ പങ്കെടുത്തുകൊണ്ട് കോടിയേരി വിലക്കയറ്റത്തിനെതിരെ വിമർശനം ഉന്നയിച്ചു.)

സർ,

ഭക്ഷ്യവകുപ്പ്മന്ത്രിയും ധനമന്ത്രിയും അവതരിപ്പിച്ച ധനാഭ്യർത്ഥനകളെ ഞാൻ എതിർക്കുകയാണ്. ഇവിടെ ധനവകുപ്പിനെക്കുറിച്ച് ഗുരുതരമായ ആരോപണങ്ങൾ ഉയർന്നു വന്നിട്ടുണ്ട്. കേന്ദ്രത്തിനും

സംസ്ഥാനത്തിനും കൈകാര്യം ചെയ്യാൻ കഴിയുന്ന കൺകറന്റ് ലിസ്റ്റിൽ ഉൾപ്പെടുത്തിയിട്ടുള്ള വിഷയമാണ് ഭക്ഷ്യം. എന്നാൽ നമ്മുടെ കേന്ദ്ര ഗവണ്മെന്റിന് നാളിതുവരെയായിട്ടും ഒരു ഭക്ഷ്യനയം രൂപപ്പെടുത്താൻ കഴിഞ്ഞിട്ടില്ല. നമ്മുടെ ദേശീയ വിപത്തുക്കളായ വെള്ളപ്പൊക്കവും വരൾച്ചയും ഉണ്ടാകുമ്പോൾ ഭക്ഷ്യോൽപ്പാദനം കുറഞ്ഞുപോകുന്ന സന്ദർഭത്തിൽ അത് പരിഹരിക്കാനുള്ള സംവിധാനം ഉണ്ടാക്കാൻ ഇതുവരെ കേന്ദ്രത്തിന് കഴിഞ്ഞിട്ടില്ല. ഭക്ഷ്യകാര്യത്തിൽ മികച്ച സംസ്ഥാനമായ ആന്ധ്രയിൽപ്പോലും ഈയിടെ ഭക്ഷ്യക്കുഴപ്പമുണ്ടായി.

തമിഴ്നാട് മുഖ്യമന്ത്രി എം ജി ആറിന് ഒരു ദിവസം നിരാഹാരം കിടക്കേണ്ടി വന്നു. കേന്ദ്രഗവൺമെന്റ് മൊത്തക്കച്ചവടക്കാരുടെ കൈയിൽ ഭക്ഷ്യവിതരണരംഗം വിട്ടുകൊടുത്തതിന്റെ ഫലമാണ് ഇന്ത്യാരാജ്യത്ത് ഭക്ഷ്യരംഗത്തുണ്ടായിക്കൊണ്ടിരിക്കുന്ന കുഴപ്പങ്ങൾക്കെല്ലാം കാരണം. നമ്മുടെ നാട്ടിലെ ഇറക്കുമതി നയത്തെക്കുറിച്ച് ധാരാളം ചർച്ചകൾ നടക്കുകയുണ്ടായി. ഇവിടെ കുരുമുളക് ഇറക്കുമതി ചെയ്യുന്നു. റബ്ബർ ഇറക്കുമതി ചെയ്യുന്നു. ഇതെല്ലാം സുലഭമായി കേരളത്തിൽ കിട്ടുമെങ്കിൽ ഇന്ത്യാരാജ്യത്തുനിന്നും കയറ്റുമതി ചെയ്യുന്ന ഒരു സാധനമുണ്ട്. അതാണ് കേരളത്തിലെ ജനങ്ങൾക്ക് കിട്ടാത്ത ഇമി. വിദേശത്തേക്ക് ഇമി കയറ്റി അയച്ചു എന്ന് മേളയടിക്കുന്ന രാജ്യമാണ് ഇന്ത്യ. കേരളത്തിലെ ജനം അരി കിട്ടാതെ പട്ടിണികിടക്കുമ്പോൾ ഇവിടെനിന്നും അരി കയറ്റുമതി ചെയ്യുന്ന വിചിത്രമായ നിലപാടാണ് കാണാൻ കഴിയുന്നത്. ഇവിടെ എല്ലാവർക്കും റേഷൻ കൊക്കാൻ കഴിയണമെങ്കിൽ ഇരുപത്തി അയ്യായിരം ടൺ അരി വേണം. 1,35,000 ടൺ അരി കേന്ദ്രം തരാമെന്ന് സ്റ്റാറ്റ്യൂട്ടറി റേഷനിംഗ് ഏർപ്പെടുത്തിയ 1964ൽ നമുക്ക് ഉറപ്പുനൽകിയതാണ്. എന്നാൽ കേന്ദ്രം പലപ്പോഴും തരേണ്ട അരി തരാതെ കേരളത്തെ പട്ടിണിക്കിടുകയാണ്. അതൊരു നയമാക്കി മാറ്റിയിരിക്കുകയാണ്.

കഴിഞ്ഞ തെരഞ്ഞെടുപ്പ് കാലത്ത് ഐക്യജനാധിപത്യമുന്നണി പറഞ്ഞു ഇവിടെ ഞങ്ങൾ അധികാരത്തിൽ വന്നാൽ റേഷൻ മുഴുവനായിട്ട് കൊടുക്കുമെന്ന്. നായനാർ ഭരണത്തിൽ റേഷൻ വിതരണത്തിൽ കുഴപ്പമുണ്ടായി എന്ന് പ്രചരിപ്പിച്ചവരാണ്. ഇന്ദിരാഗാന്ധിയുടെ ഇഷ്ടതോഴനായ കെ കരുണാകരൻ കേരളത്തിലെ മുഖ്യമന്ത്രിയുമായി. 13 മാസം കഴിഞ്ഞു. മാസം 1,35,000 ടൺ അരി പോലും നേടിയെടുക്കാൻ കേരളത്തിന് കഴിഞ്ഞില്ല.

എന്തുകൊണ്ട് കേരളത്തിന് ഈ സ്ഥിതിയുണ്ടായി എന്ന് പരിശോധിക്കണം. ഇടതുപക്ഷജനാധിപത്യമുന്നണി ഭരിച്ചുകൊണ്ടിരുന്നപ്പോൾ 1,35,000 ടൺ അരി കേരളത്തിന് കിട്ടി. കരുണാകരൻ അധികാരത്തിൽ വന്നപ്പോൾ അത് 90,000 ടണ്ണായി വെട്ടിക്കുറച്ചു. പ്രക്ഷോഭമുണ്ടായപ്പോൾ മാത്രമാണ് പിന്നീട് അയ്യായിരം ടൺ കൂടി വർദ്ധിപ്പിച്ചത്. എന്നാലിപ്പോൾ

പറയുന്നു, 1,40,000 ടൺ തരുന്നു എന്ന്. മറ്റു സംസ്ഥാനങ്ങളിൽ പോയി വാങ്ങാനുള്ള അവകാശം നിഷേധിക്കുകയും ചെയ്തു.

തമിഴ്നാട്ടിലെയും ആന്ധ്രയിലെയും ജനങ്ങളോട് കാണിച്ച നീതി പോലും ശ്രീമതി ഇന്ദിരാഗാന്ധി കേരളത്തോട് കാണിച്ചില്ല. കേന്ദ്രത്തിന്റെ നയം മാറ്റുന്നതിനായി പ്രതിപക്ഷ എം പി മാർക്ക് സമരം ചെയ്യേണ്ടിവന്നു. കേരളനിയമസഭയിൽ പ്രതിപക്ഷ എം എൽ എ മാരുടെ രക്തം വാർന്നൊഴുകി. ഭക്ഷ്യപ്രശ്നത്തിന്റെ പേരിൽ ഈ നിയമസഭയിൽ നടത്തിയ സമരത്തിൽ ഞങ്ങളെ ഇടിക്കട്ട ഇട്ട് ഇടിക്കാൻപോലും പോലീസിനെ ചുമതലപ്പെടുത്തിയവരാണ് ഈ സംസ്ഥാനം ഭരിക്കുന്നത്. കേരളത്തിലെ രണ്ടേമുക്കാൽകോടി ജനത്തെ അടിമകളായി കരുതുന്ന കേന്ദ്ര നയത്തിനെതിരായി കേരളം ഒന്നാകെ ഉയിർത്തെഴുന്നേൽക്കണം. പ്രതിപക്ഷവും ഭരണപക്ഷവും ഒത്തുച്ചേർന്നുള്ള സമരമാണ് വേണ്ടത്. ജനത്തെ പട്ടിണിക്കിടുന്ന നയത്തിനെതിരായ ഒത്തൊരുമിച്ചുള്ള ഒരു സമരത്തിന് നിങ്ങൾ തയാറുണ്ടോ എന്നാണ് ജനങ്ങൾക്ക് അറിയേണ്ടത്. അപ്പുറത്തുനിന്നു പ്രസംഗിച്ചവർ ഇവിടെ കുറേ കണക്കുകൾ നിരത്തി. കണക്കുകൊണ്ട് കസർത്തുകളിച്ചാൽ വയറുനിറയുമോ സർ.

പരസ്യമാർക്കറ്റിൽ അരിയുടെ വില പിടിച്ചുനിർത്തി എന്നാണ് പറയുന്നത്. എന്താണ് പിടിച്ചുനിർത്തിയത്. നായനാർ അധികാരത്തിൽനിന്ന് ഇറങ്ങുമ്പോൾ 2.90 രൂപയായിരുന്നു അരിവില. ഇന്ന് പരസ്യമാർക്കറ്റിൽ 5.50 രൂപ മുതൽ 6 രൂപവരെ കൊടുക്കണം. മാവേലിസ്റ്റോറിൽ 2.60 രൂപയിൽനിന്ന് മൂന്ന് രൂപയായി വില കൂടി. അവിടെ നിന്നാണെങ്കിൽ ആവശ്യത്തിന് അരി കിട്ടുന്നുമില്ല. ഇവിടെ നേരത്തെയാരോ പറഞ്ഞു സാധനങ്ങളുടെ വില റോക്കറ്റ് വേഗത്തിലാണ് കുതിച്ചുകയറുന്നത് എന്ന്.

റോക്കറ്റിന്റെ വേഗത്തിലല്ല, കരുണാകരൻ ഭരിക്കുമ്പോൾ സാധനങ്ങളുടെ വില കയറുന്നത് അണ്ണാൻ മരത്തിൽ കയറുന്നതുപോലെയാണ്. അണ്ണാൻ മരത്തിൽ കയറുമ്പോൾ ഒരു പടി ഇറങ്ങും. എന്നിട്ട് പിന്നെയും ചാടിക്കയറുമ്പോൾ അതിന്റെ ഇരട്ടിപടി കയറും. എന്നിട്ട് പിന്നെയും ചാടിക്കയറുമ്പോൾ അതിന്റെ ഇരട്ടിപടി കയറും. അതുപോലെ സാധനവിലയുടെ കാര്യത്തിലും ഇതാവർത്തിച്ചുകൊണ്ടേയിരിക്കുകയാണ്. ഒരു രൂപ സാധനത്തിന്റെ വില രണ്ടുരൂപയായി വർദ്ധിപ്പിക്കും. എന്നിട്ട് 20 പൈസ കുറയ്ക്കും. എന്നിട്ടോ, വിലക്കയറ്റം നിയന്ത്രിച്ചില്ലേ എന്ന് പെരുമ്പറയടിക്കും. അതാണ് സർ കരുണാകരൻ ഗവൺമെന്റ്.

ഈ ഗവൺമെന്റ് അധികാരത്തിൽ വന്നതിനുശേഷം ഏതെങ്കിലും ഒരു സാധനത്തിന്റെ വില കുറഞ്ഞിട്ടുണ്ടോ മി. ബീരാൻ സാഹിബേ. ഒരു സാധനത്തിന്റെ വില പോലും കുറഞ്ഞിട്ടില്ല. നാം ശ്വസിക്കുന്ന വായുവിന്റെയൊഴിച്ച് ബാക്കിയെല്ലാത്തിന്റെയും നികുതി കൂട്ടിക്കൊണ്ടിരിക്കുന്ന കേന്ദ്രനയത്തിന്റെ ഫലമായാണീ വിലക്കയറ്റം.

വിലക്കയറ്റം തടഞ്ഞുനിർത്താൻ കൂടുതൽ റേഷൻ ഷാപ്പുകൾ തുടങ്ങിയെന്നാണ് പറയുന്നത്. ഇരുപതിനപരിപാടിയിൽ അങ്ങനെ പറയുന്നുണ്ട്. അതായത്, 2,000 പേർക്ക് ഒരു റേഷൻ ഷാപ്പ് എന്ന്. എന്നാൽ നമ്മുടെ കേരളത്തിൽ 1600 പേർക്ക് ഒന്ന് വീതം ഇപ്പോൾത്തന്നെ പ്രവർത്തിക്കുന്നുണ്ട്. യഥാർത്ഥത്തിൽ ഈ ഇരുപതിനപരിപാടി നടപ്പാക്കുന്നു എന്ന് പറഞ്ഞ് പെരുമ്പറയടിക്കുന്നത് തന്നെ ഒരു തട്ടിപ്പല്ലേ.

ഭക്ഷ്യരംഗത്തുണ്ടാകുന്ന കുഴപ്പത്തിന്റെ ഫലമായി കേരളവും പട്ടിണിമരണത്തിലേക്ക് നീങ്ങാൻ പോവുകയാണ്. ഏഴ് പേർ പട്ടിണികൊണ്ട് മരിച്ചു. മുതലമടയിൽ മാത്രമല്ല പള്ളിച്ചലിലും മൂന്ന് പേർ മരിച്ചു. സാധാരണക്കാരന്റെ ജീവിതം വീർപ്പുമുട്ടിയിരിക്കുകയാണ്. രണ്ടുകുട്ടികളും ഭാര്യയുമുള്ള ഒരു കുടുംബത്തിന് ജീവിക്കണമെങ്കിൽ ഇന്ന് 859 രൂപ 50 പൈസ വേണമെന്നാണ് കണക്ക്. ഇവിടത്തെ ഒരു ക്ലാസ് ഫോർ ജീവനക്കാരന് കിട്ടുന്ന ശമ്പളം 474 രൂപയാണ്. 474 രൂപ ശമ്പളം പറ്റുന്ന സാധാരണക്കാരൻ അവന്റെ വരുമാനംകൊണ്ട് ജീവിക്കാൻ കഴിയാത്ത അവസ്ഥയിലാണ്. വിലക്കയറ്റം തടഞ്ഞുനിർത്താതെ അതിന്റെയെല്ലാം മുന്നിൽ ബഡായി പ്രസംഗം അടിച്ച് കണക്കുകൾകൊണ്ട് കസർത്ത് കാണിച്ചുകൊണ്ടിരിക്കുകയാണ് ഈ ഗവൺമെന്റ്. കഴിഞ്ഞ തെരഞ്ഞെടുപ്പ് കാലത്ത് ഉയർത്തിയ മുദ്രാവാക്യങ്ങളെല്ലാം പൊളിഞ്ഞ് പാളീസായിരിക്കുകയാണ്. അതുകൊണ്ട് ഇവിടെ അവതരിപ്പിച്ച ധനാഭ്യർത്ഥനകളെ ഞാൻ എതിർക്കുകയാണ്.

അവനവനാത്മ സുഖത്തിനാചരിക്കുന്നത് അവനവന് ഗുണത്തിനായ് വരേണം

(മദ്യനയം എക്കാലത്തെയും സർക്കാരുകളെ കുഴപ്പത്തിലാക്കിയിട്ടുണ്ട്. പതിവുപോലെ കെ കരുണാകരൻ സർക്കാരിനും മദ്യനയത്തിന്റെ ഭാഗമായി ആ ആരോപണം കേൾക്കേണ്ടി വന്നു. അന്നത്തെ എക്സൈസ് മന്ത്രിയായിരുന്ന എൻ ശ്രീനിവാസനാണെങ്കിൽ എസ് ആർ പി യുടെ നേതാവുമായിരുന്നു. എക്സൈസ് വകുപ്പിനെ പ്രതിക്കൂട്ടിൽ നിർത്തിക്കൊണ്ട്, അബ്കാരി ഭേദഗതി ബില്ലിന്മേൽ സ്വന്തം ഭേദഗതി അവതരിപ്പിച്ചുകൊണ്ട് 1984 ഒക്ടോബർ 30ന് കോടിയേരി നടത്തിയ പ്രസംഗം. ബ്രിട്ടീഷുകാർ നടപ്പാക്കിയ അബ്കാരി നിയമം മുതൽ കേരളത്തിലെ രാഷ്ട്രീയസാഹചര്യം വരെ പ്രസംഗമായും ഇടയ്ക്കുള്ള ചോദ്യോത്തരങ്ങളായും കയറിവന്നു. ഐക്യജനാധിപത്യമുന്നണിയിലെ ഘടകകക്ഷികളുടെ പിളർപ്പിന്റെ കാലമായതിനാൽ രാഷ്ട്രീയ ആരോപണങ്ങളിൽ അതും കടന്നുവന്നിട്ടുണ്ട്. അന്നത്തെ തദ്ദേശസ്വയംഭരണ മന്ത്രിയായ സി എം സുന്ദരത്തിന്റെ പ്രജാ സോഷ്യലിസ്റ്റ് പാർട്ടിയെക്കുറിച്ചും ചർച്ച ചെയ്യുന്നു.)

സർ,

സ്വാതന്ത്ര്യം ലഭിച്ചിട്ട് ദശകങ്ങൾ പിന്നിട്ടെങ്കിലും ബ്രിട്ടീഷുകാർ ഉണ്ടാക്കിയ അബ്കാരി നയം തന്നെയാണ് ഇന്നും നാം പിന്തുടരുന്നത്. ബ്രിട്ടീഷുകാരൻ രൂപംകൊടുത്ത മൂലനിയമത്തിൽ സമൂലമായ മാറ്റം വരുത്താൻ നമുക്കിതേവരെ കഴിഞ്ഞിട്ടില്ല.

മദ്യം ഉപയോഗിക്കരുത്, കള്ള് ചെത്തരുത്, കള്ള് കുടിക്കരുത് എന്ന പ്രമാണം നിലനിൽക്കുന്ന ഒരു കാലത്താണ് ഈ അബ്കാരിനിയമത്തിന് ബ്രിട്ടീഷുകാർ രൂപം നൽകിയത്. ഇന്ന് കള്ള് വളരെയധികം പേരുടെ ഒരു ഭക്ഷണപാനീയമായിത്തീർന്നിരിക്കുന്നു. ബഹുമാനപ്പെട്ട മന്ത്രിക്ക് പോലും അക്കാര്യം അറിയാം. അദ്ദേഹത്തിന് കള്ളിനോട് വിരോധമാണെങ്കിലും വിദേശമദ്യത്തോട് വലിയ താൽപര്യമാണ് എന്നാണ് കേൾക്കുന്നത്. മദ്യം ഉപയോഗിക്കുന്നവർക്ക് നല്ല മദ്യം കിട്ടണം. ആ മദ്യം ഉപയോഗിച്ചതുകൊണ്ട് ആരും മരിക്കാൻ പാടില്ല. അങ്ങനെ മരണത്തിന് ഇടയാക്കുന്ന ലിക്വർ വിതരണം ചെയ്യുന്ന കോൺട്രാക്ടർമാരുടെ പേരിൽ മരണശിക്ഷവരെ വിധിക്കാൻ അധികാരം നൽകുന്ന ഒരു നിയമനിർമാണമാണ് ഇപ്പോൾ ചർച്ച ചെയ്യുന്നത്.

ഞങ്ങളുടെ പാർട്ടി മദ്യപാനത്തെ പ്രോത്സാഹിപ്പിക്കുന്ന പാർട്ടിയല്ല. മദ്യം ഉപയോഗിക്കുന്നവർക്ക് മെമ്പർഷിപ്പ് കൊടുക്കില്ല എന്ന് ഭരണഘടനയിൽ എഴുതിവച്ച ഇന്ത്യയിലെ ഒരേയൊരു പാർട്ടി കമ്യൂണിസ്റ്റ് മാർക്സിസ്റ്റ് പാർട്ടി മാത്രമാണ്. അക്കാര്യത്തിൽ എനിക്കഭിമാനമുണ്ട്. ഈ നിയമം ഇവിടെ പാസ്സായതുകൊണ്ട് വലിയ കാര്യമൊന്നും നടക്കാൻ പോകുന്നില്ല. കാരണം, നിലനിൽക്കുന്ന സമ്പ്രദായം അതിന് പര്യാപ്തമായ രീതിയിലുള്ളതല്ല. ഒന്ന് രണ്ട് ഉദാഹരണങ്ങൾ ഇവിടെ ചൂണ്ടിക്കാണിക്കുകയാണ്.

1965ൽ വൈക്കം കടുത്തുരുത്തി റേഞ്ചിൽ ചാരായഷാപ്പുകൾ ലേലത്തിന് പോയത് 60,000 രൂപയ്ക്കായിരുന്നു. ഇന്ന് ആ ഷാപ്പുകളെല്ലാം ലേലത്തിൽ എടുത്തിട്ടുള്ളത് 75 ലക്ഷം രൂപയ്ക്കാണ്. അവിടെയുള്ള ചാരായക്വാട്ട 1200 ലിറ്ററാണ്. ചങ്ങനാശ്ശേരി റേഞ്ചിലുള്ള ചാരായക്വാട്ട 1200 ലിറ്ററാണ്. അവിടെയുള്ള ഷാപ്പുകൾ ലേലത്തിന് പോയത് 65 ലക്ഷം രൂപയ്ക്കാണ്. ഇത് വിറ്റ് അവർക്ക് അത്രയും പണമുണ്ടാക്കാൻ കഴിയണമെങ്കിൽ ഒരു ലിറ്റർ ചാരായത്തിന് 500 രൂപയെങ്കിലും അവർക്ക് കിട്ടണം. യഥാർത്ഥത്തിൽ 40 രൂപയിൽ കൂടുതൽ ഒരു ലിറ്റർ ചാരായത്തിന് ഈടാക്കാൻ പാടില്ല എന്നാണ് സംസ്ഥാനസർക്കാർ അനുശാസിച്ചിട്ടുള്ളത്. ഇവർക്ക് കൂടുതൽ ചാരായം വിൽക്കണമെങ്കിൽ അഡീഷണൽ ക്വാട്ട കിട്ടണം. അഡീഷണൽ ക്വാട്ട കൊടുക്കാൻ ഇന്ന് എന്തെങ്കിലും സംവിധാനമുണ്ടോ. അത് കിട്ടണമെങ്കിൽ പമ്പാ ഷുഗർമില്ലിൽ പോണം. മുമ്പ് എക്സൈസ് ഡിപ്പാർട്ടുമെന്റുകാരാണ് അഡീഷണൽ ക്വാട്ട വിത

രണം ചെയ്തിരുന്നത്. ഇന്ന് പമ്പാഷുഗർമില്ലിന്റെ മാനേജിംഗ് ഡയറക്ടർക്ക് അതിന്റെ അധികാരം കൊടുത്തിരിക്കുകയാണ്. ആ വകുപ്പ് എസ് ആർ പി യുടെ വകുപ്പല്ല. അഹമ്മദ് സാഹിബിന്റെ വകുപ്പാണ്. മുസ്ലീംലീഗിന്റെ ഫണ്ടിൽ സംഭാവന കൊടുത്താൽ പമ്പാഷുഗർമില്ലിൽനിന്നും അഡീഷണൽ ക്വാട്ട ചാരായം അനുവദിച്ചുകൊടുക്കുന്നു എന്ന് ധാരാളം ആക്ഷേപങ്ങൾ സംസ്ഥാനത്ത് ഉയർന്നുവന്നിരിക്കുകയാണ്. ഈ ഒരു സംവിധാനം നിലനിൽക്കുമ്പോൾ അവിഹിതമായ രീതിയിൽ ചാരായം ഉണ്ടാക്കി വിറ്റാൽ മാത്രമേ അവർക്ക് കച്ചവടം വിളിച്ചെടുത്ത തുകയ്ക്ക് ഒത്തുപോകുകയുള്ളൂ. ഈ സ്ഥിതി നിലനിൽക്കുന്നിടത്തോളം കാലം ഈ നിയമം പാസ്സാക്കിയാലും ഫലപ്രദമായി നടപ്പാക്കാൻ കഴിയുമോ എന്ന് ചിന്തിക്കണം.

ഇവിടെ ഇങ്ങനെയൊരു നിയമം ഉണ്ടാക്കാൻ ഇടയാക്കിയത് വൈപ്പിൻ മദ്യദുരന്തമാണ്. ആ വൈപ്പിൻ മദ്യദുരന്തക്കേസിലെ പ്രതി ആരാണ്. ചന്ദ്രസേനൻ. ആ ചന്ദ്രസേനനെ ഇപ്പോഴും പാലൂട്ടുന്ന ഒരു ഗവൺമെന്റാണിത്. തിരുവനന്തപുരം റേഞ്ചിലെ ചാരായഷാപ്പുകൾ ആരാണ് ലേലത്തിൽ എടുത്തത്. ചന്ദ്രസേനൻ. എറണാകുളം റേഞ്ചിലെ ചാരായ ഷോപ്പുകൾ ആരാണ് ലേലത്തിൽ എടുത്തത്. ചന്ദ്രസേനൻ. ആ ചന്ദ്രസേനനെ ബ്ലാക് ലിസ്റ്റിൽപ്പെടുത്താൻ സർക്കാർ തയാറുണ്ടോ. നിരവധി പേരുടെ കൊലപാതകത്തിന് ഉത്തരവാദിയായ ആ കോലയാളിയായ കോൺട്രാക്ടറെ കൈയാമം വെക്കേണ്ടതിന് പകരം അയാളെ വിളിച്ച് ചാരായഷോപ്പുകൾ വിളിച്ചെടുക്കാൻ ഇടയാക്കിയ ഈ സംസ്ഥാന സർക്കാർ എങ്ങനെയാണ് ഈ നിയമം ഫലപ്രദമായി നടപ്പാക്കുക എന്നാണ് എനിക്ക് ചോദിക്കാനുള്ളത്.

ഇവിടെ ബിവറേജസ് കോർപ്പറേഷൻ മദ്യം വിതരണം ചെയ്യുന്നുണ്ട്. ആ കോർപ്പറേഷൻ വിതരണം ചെയ്യുന്ന മദ്യം തല്ലിപ്പൊളി മദ്യമാണെന്നാണ് മദ്യപാനികൾ പറയുന്നത്. മുമ്പ് മക് ഡവൽ, മോഹൻ മിക്കിൻസ് തുടങ്ങിയ പ്രസിദ്ധമായ കമ്പനികളാണ് മദ്യം വിതരണം ചെയ്തിരുന്നതെങ്കിൽ ഇന്ന് വെള്ളത്തിൽ എന്തെങ്കിലും ചില മണവും നിറവുമുള്ള സാധനങ്ങൾ കലർത്തി വിദേശമദ്യമായി കുപ്പികളിൽ നിറച്ച് ബ്രാണ്ടിഷോപ്പുകളിൽ വിൽക്കുന്ന ഒരു സ്ഥിതിയാണ്. ഇവിടെ വിദേശ മദ്യഷോപ്പുകൾ തുടങ്ങാൻ പുതിയ ലൈസൻസ് ധാരാളം ആളുകൾക്ക് നൽകിക്കൊണ്ടിരിക്കുകയാണ്. പുതിയ ലൈസൻസ് അനുവദിക്കുന്നതിന്റെ പേരിൽ നല്ലൊരു തുക നമ്മുടെ മന്ത്രിക്കും മന്ത്രിയുടെ പാർട്ടിക്കാർക്കും എന്നുള്ളതാണ് ഇപ്പോഴത്തെ സ്ഥിതി. മഹാനായ ശ്രീനാരായണ ഗുരുവിന്റെ പേരിലാണ് അദ്ദേഹം മന്ത്രിയായത്.

ശ്രീനാരായണ ഗുരുദേവൻ പറഞ്ഞിട്ടുള്ളത്:

"അവനവനാത്മസുഖത്തിനാചരിക്കു-

ന്നവയപരന്നു സുഖത്തിനായ് വരേണം"

എന്നാണ്. എന്നാൽ നമ്മുടെ ബഹുമാനപ്പെട്ട നമ്മുടെ ശ്രീനിവാസനും എസ് ആർ പി ക്കാരും

"അവനവനാത്മസുഖത്തിനാചരിക്കു-
ന്നതവനവന് ഗുണത്തിനായ് വരേണം"

എന്ന് തിരുത്തിയെഴുതിയിരിക്കുകയാണ്.

സർ, ഐക്യജനാധിപത്യമുന്നണി അധികാരത്തിൽ വരുമ്പോൾ മുന്നണിയിലെ പാർട്ടികളുടെ എണ്ണം 13 ആയിരുന്നു. ഞാൻ കഴിഞ്ഞ ദിവസം എണ്ണിനോക്കിയപ്പോൾ 20 പാർട്ടികൾ കണ്ടു. ഇംഗ്ലീഷ് അക്ഷരമാലാക്രമത്തിലെ ഓരോ അക്ഷരവും ഓരോ പാർട്ടികളുടെ നേരെ ഉപയോഗിച്ചു കൊണ്ടിരിക്കുകയല്ലേ. ഇന്ത്യയിൽ ഏറ്റവും കൂടുതൽ പിളർപ്പുള്ള പാർട്ടി യേതാണ് എന്ന ചോദ്യത്തിന് പഠിക്കുന്ന കുട്ടികൾപോലും എസ് ആർ പി എന്നാണ് ഉത്തരം പറയുന്നത്. എസ് ആർ പിയിൽ ആദ്യം എം എൽ എ മാരായി രണ്ട് പേരാണുണ്ടായിരുന്നത്. ശ്രീനിവാസനും വിജയരാജനും. ഒരു ദിവസം സി ജി ജനാർദ്ദനൻ എസ് ആർ പിയിൽ ചേർന്നു. കുറച്ചു ദിവസങ്ങൾ കഴിഞ്ഞപ്പോൾ ശ്രീനിവാസനെ വിജയരാജൻ പുറത്താക്കി. പിറ്റേദിവസത്തെ പത്രത്തിൽ കണ്ടു വിജയരാജനെ ശ്രീനിവാസൻ പുറത്താക്കിയെന്ന്. അവസാനം ശ്രീനിവാസനെയും വിജയരാജനെയും സി ജി ജനാർദ്ദനൻ പുറത്താക്കി. തൊട്ടുപിന്നാലെ ഈ മൂന്നാളുകളെയും ബാബു വിജയനാഥ് എന്ന് പറയുന്ന മറ്റൊരാളും പുറത്താക്കി. യഥാർത്ഥത്തിൽ ആര് ആരെയാണ് പുറത്താക്കിയത്. ഈ നാലു പേരും ഇപ്പോഴും പറയുന്നു, ഞങ്ങൾ ഐക്യജനാധിപത്യമുന്നണിയാണ് എന്ന്. ഏത് മുന്നണിയാണത്.

പാർട്ടികളുടെ പിളർപ്പ് മാത്രമല്ല അതിന്റെ പേരിൽ ഈ മുന്നണിയിൽ കൊലപാതകവും നടക്കുന്നു. യഥാർത്ഥത്തിൽ ഇതെല്ലാം ഈ ബില്ലിന്റെ പരിധിയിൽ വരുന്ന കാര്യങ്ങളാണ്. കാരണം ഈ ക്ലോസ് ഫലപ്രദമായി നടപ്പാക്കാൻ കഴിഞ്ഞില്ലെങ്കിലുണ്ടാകുന്ന ആപത്തിനെക്കുറിച്ചാണ് ഞാൻ ചൂണ്ടിക്കാണിക്കുന്നത്. പിരിച്ച പണത്തിന്മേലുള്ള തർക്കവും അടിപിടിയും കൊലപാതകവുമാണ് കണ്ണൂരിൽ നടന്നത്. അവിടെ ഈസ്റ്റ് ഏളേരിക്കടുത്ത് കമ്പല്ലൂർ എന്ന സ്ഥലത്ത് ത്യാഗരാജൻ എന്ന ഒരാളെ എസ് ആർ പി ജില്ലാ പ്രസിഡന്റ് പ്രഭാകരൻ മാസ്റ്റർ കൊന്നു. എന്തിനാണെന്നോ. പിരിച്ച പണത്തിന്റെ പേരിലുള്ള തർക്കം അടിപിടിയിലേക്കും കൊലപാതകത്തിലേക്കും എത്തി. ഇത്ര പിരിച്ചില്ലേ ഇത്ര തന്നൂടെ എന്ന് അവർ ചോദിക്കുന്നു.

കേരളം കണ്ട എക്സൈസ് മന്ത്രിമാരിൽ ഏറ്റവും വലിയ വിവാദ പുരുഷനാണ് ശ്രീ. ശ്രീനിവാസൻ. അദ്ദേഹത്തിന്റെ പാർട്ടിതന്നെ അദ്ദേ

ഹത്തിനെതിരെ അഴിമതിയാരോപണം ഉന്നയിച്ചു. ഈ ബില്ലിന്റെ പരിധിയിൽ വരാത്തതുകൊണ്ട് അതിലേക്ക് കടക്കുന്നില്ല.

ചെത്തുതൊഴിലാളികളെ എങ്ങനെയാണ് ഈ ഗവൺമെന്റ് കൈകാര്യം ചെയ്യുന്നത്. അബ്കാരി നിയമത്തിൽ നിങ്ങൾക്ക് ഒരു നയമുണ്ടോ. ചെത്തുതൊഴിലാളികളുടെ പേരു പറഞ്ഞ്, വോട്ടും വാങ്ങി, നിങ്ങൾക്ക് പെൻഷൻ തരാമെന്ന് മുദ്രാവാക്യവും ഉയർത്തി അധികാരത്തിലെത്തിയ ശ്രീനിവാസൻ ഇപ്പോൾ ചെത്തുതൊഴിലാളികളെ ചെത്തുതൊഴിലാളിയെന്ന് വിളിക്കില്ല. അദ്ദേഹം ചെത്താളിയെന്നാണ് വിളിക്കുന്നത്. ഇനി എന്നെങ്കിലും അങ്ങനെ വിളിച്ചാൽ ചെത്തുതൊഴിലാളികളുടെ കൈകൊണ്ട് അടികിട്ടുമെന്ന് മാത്രമേ എനിക്ക് പറയാനുള്ളൂ.

നിയമസഭാപ്രസംഗം 2
1987–91 ഭരണപക്ഷ എം എൽ എ

1987–1991 കാലയളവിലെ എട്ടാം കേരള നിയമസഭയിൽ ഇ കെ നായനാർ സർക്കാരിനെതിരേ പ്രതിപക്ഷം അവതരിപ്പിച്ച അവിശ്വാസ പ്രമേയത്തിനെതിരേ ഭരണപക്ഷ എം എൽ എ എന്ന നിലയിൽ നടത്തിയ പ്രസംഗം,

ശ്രീ. കോടിയേരി ബാലകൃഷ്ണൻ: സർ, ശ്രീ. വി എം സുധീരൻ ഇവിടെ അവതരിപ്പിച്ച അവിശ്വാസപ്രമേയത്തെ ഞാൻ എതിർക്കുന്നു. ഇന്നലെ ശ്രീ. വി എം സുധീരന്റെ പ്രസംഗം അവസാനിച്ചപ്പോൾ മല എലിയെ പ്രസവിച്ചു എന്ന് പറഞ്ഞതുപോലെയുള്ള ഒരു അനുഭവമാണുണ്ടായത്. കുറെ ദിവസങ്ങളായി ഇവിടെ നിയമനിർമ്മാണ നടപടികളായതുകൊണ്ട് ഭരണപക്ഷത്തിരിക്കുന്ന ഞങ്ങൾക്ക് ഗവൺമെന്റിന്റെ ഭരണനേട്ടങ്ങളെക്കുറിച്ച് ഒന്നും പറയാൻ സൗകര്യം ലഭിച്ചിരുന്നില്ല. അതിനുവേണ്ടി ഒരു സൗകര്യമുണ്ടാക്കിത്തന്ന സുധീരനോട് ഏതായാലും നന്ദി പറയേണ്ടതുണ്ട്. ഈ അവിശ്വാസപ്രമേയത്തിൽ പ്രതിപക്ഷത്തിനുപോലും വിശ്വാസമുണ്ടെന്ന് എനിക്ക് തോന്നുന്നില്ല. ഞങ്ങളെ തുറന്നുകാട്ടാനാണ് ഈ അവിശ്വാസപ്രമേയമെന്നാണ് ഇപ്പോൾ പറയുന്നത്. നേരംപോക്കിനുവേണ്ടി ഈ അഭ്യാസം നടത്തേണ്ടയാവശ്യമുണ്ടായിരുന്നില്ല. ഈ പ്രമേയത്തെ ലാഘവത്തോടുകൂടി നോക്കാനല്ല ഞങ്ങൾ തീരുമാനിച്ചിട്ടുള്ളത്. കരുണാകരനെ വെടക്കാക്കി മുഖ്യമന്ത്രിസ്ഥാനം തനിക്കാക്കാൻ സുധീരൻ അഞ്ചുവർഷക്കാലം നടത്തിയ കുതന്ത്രത്തിന്റെ പാപഭാരം കഴുകിക്കളയാൻ വേണ്ടിയാണ് ശ്രീ. സുധീരനെക്കൊണ്ടുതന്നെ കരുണാകരൻ ഈ അവിശ്വാസപ്രമേയം അവതരിപ്പിച്ചത്. ഭരിക്കാൻവേണ്ടി ജനിച്ചവരാണെന്ന് കരുതുന്ന ചിലർ അക്കൂട്ടത്തിൽ ഉണ്ട്. അപ്പുറത്തിരിക്കുന്നവർക്ക് ഇപ്പുറത്തിരിക്കുന്ന ഞങ്ങളെക്കാണുമ്പോൾ

അസഹിഷ്ണുതയുണ്ടാകുന്നത് സ്വാഭാവികം മാത്രമാണ്. ഭരണം പോയതിന്റെ അവസാന ജല്പനങ്ങളാണ് ഇന്നലെ ഇവിടെ പ്രതിപക്ഷത്തു നിന്നും മുഴങ്ങിക്കേട്ടത്. എനിക്ക് ഈ സന്ദർഭത്തിൽ ഒരു ശ്ലോകമാണ് ഓർമ്മവരുന്നത്. "മർക്കടസ്യ സുരാപാനം മദ്ധ്യേ വൃശ്ചിക ദംശനം" കുരങ്ങൻ സ്വതവേ അപകടകാരിയാണ്. അതിന്റെ കൂടെ മദ്യം കഴിച്ചാലോ? പിന്നെ അതിന്റെ കൂടെ തേൾ കൂടി കടിച്ചാലോ? മദ്യം കഴിച്ച മർക്കടനെ തേൾ കടിച്ചതുപോലുള്ള കളിയാണ് കഴിഞ്ഞ കുറെ ദിവസങ്ങളായി അപ്പുറത്തുനിന്നും കാട്ടിക്കൊണ്ടിരിക്കുന്നത്. ഈ ഗവൺമെന്റ് അധികാരത്തിൽ വന്നിട്ട് ഏഴുമാസമേയായിട്ടുള്ളൂ. ആറ് മാസത്തിലൊരിക്കൽ അവിശ്വാസപ്രമേയം കൊണ്ടുവന്നാൽ ഈ ഗവൺമെന്റിനെതിരായി നിങ്ങൾക്ക് ഇനിയും എട്ട് അവിശ്വാസപ്രമേയങ്ങൾ കൂടി ഇവിടെ അവതരിപ്പിക്കേണ്ടിവരും. ഞങ്ങൾ അഞ്ചുവർഷക്കാലം ഭരിക്കും. ഈ ഗവൺമെന്റ് അധികാരത്തിൽവന്ന സാഹചര്യം നമുക്കെല്ലാവർക്കുമറിയാവുന്നതാണ്. വളരെയേറെ പ്രതികൂലമായ സാഹചര്യത്തിലാണ് ഈ ഗവൺമെന്റ് അധികാരമേറ്റെടുത്തത്. കരുണാകരൻ ഗവൺമെന്റ് ഉണ്ടാക്കിവച്ച പിടിപ്പുകെട്ട ഭരണമാണ് ഇടതുപക്ഷമുന്നണിക്ക് ഏറ്റെടുക്കേണ്ടിവന്നത്. സാമ്പത്തികഞെരുക്കത്തിൽപ്പെട്ട് അമർന്നതിനുശേഷമാണ് ഈ സംസ്ഥാനം ഇടതുപക്ഷമുന്നണിയുടെ കൈകളിലേക്ക് വന്നത്. 21 കോടി രൂപയാണ് കമ്മി. കോൺട്രാക്ടർമാർക്കുതന്നെ 30 കോടി രൂപയുടെ കുടിശ്ശിക ബാക്കിയാണ്. ഡി എ കുടിശ്ശികപോലും കൊടുക്കാൻ തയ്യാറാകാത്തവരിൽനിന്നാണ് ഞങ്ങൾക്ക് ഭരണം ഏറ്റെടുക്കേണ്ടിവന്നത്. കേന്ദ്രഗവൺമെന്റ് കേരളത്തെ സാമ്പത്തികമായി ശ്വാസം മുട്ടിച്ച് കൊല്ലാനാണ് ശ്രമിക്കുന്നത്. പദ്ധതിവിഹിതം പോലും ഈ സംസ്ഥാനത്തിന് കിട്ടുന്നില്ല. പദ്ധതിവിഹിതം മുൻകൂട്ടി വാങ്ങിയിട്ടാണ് കഴിഞ്ഞ വർഷക്കാലമത്രയും കരുണാകരൻ ഈ സംസ്ഥാനം ഭരിച്ചിരുന്നതെന്ന് ഇപ്പോൾ വ്യക്തമായിക്കഴിഞ്ഞിരിക്കുകയാണ്. കേന്ദ്രഗവൺമെന്റുമായി ഗൂഢാലോചന നടത്തി ഈ സംസ്ഥാന ഗവൺമെന്റിനെ സാമ്പത്തികമായി ഞെരുക്കുന്നതിനുവേണ്ടിയുള്ള സമീപനമാണ് പ്രതിപക്ഷം സ്വീകരിക്കുന്നത്. അപ്പുറത്തുനിന്ന് അവിശ്വാസപ്രമേയം അവതരിപ്പിച്ചപ്പോൾ അവർ പ്രധാനമായി പറഞ്ഞ ഒരു കാര്യം ക്രമസമാധാനം തകർന്നുവെന്നുള്ളതാണ്. ഈ ഗവൺമെന്റ് അധികാരത്തിൽ വന്നയുടനെ പ്രതിപക്ഷ നേതാവ് കരുണാകരൻ പറഞ്ഞു നിയമം കൈയിലെടുക്കുമെന്ന്. രമേശ് ചെന്നിത്തല പറഞ്ഞു ചോരയ്ക്ക് ചോര ചീന്തുമെന്ന്. ഈ ഗവൺമെന്റ് അധികാരത്തിൽ വന്നയുടനെ ചീമേനിയിൽ അഞ്ച് സഖാക്കളെ വെട്ടിനുറുക്കിയിട്ടാണ് സംസ്ഥാനത്തെ ക്രമസമാധാനം അപകടപ്പെടുത്താൻ കരുണാകരന്റെ നേതൃത്വത്തിൽ കേരളത്തിലെ കോൺഗ്രസുകാർ ശ്രമിച്ചത് എന്ന കാര്യം നമുക്കെല്ലാമറിയാവുന്നതാണ്. ഇപ്പോൾ പറയുന്നു, എം എൽ എ മാർക്കും പൊതുപ്രവർത്തകൻമാർക്കും രക്ഷയില്ലെന്ന്. എം എൽ എ മാരെയും പൊതുപ്രവർത്തകൻമാരെയും മാത്ര

മല്ല സംസ്ഥാനത്തെ ഒരാളിനെപ്പോലും പോലീസ് മർദ്ദനത്തിന് വിധേയ മാക്കരുതെന്നുള്ളതാണ് ഇടതുപക്ഷ ജനാധിപത്യമുന്നണിയുടെ പോലീസ് നയം. നിങ്ങൾ പോലീസിനെ ഉപയോഗിച്ചത് ജനങ്ങളെ അടിച്ചമർത്താനാണ്. സമരങ്ങളെ അടിച്ചമർത്താനാണ്. ഇതിൽനിന്ന് വ്യത്യസ്തമായി ജനസേവനത്തിനായി കേരളത്തിലെ പോലീസിനെ മാറ്റിയെടുക്കുന്നതിന് പ്രതിജ്ഞാബദ്ധമായ ഒരു ഗവൺമെന്റാണ് ഈ സംസ്ഥാനത്തെ ഇടതുപക്ഷജനാധിപത്യമുന്നണി ഗവൺമെന്റ് എന്ന് ഓർമ്മപ്പെടുത്തുവാൻ ഞാനാഗ്രഹിക്കുന്നു. അക്രമമുണ്ടാക്കി അരാജകത്വം സൃഷ്ടിച്ച് സംസ്ഥാനത്തെ ക്രമസമാധാനം തകർക്കാനുള്ള ബോധപൂർവ്വമായ പ്രവർത്തനമാണ് അപ്പുറത്ത് നടത്തുന്നത്. ഇപ്പോൾ എം എൽ എ മാർ ആക്രമിക്കപ്പെട്ടപ്പോൾ നിങ്ങൾക്ക് എന്തൊരു മനോവേദന! ഞാൻ ചോദിക്കട്ടെ, തലശ്ശേരി എം എൽ എ ആയിരുന്ന പാട്യം ഗോപാലനെ തലശ്ശേരി പോലീസ് സ്റ്റേഷന് മുമ്പിലിട്ട് പട്ടിയെപ്പോലെ തല്ലിയപ്പോൾ നിങ്ങളുടെ വികാരം ഇതായിരുന്നോ? കൂത്തുപറമ്പ് എം എൽ എ ആയിരുന്ന പിണറായി വിജയനെ കൂത്തുപറമ്പ് പോലീസ് സ്റ്റേഷനിൽ ലോക്കപ്പിലിട്ട് അടിച്ചപ്പോൾ നിങ്ങളുടെ വികാരം ഇതായിരുന്നോ? എത്ര പൊതുപ്രവർത്തകൻമാരാണ് ഈ സംസ്ഥാനത്ത് മർദ്ദിക്കപ്പെട്ടത്. പാർലമെന്റംഗമായിരുന്ന സി കെ ചന്ദ്രപ്പനെ കണ്ണൂർ പോലീസ് സ്റ്റേഷനിൽവച്ച് മർദ്ദിച്ചപ്പോൾ നിങ്ങളുടെ വികാരം ഇതായിരുന്നോ? കഴിഞ്ഞ സംഭവങ്ങളെല്ലാം ഈ നിയമസഭയിൽ പറഞ്ഞതാണ്. ആ കാര്യങ്ങളൊന്നും ഞാൻ ആവർത്തിക്കാൻ ആഗ്രഹിക്കുന്നില്ല. ഇവിടെ രണ്ട് കുട്ടികളെ പിടിച്ചുകൊണ്ടുപോയി എന്നുള്ളതിന്റെ പേരിലാണ് ശ്രീമാൻ വയലാർ രവി ഇന്നലെ ആവേശം കൊള്ളുന്നത് കണ്ടത്. ശ്രീ. വയലാർ രവി ആഭ്യന്തരവകുപ്പുമന്ത്രിയായിരിക്കുമ്പോഴാണ് തലശ്ശേരിയിൽ ഇലക്ട്രിസിറ്റി സമരത്തിൽ പങ്കെടുത്ത ഇലക്ട്രിസിറ്റി ജീവനക്കാരനെ കിട്ടാതെ വന്നപ്പോൾ 7 വയസ്സുള്ള പിഞ്ചുകുഞ്ഞിനെ പിടിച്ചുകൊണ്ടുപോയി തല മുണ്ഡനം ചെയ്തതെന്ന കാര്യം വലയാർ രവി ഓർക്കാത്തത് വളരെ ഖേദകരമായിപ്പോയി. നിവേദനം നടത്താൻ പോയവരെ ആഭ്യന്തരവകുപ്പുമന്ത്രി നേരിട്ടടിച്ച ചരിത്രം ഈ സംസ്ഥാനത്ത് വയലാർ രവി ആഭ്യന്തരവകുപ്പുമന്ത്രിയായിരുന്ന സന്ദർഭത്തിലല്ലാതെ മറ്റെപ്പോഴെങ്കിലുമുണ്ടായിട്ടുണ്ടോയെന്ന് ചോദിക്കുവാൻ ഞാനാഗ്രഹിക്കുന്നു. എം എൽ എ മാരെ തല്ലുന്ന ഒരു സംസ്കാരം ഞങ്ങൾ വളർത്തിയെടുക്കുന്നുവെന്നാണ് ഇവരുടെ ആക്ഷേപം. എം എൽ എ മാരായാലും പൊതുപ്രവർത്തകൻമാരായാലും ആരും മർദ്ദിക്കപ്പെടാൻ പാടില്ല. എം എൽ എ മാരെ തല്ലുന്നു എന്ന് പറയുന്നവരോട് ഞാൻ ചോദിക്കട്ടെ, സഖാവ് കുഞ്ഞാലി ഈ നിയമസഭയിലെ എം എൽ എ ആയിരുന്നില്ലേ? ആ സഖാവ് കുഞ്ഞാലിയെ കാളികാവിൽ വച്ച് വെടിവച്ച് കൊന്നത് ആരാണ്? എം എൽ എ മാരെ വെടിവച്ചുകൊന്ന പാരമ്പര്യമുള്ളവരാണ് ഞങ്ങളെ അക്രമികളെന്നും കൊലയാളികളെന്നും വിശേഷിപ്പിക്കുന്നത്.

അതിലെന്താണർത്ഥം? ഇവിടെ നിയമസഭയിൽ അധികാരം നഷ്ടപ്പെട്ട പ്പോൾ............ ബഹളം..................

ശ്രീ. കോടിയേരി ബാലകൃഷ്ണൻ: ആര്യാടൻ മുഹമ്മദിനെ ഞങ്ങൾ വിജയിപ്പിച്ചിട്ടുണ്ട്. കോൺഗ്രസിനെതിരായിട്ടുള്ള പോരാട്ട ത്തിന്റെ വക്താവായിട്ടാണ് ഞങ്ങൾ ആര്യാടൻ മുഹമ്മദിനെ ജയിപ്പിച്ച ത്. ഇവിടെ ഈ നിയമസഭയിൽ ദിവസേന അക്രമമാണ്. നിയമസഭ നടത്താൻ പ്രതിപക്ഷം തുടർച്ചയായി അനുവദിക്കാത്ത സമീപനമാണ് കാട്ടിക്കൊണ്ടിരിക്കുന്നത്. അധികാരം നഷ്ടപ്പെട്ട ഏതെങ്കിലുമൊരു സംസ്ഥാനത്ത് മര്യാദയ്ക്ക് നിയമസഭ നടത്താൻ നിങ്ങൾ അനുവദിച്ച പാരമ്പര്യമുണ്ടോ?

പശ്ചിമബംഗാളിൽ നിയമസഭാ സമ്മേളനം നടത്താൻ നിങ്ങൾ അനുവദിക്കുന്നുണ്ടോ? ദിവസേന പശ്ചിമബംഗാൾ നിയമസഭയിൽ കുഴ പ്പമാണ്, ത്രിപുര നിയമസഭയിൽ കോൺഗ്രസ് (ഐ) യുടെ മെമ്പർമാർ ഒരു ശവം എടുത്തുകൊണ്ടാണ് സഭയിലേയ്ക്ക് വന്നത്. ജമ്മുകാശ്മീ രിൽ അധികാരം നഷ്ടപ്പെട്ടപ്പോൾ അവിടത്തെ സ്പീക്കറെ ചെയറിൽ നിന്ന് എടുത്ത് പുറത്തുകൊണ്ടുപോയത് കോൺഗ്രസ് (ഐ) ആയി രുന്നു. അധികാരം നഷ്ടപ്പെട്ടത് എവിടെയാണോ അവിടെയൊന്നും നിയ മസഭാസമ്മേളനം മര്യാദയ്ക്ക് നടത്താൻ അനുവദിക്കാത്ത പാരമ്പര്യ മാണ് കോൺഗ്രസ് (ഐ) യുടേത് എന്ന് ചൂണ്ടിക്കാണിക്കാൻ ഞാൻ ആഗ്രഹിക്കുകയാണ്. ഇവിടെ ആറു മാസംകൊണ്ട് 275 കൊലപാതക ങ്ങൾ നടന്നു എന്നാണ് ഇന്നലെ ശ്രീ. വയലാർ രവി പറഞ്ഞത്. അക്രമ വാസന വർദ്ധിച്ചുകൊണ്ടിരിക്കുന്ന ഒരു സംസ്ഥാനത്ത് കുറ്റകൃത്യങ്ങൾ വർദ്ധിക്കും. മറ്റ് സംസ്ഥാനങ്ങളുമായി താരതമ്യപ്പെടുത്തുമ്പോൾ കേര ളത്തിലെ ക്രമസമാധാനനില അങ്ങേയറ്റം ഭദ്രമാണ്. ആറുമാസം കൊണ്ട് ഇവിടെ 275 കൊലപാതകങ്ങൾ നടന്നപ്പോൾ കോൺഗ്രസ് (ഐ) ഭരി ക്കുന്ന മഹാരാഷ്ട്രയിൽ 268 കൊലപാതകങ്ങൾ നടന്നു. കോൺഗ്രസ് (ഐ) ഭരിക്കുന്ന യു പി യിൽ 483 കൊലപാതകങ്ങൾ നടന്നു. എന്നിട്ട് ഇവിടെവന്ന് കൊലപാതകത്തെക്കുറിച്ചും ക്രമസമാധാനത്തെക്കുറിച്ചും നിറംപിടിപ്പിച്ച നുണകൾ ശ്രീ. കരുണാകരന്റെ നേതൃത്വത്തിൽ ദിവസേന പറഞ്ഞുപരത്തിക്കൊണ്ടിരിക്കുകയാണ്. കരുണാകരൻ എന്തു പറ ഞ്ഞാലും ഇവിടത്തെ ജനങ്ങൾ വിശ്വസിക്കാൻ പോകുന്നില്ല. ശ്രീ. കരു ണാകരൻ രണ്ട് കാര്യങ്ങൾക്ക് മാത്രമേ വായ് തുറക്കാറുള്ളു എന്ന് കാഞ്ചികാമകോടി മഠാധിപതി തന്നെ പറഞ്ഞിട്ടുണ്ട്. കഞ്ഞി കുടിക്കാനും കളവ് പറയാനും. അതുകൊണ്ട് ശ്രീ. കരുണാകരൻ ക്രമസമാധാനത്തെ ക്കുറിച്ച് എത്രമാത്രം പ്രസംഗിച്ചാലും ഈ സംസ്ഥാനത്തെ ജനങ്ങൾ അത് വിശ്വസിക്കാൻപോകുന്നില്ല. നിങ്ങളുടെ പ്രചാരണത്തെ ഈ സംസ്ഥാനത്തെ ജനങ്ങൾ പുച്ഛിച്ചു തള്ളുമെന്നുള്ള കാര്യത്തിൽ ഞങ്ങൾക്ക് യാതൊരു സംശയവുമില്ല.

വിലക്കയറ്റത്തെക്കുറിച്ച് ശ്രീ. സുധീരനുപോലും പറയാൻ സാധി

ക്കുന്നില്ല. എങ്ങനെ പറയാൻ സാധിക്കും? തീവണ്ടിയിൽ ഒരു ഊണിന്റെ വില ഏഴ് രൂപ. ഒരു കാപ്പിയുടെ വില ഒരു രൂപ ഇരുപത്തിയഞ്ച് നയാ പൈസ. സ്വർണ്ണത്തിന്റെ വില കുതിച്ചുകയറിക്കൊണ്ടിരിക്കുന്നു. സ്വർണ്ണം കപ്പ തൂക്കുന്നതുപോലെ തൂക്കിക്കൊടുക്കുമെന്ന് പറഞ്ഞ് വോട്ട് വാങ്ങിയവരാണ് അപ്പുറത്തിരിക്കുന്നത്. ഇന്ന് ഒരു പവൻ സ്വർണ്ണത്തിന്റെ വില 2,800 രൂപ. വാഗ്ദാനലംഘനങ്ങളുടെ പിതാവ് എന്ന് ഇന്നലെ ശ്രീ. സീതി ഹാജി ഞങ്ങളെ വിശേഷിപ്പിച്ചു. ആരാണ് വാഗ്ദാനലംഘനങ്ങളുടെ പിതാവ്? കോൺഗ്രസ് (ഐ) നടത്തിയ ഏതെങ്കിലുമൊരു വാഗ്ദാനം നടപ്പാക്കിയ പാരമ്പര്യം എപ്പോഴെങ്കിലുമുണ്ടോ?

'ഗരീബി ഹഠാവോ'- ദാരിദ്ര്യം ഉൻമൂലനം ചെയ്യും എന്ന് പറഞ്ഞിട്ട് എവിടെപ്പോയി ശ്രീ. കരുണാകരൻ! ഒരു വീട്ടിൽ ഒരാൾക്ക് ജോലി, എവിടെപ്പോയി നിങ്ങളുടെ ആ മുദ്രാവാക്യങ്ങൾ? വാഗ്ദാനലംഘനം തുടർച്ചയായി കാട്ടിയിട്ടുള്ളവർ വാഗ്ദാനം നടപ്പാക്കാൻവേണ്ടി മുന്നോട്ട് വരുന്ന ഇടതുപക്ഷജനാധിപത്യമുന്നണി ഗവൺമെന്റിനെതിരായി വരുന്നതിൽ എന്താണർത്ഥം? ഇവിടെ കോൺഗ്രസ് (ഐ) അധികാരത്തിൽവന്നപ്പോൾ രാജീവിന്റെ ഭരണത്തിൽ ചില സാധനങ്ങൾക്ക് വില കുറഞ്ഞിട്ടുണ്ട്. ഉറുപ്പികയുടെ വില കുറഞ്ഞു, കോൺഗ്രസിന്റെ വില കുറഞ്ഞു; മതേതരത്വത്തിന്റെ വില കുറഞ്ഞു, ജനാധിപത്യത്തിന്റെ വില കുറഞ്ഞു. രാജ്യത്ത് ഐക്യത്തിന്റെ വില കുറഞ്ഞു. ബാക്കി എല്ലാറ്റിനും ഇവിടെ വില കയറിക്കൊണ്ടിരിക്കുകയാണ്. ഇവിടെ ഇടതുപക്ഷജനാധിപത്യമുന്നണി അധികാരത്തിൽവന്നപ്പോൾ ജനാധിപത്യസ്ഥാപനങ്ങൾ പുനഃസംഘടിപ്പിക്കാൻ തീരുമാനിച്ചു. ബി ഡി സി കൾ പുനഃസംഘടിപ്പിച്ചു. ഓർഡിനൻസ് ഭരണം ഇല്ലാതാക്കി. പഞ്ചായത്തുകളിലേക്കും മുനിസിപ്പാലിറ്റികളിലേക്കുമുള്ള തെരഞ്ഞെടുപ്പ് നടത്താൻ പോകുന്നു. നിങ്ങൾ കാർഷികരംഗം തകർത്തു. ഞങ്ങൾ അത് പുനഃസംവിധാനം ചെയ്യുന്നു. പൂട്ടിക്കിടന്ന 18 വ്യവസായശാലകൾ ഈ സംസ്ഥാന ഗ്വൺമെന്റ് വന്നപ്പോൾ തുറന്ന് പ്രവർത്തിച്ചു. പതിനായിരത്തോളം ആളുകൾക്ക് അതിന്റെ ഫലമായി പുതുതായി ജോലികൊടുത്തു. ഈ ഗവൺമെന്റ് തൊഴിലില്ലായ്മ പരിഹരിക്കുന്നതിനുവേണ്ടിയുള്ള ധീരോദാത്തമായ നടപടികളുമായിട്ടാണ് മുന്നോട്ട് നീങ്ങിക്കൊണ്ടിരിക്കുന്നത്. ഇതോടുകൂടി ഈ ഗവൺമെന്റിനെതിരായി മദ്യരാജാക്കൻമാർ, തോട്ടം മുതലാളിമാർ, വൻകിട കച്ചവടക്കാർ, വിദ്യാഭ്യാസ കച്ചവടക്കാർ ഇവരെല്ലാം അണിനിരന്നിരിക്കുന്നു. ആർക്കുവേണ്ടിയാണ് ശ്രീ. സുധീരൻ ഇവിടെ അവിശ്വാസ പ്രമേയം അവതരിപ്പിച്ചിട്ടുള്ളത്? ഈ നിയമസഭ ചേർന്നതുതന്നെ സുപ്രധാനമായ ഒരു നിയമനിർമ്മാണത്തിനുവേണ്ടിയാണ്. അഴിമതി നിരോധനനിയമം പാസാക്കുന്നതിനുവേണ്ടി. ആ നിയമം പാസാക്കരുത് എന്ന് അപ്പുറത്തുള്ളവർക്ക് നിർബ്ബന്ധമുണ്ട്. ശ്രീ. കെ കരുണാകരൻ, ശ്രീ. യു എ ബീരാൻ, ശ്രീ ടി എം ജേക്കബ്, ശ്രീ. ഇ അഹമ്മദ്, ശ്രീ. എം എം ഹസ്സൻ, ശ്രീ. എം വി ഗംഗാധരൻ എന്നിവരുടെ പേരിൽ അന്വേഷണം

നടന്നുകൊണ്ടിരിക്കുകയാണ്. ഈ അന്വേഷണത്തിൽ ഞങ്ങൾ നിരപരാധികളാണ് എന്ന് തെളിയിക്കുന്നതിനുപകരം അന്വേഷണ കമ്മീഷൻ റിപ്പോർട്ടുകൾ പുറത്തുവരുന്നതിനുമുമ്പ് ഈ ഗവൺമെന്റിനെ താഴത്തിറക്കാൻവേണ്ടിയാണ് പ്രതിപക്ഷം ശ്രമിച്ചുകൊണ്ടിരിക്കുന്നത്. ഇന്ന് കോൺഗ്രസ് (ഐ) പണ്ടത്തെ സ്ഥിതിയിലല്ല. ഇന്ന് ഇന്ത്യയിലെ 25 സംസ്ഥാനങ്ങളിൽ 13 സംസ്ഥാനങ്ങളിലും കോൺഗ്രസ് (ഐ)ക്ക് ഭരണം നഷ്ടപ്പെട്ടിരിക്കുകയാണ്.

പ്രൊഫസർ സുകുമാർ അഴീക്കോട് ഈ അടുത്തകാലത്ത് പറഞ്ഞു "എനിക്ക് കോൺഗ്രസായി മരിക്കണം എന്ന ആഗ്രഹം ഉണ്ടായിരുന്നു. പക്ഷേ ഞാൻ മരിക്കുന്നതിനുമുമ്പ് കോൺഗ്രസ് മരിച്ചാൽ ഞാൻ എന്തു ചെയ്യും" എന്ന്. കോൺഗ്രസ് ദീർഘശ്വാസം വലിച്ചുകൊണ്ടിരിക്കുകയാണ്. മഹാത്മാഗാന്ധി, പണ്ഡിറ്റ് ജവഹർലാൽ നെഹ്റു, ഗോപാലകൃഷ്ണ ഗോഖലെ, ലോകമാന്യതിലകൻ, ദാദാബായ് നവറോജി, സുഭാഷ് ചന്ദ്രബോസ് ഈ പേരുകൾ കേട്ടാൽ ആവേശം കൊള്ളുന്നവർ കോൺഗ്രസുകാർ മാത്രമായിരുന്നോ? ഇന്ന് കോൺഗ്രസിന് ഒരു നേതാവുണ്ടോ? രാജീവ്ഗാന്ധി കഴിഞ്ഞാൽ പിന്നെ കോൺഗ്രസിലെ നേതാവാരാണ്? വൈജയന്തിമാല: കഴിഞ്ഞ തെരഞ്ഞെടുപ്പിൽ വൈജയന്തിമാലയും ശ്രീ. സി വി പത്മരാജനും ഒന്നിച്ചുനിൽക്കുന്ന ഒരു ഫോട്ടോ മലയാളമനോരമ പ്രസിദ്ധീകരിച്ചിട്ട് മനോരമ തന്നെ ഒരു അടിക്കുറിപ്പ് എഴുതി. 'പത്മരാജ പത്മവ്യൂഹത്തിൽ പതറാതെ' പക്ഷേ പത്മരാജൻ പതറി, വൈജന്തിമാല പതറിയില്ല. വൈജയന്തിമാല മുന്നോട്ടു തന്നെ നീങ്ങിക്കൊണ്ടിരിക്കുകയാണ്. ഇവിടെ ഞങ്ങൾ ജനങ്ങൾക്ക് നൽകിയ വാഗ്ദാനങ്ങൾ ഒന്നൊന്നായി നടപ്പാക്കാൻ വേണ്ടിയുള്ള ദൃഢപ്രതിജ്ഞയോടുകൂടിയാണ് ഇടതുപക്ഷ ജനാധിപത്യമുന്നണി ഗവൺമെന്റ് മുന്നോട്ട് നീങ്ങിക്കൊണ്ടിരിക്കുന്നത്. ഞങ്ങൾ ഇവിടെ അഞ്ച് വർഷക്കാലം ഭരിച്ചാൽ ഇവിടെ ഒരു പുതിയ കേരളം ഞങ്ങൾ കെട്ടിപ്പടുക്കും. ഐശ്വര്യപൂർണ്ണമായ ഒരു കേരളം ഞങ്ങൾ കെട്ടിപ്പടുക്കും. അഴിമതിയില്ലാത്ത ഒരു ഭരണം കേരളത്തിലെ ജനങ്ങൾക്ക് വാഗ്ദാനം ചെയ്തത് ഞങ്ങൾ നടപ്പാക്കും. അങ്ങനെ നടപ്പാക്കിയാൽ കോൺഗ്രസ് (ഐ) യുടെ ആഫീസുകൾ അടച്ചുപൂട്ടേണ്ടിവരും. യൂത്ത്കോൺഗ്രസിന്റെ ആഫീസും പൂട്ടും. അതുകൊണ്ടാണ് ഈ ഗവൺമെന്റ് അഞ്ച് വർഷക്കാലം ഭരിക്കാതിരിക്കുന്നതിനുവേണ്ടിയുള്ള ധീരമായ നീക്കങ്ങളുമായി കേരളത്തിലെ പ്രതിപക്ഷം എന്നും മുന്നോട്ട് വന്നിട്ടുള്ളത്. ഈ ഗവൺമെന്റ് ജനങ്ങളിൽ വിശ്വാസമുള്ള ഒരു ഗവൺമെന്റാണ്. ജനങ്ങൾക്ക് ഞങ്ങളിലും വിശ്വാസമുണ്ട്. പ്രതിപക്ഷത്തിനുമാത്രമേ ഞങ്ങളിൽ വിശ്വാസം ഇല്ലാതുള്ളൂ. ഈ സംസ്ഥാനത്തെ ജനങ്ങൾ ഞങ്ങളുടെ പിന്നിലാണ് എന്ന് ഉറക്കെ പ്രഖ്യാപിക്കുവാൻ ഞങ്ങൾക്ക് സാധിക്കും. ഈ ഗവൺമെന്റ് അധികാരത്തിൽവന്നയുടൻ സഹകരണസംഘങ്ങൾക്കെതിരായ സമരം, മദ്യത്തിനെതിരായ സമരം, വിറ്റുവരവ് സമ

രം, എല്ലാം കഴിഞ്ഞ് ഇപ്പോൾ ശ്രീ. കരുണാകരൻ അവസാനത്തെ സമരത്തിനുവേണ്ടി ആഹ്വാനം ചെയ്തിരിക്കുകയാണ്. ഈ അവിശ്വാസപ്രമേയം എന്ന ഓലപ്പാമ്പിന്റെ മുമ്പിൽ തകർന്നുപോകുന്ന ഗവൺമെന്റല്ല കേരളത്തിലെ ഇടതുപക്ഷജനാധിപത്യമുന്നണി ഗവൺമെന്റ്. ഈ സംസ്ഥാനത്തിൽ ഈ ഗവൺമെന്റ് അധികാരത്തിൽവന്നത് കേവലം ഒരു രാഷ്ട്രീയ തെരഞ്ഞെടുപ്പിലൂടെ മാത്രമല്ല. കഴിഞ്ഞ കുറേ വർഷങ്ങളായി കേരളത്തിലെ തൊഴിലാളികൾ നടത്തിയ സമരത്തിൽക്കൂടി കേരളത്തിലെ വിദ്യാർത്ഥികൾ നടത്തിയ പോരാട്ടത്തിൽക്കൂടി, കേരളത്തിലെ യുവജനങ്ങൾ നടത്തിയ പ്രക്ഷോഭസമരങ്ങളിൽക്കൂടി, കേരളത്തിലെ ജനലക്ഷങ്ങളുടെ ആഗ്രഹാഭിലാഷത്തിന്റെ പ്രതീകമായാണ് ഈ സംസ്ഥാനത്തെ ഇടതുപക്ഷ ജനാധിപത്യമുന്നണി ഗവൺമെന്റ് അധികാരത്തിൽ വന്നത്. ഈ ഗവൺമെന്റിനെതിരായ എല്ലാ വെല്ലുവിളികളേയും തട്ടിമാറ്റാനുള്ള ശക്തി കേരളത്തിലെ ജനങ്ങൾക്കുണ്ട്. അത് ഞങ്ങൾ പഞ്ചായത്ത്-മുനിസിപ്പൽ തെരഞ്ഞെടുപ്പിൽ ഒന്നുകൂടി കാണിച്ചുതരാം എന്ന് മാത്രം ഈ സന്ദർഭത്തിൽ ചൂണ്ടിക്കാണിച്ചുകൊണ്ട് ഞാൻ ഈ അവിശ്വാസപ്രമേയത്തെ ശക്തിപൂർവ്വം എതിർക്കുന്നു.

....

കുറിപ്പ്

1987 നവംബർ 24, ചൊവ്വ (എട്ടാം കേരള നിയമസഭ)

- ഭരണകക്ഷി എംഎൽഎ എന്നനിലയിൽ; ഇടതുപക്ഷ ജനാധിപത്യ മുന്നണി സർക്കാരിനെ പ്രതിരോധിക്കാൻ..

(കോടിയേരി ബാലകൃഷ്ണൻ രണ്ടാം വട്ടം അംഗമായ, 1987-1991 കാലയളവിലെ എട്ടാം കേരള നിയമസഭ. രണ്ടാം ഇ കെ നായനാർ സർക്കാരിനെതിരെ ആദ്യത്തെ ആറു മാസമായപ്പോഴേയ്ക്കും ആ സഭയിൽ കോൺഗ്രസ് നേതൃത്വത്തിലുള്ള പ്രതിപക്ഷം അവിശ്വാസ പ്രമേയം കൊണ്ടുവന്നു: 1987 നവംബർ 23 തിങ്കളാഴ്ച. കോൺഗ്രസിൽ പ്രതിപക്ഷനേതാവ് കെ കരുണാകരന്റെ റിബലാകാൻ ശ്രമിച്ചുകൊണ്ടിരുന്ന വി എം സുധീരനെത്തന്നെയാണ് പ്രമേയം അവതരിപ്പിക്കാൻ കരുണാകരൻ ചുമതലപ്പെടുത്തിയത്. പ്രമേയത്തിന്മേലുള്ള ചർച്ചയുടെ രണ്ടാം ദിവസമായിരുന്നു കോടിയേരിയുടെ ഊഴം, നവംബർ 24, ചൊവ്വാഴ്ച. ജനാധിപത്യപരമായി തെരഞ്ഞെടുക്കപ്പെട്ട സർക്കാരിനോടുള്ള പ്രതിപക്ഷ അസഹിഷ്ണുത തുറന്നുകാണിക്കുന്ന ശക്തമായ രാഷ്ട്രീയ കടന്നാക്രമണം, കുറിക്കുകൊള്ളുന്ന പരിഹാസം, ഇടതുമുണിയുടെ ജനപക്ഷ സമീപനത്തിന്റെ വിശദീകരണം തുടങ്ങിയതെല്ലാം സമർത്ഥമായി സമന്വയിപ്പിച്ച് അവതരിപ്പിച്ച ആ പ്രസംഗം സഭയുടെ ആകെ ശ്രദ്ധ നേടി.

'സർ, വി എം സുധീരന്റെ പ്രസംഗം അവസാനിച്ചപ്പോൾ മല എലിയെ പ്രസവിച്ചു എന്നു പറഞ്ഞതുപോലെയുള്ള ഒരനുഭവമാണു

ണ്ടായത്' എന്നായിരുന്നു തുടക്കം തന്നെ. ആറ് മാസത്തിലൊരിക്കൽ അവിശ്വാസപ്രമേയം കൊണ്ടുവന്നാൽ ഈ ഗവൺമെന്റിനെതിരായി നിങ്ങൾക്ക് ഇനിയും എട്ട് അവിശ്വാസപ്രമേയങ്ങൾ കൂടി ഇവിടെ അവതരിപ്പിക്കേണ്ടിവരും. ഞങ്ങൾ അഞ്ചുവർഷക്കാലം ഭരിക്കും - കോടിയേരിയുടെ വാക്കുകൾ. പ്രസംഗത്തിനിടയിൽ പ്രതിപക്ഷത്തു നിന്നുണ്ടായ ഇടപെടലുകളും അതിനോടുള്ള കോടിയേരിയുടെ പ്രതികരണവും കൂടി ഉൾപ്പെടെയാണ് ഇവിടെ ചേർത്തിരിക്കുന്നത്.

നിയമസഭാപ്രസംഗം 3

2001-2006 ലെ പതിനൊന്നാം നിയമസഭയിൽ പ്രതിപക്ഷ ഉപനേതാവ് എന്ന നിലയിൽ, കോഴിക്കോട് ജില്ലയിലെ നാദാപുരം ഉൾപ്പെടെയുള്ള മേഖലകളിൽ ഉണ്ടായ രാഷ്ട്രീയ സംഘർഷങ്ങളെക്കുറിച്ച് അടിയന്തര പ്രമേയത്തിന് അനുമതി തേടി നടത്തിയ പ്രസംഗം,

ശ്രീ. കോടിയേരി ബാലകൃഷ്ണൻ: സർ, ബഹുമാനപ്പെട്ട മുഖ്യമന്ത്രി ഈ സംഭവത്തിന്റെ ഗൗരവം തീരെ ഉൾക്കൊള്ളാത്ത മറുപടിയാണ് ഇവിടെ പറഞ്ഞിട്ടുള്ളത്. മാത്രമല്ല അക്രമകാരികളെ വെള്ള പൂശുന്ന വിധത്തിലും അക്രമത്തെ പ്രോത്സാഹിപ്പിക്കത്തക്കവിധത്തിലുമാണ് മുഖ്യമന്ത്രിയുടെ മറുപടി ഉണ്ടായിട്ടുള്ളത്. അങ്ങേയറ്റം ഗുരുതരമായ ഒരു സ്ഥിതിവിശേഷമാണ് അവിടെ നിലനിൽക്കുന്നത്. കാസർഗോഡ് ജില്ലയുടെ വിവിധ ഭാഗങ്ങളിലും നാദാപുരം മേഖലയിലും മുസ്ലീംലീഗുകാർ അഴിച്ചുവിട്ട അക്രമങ്ങളും കൊള്ളിവയ്പും കൊലപാതകങ്ങളും കാരണം ജനങ്ങളുടെ ജീവനും സ്വത്തിനും തന്നെ രക്ഷയില്ലാത്ത അവസ്ഥാവിശേഷമാണ് ഉള്ളത്. കാസർഗോഡ് ജില്ലയിലെ ചെറുവത്തൂരും പടന്ന, ഉദുമ പഞ്ചായത്തിലും നാദാപുരം മേഖലയിലേക്ക് പോയാൽ ഒരു യുദ്ധഭൂമി കണക്കെ കിടക്കുകയാണ്. പ്രതിപക്ഷനേതാവ് ശ്രീ. വി എസ് അച്യുതാനന്ദന്റെ നേതൃത്വത്തിൽ എതിർപക്ഷത്തുള്ള നേതാക്കൻമാർ ആ സംഭവസ്ഥലം സന്ദർശിച്ചപ്പോൾ അതീവ ഗുരുതരമായ ഒരു സ്ഥിതിവിശേഷമാണ് ആ പ്രദേശത്ത് നിലനിൽക്കുന്നതായി കണ്ടത്.

മി. സ്പീക്കർ: No, no .... I have already ruled that the adjournment motion is rejected. So if the leader wants to say anything, he can say .... (ബഹളം) ....

ശ്രീ. കോടിയേരി ബാലകൃഷ്ണൻ: അത് പറ്റില്ല സർ, അങ്ങയുടെ മുമ്പിൽ ഞങ്ങൾക്ക് ഇത് പറയാനുള്ള അവകാശമുണ്ട്. ബിനു എന്നു പറയുന്ന ഒരു പ്രവർത്തകനെ കൊന്നിട്ട് ഇതുവരെ ആരേയും അറസ്റ്റ് ചെയ്തിട്ടില്ല. കൊലപാതകം നടന്നിട്ട് ഒരു മാസമായി. ഒരാളെപ്പോലും അറസ്റ്റ് ചെയ്തിട്ടില്ല. കൊലപാതകം നടത്തിയിട്ട് ഒരാളെപ്പോലും അറസ്റ്റ് ചെയ്യാൻ സാധിക്കാത്ത ഈ ഗവൺമെന്റിന്, നിങ്ങൾക്ക് ആ കസേരയിൽ ഇരിക്കാൻ നാണമില്ലേ, മി. എ കെ ആന്റണീ? ഒരു മാസമായി ബിനുവിനെ കൊന്നിട്ട്, എന്നിട്ട് ഇതുവരെ ഒരു പ്രതിയെപ്പോലും പിടിക്കാൻ സാധിക്കാത്ത എ കെ ആന്റണിക്ക്, നിഷ്പക്ഷമെന്ന് പറയുന്നതിന് എന്ത് അവകാശമാണ്? സർ, * * * *

അക്രമം കാണിച്ചു എന്നതുകൊണ്ടല്ലേ നിങ്ങൾ അറസ്റ്റ് ചെയ്യാത്തത്? ഒരു മാസക്കാലമായില്ലേ കൊലപാതകം നടന്നിട്ട്? എത്ര രൂപയുടെ നാശനഷ്ടങ്ങളാണ് അവിടെ ഉണ്ടായത്. 15 കോടി രൂപയുടെ നാശനഷ്ടം അവിടെയുണ്ടായി. എന്നിട്ട് മുഖ്യമന്ത്രി വളരെ നിസ്സാരമായിട്ടാണ് പറഞ്ഞത്. ഈ ഗവൺമെന്റ് അധികാരത്തിൽ വന്നതിനുശേഷമാണ് ഈ സംഭവമുണ്ടായത്............ (ബഹളം)..........................

മി. സ്പീക്കർ: Please sit down. Yes..... Let C M say something.

ശ്രീ. കോടിയേരി ബാലകൃഷ്ണൻ: ഞങ്ങൾ എന്തിനാ ഇരിക്കുന്നത്? സർ, കാസർഗോഡ് മറിയുമ്മ എന്നുപറയുന്ന സ്ത്രീയെ * * * * ബലാൽക്കാരം ചെയ്യാൻ ശ്രമിച്ചു സർ. നാണംകെട്ട ഒരു ഗവൺമെന്റാണ്. ഇവിടെ മന്ത്രിയുടെ നേതൃത്വത്തിൽ നടന്ന ആക്രമണത്തിന് തെളിവുകളുണ്ട്. ശ്രീ. ചെർക്കുളം അബ്ദുള്ളയുടെ നേതൃത്വത്തിലാണ് അവിടെ സംഭവം നടന്നത്. നോക്കണം സർ, പോലീസുകാരുടെ കൈയിൽനിന്നും തോക്ക് വാങ്ങി വെടിവയ്ക്കുകയാണ് മുസ്ലിംലീഗുകാർ. ഇങ്ങനെ ഒരു സംഭവം എവിടെയെങ്കിലും കേട്ടിട്ടുണ്ടോ?

മി. സ്പീക്കർ: You please resume your seat. Yes, yes............. Nothing will go in record.

ശ്രീ. കോടിയേരി ബാലകൃഷ്ണൻ: സർ, കുറുവടിയുമായി നടക്കുന്ന മന്ത്രിയുടെ ഫോട്ടോ. (ഫോട്ടോ ഉയർത്തിക്കാണിക്കുന്നു) കുറുവടിയുമായി നടക്കുന്ന മന്ത്രിയെ എവിടെയെങ്കിലും കണ്ടിട്ടുണ്ടോ? .... (ബഹളം)............................

കുറിപ്പ്

ഗുരുതര വീഴ്ചകളിൽ സർക്കാരിനെ പ്രതിക്കൂട്ടിലാക്കി ജനപക്ഷത്തു നിന്നുള്ള ഇടപെടൽ; പ്രതിപക്ഷ ഉപനേതാവ് എന്ന നിലയിൽ

ജൂലൈ 2, 2001; പതിനൊന്നാം നിയമസഭ

(കോഴിക്കോട് ജില്ലയിലെ നാദാപുരത്തും വളയം, ചെക്യാട്, തൂണേരി പ്രദേശങ്ങളിലെയും കാസർഗോഡ് ജില്ലയിലെ ചെറുവത്തൂർ,

പട, ഉദുമ പഞ്ചായത്തുകളിലെയും സംഘർഷാവസ്ഥ സംബന്ധിച്ച് പതിനൊന്നാം നിയമസഭയുടെ ഒന്നാം സമ്മേളനത്തിൽ അടിയന്തര പ്രമേയത്തിന് അവതരണാനുമതി തേടി പ്രതിപക്ഷ ഉപനേതാവ് കോടിയേരി ബാലകൃഷ്ണൻ അവതരിപ്പിച്ച നോട്ടീസിൽ മുഖ്യമന്ത്രി എ കെ ആന്റണിയുടെ മറുപടി തൃപ്തികരമായിരുന്നില്ല. അടിയന്തര പ്രമേയം ചർച്ച ചെയ്യാൻ സർക്കാർ അനുകൂലമായിരുന്നുമില്ല. എന്നാൽ നോട്ടീസ് അവതരിപ്പിച്ച് കോടിയേരി നടത്തിയ പ്രസംഗം ആ സംഘർഷത്തിന്റെ കാര്യകാരണങ്ങളിലേക്കുള്ള ഒരു അന്വേഷണം തന്നെയായി മാറി.)

നിയമസഭാപ്രസംഗം 4
2001–2006

2001–2006 ലെ പതിനൊന്നാം നിയമസഭയിൽ പ്രതിപക്ഷ ഉപ നേതാവ് എന്ന നിലയിൽ, കർഷക ആത്മഹത്യകളുടെ പശ്ചാത്തലത്തിൽ, കാർഷിക ഉല്പന്നങ്ങളുടെ വിലയിടിവിനെതിരെ നടത്തിയ പ്രസംഗം,

ശ്രീ. കോടിയേരി ബാലകൃഷ്ണൻ: സർ, ബഹുമാനപ്പെട്ട മന്ത്രിയുടെ പ്രസംഗത്തോടെതന്നെ എന്റെ പ്രമേയത്തിന്റെ പ്രസക്തി വർദ്ധിച്ചിരിക്കുകയാണ്. കാർഷികമേഖല ഇന്ന് വിറങ്ങലിച്ചു നില്ക്കുകയാണ്. കേരളത്തിൽ ഓരോ ദിവസവും കൃഷിക്കാരുടെ ആത്മഹത്യാ റിപ്പോർട്ടുകളാണ് വന്നുകൊണ്ടിരിക്കുന്നത്. ഇന്നലെ കണ്ണൂർ ജില്ലയിലെ പരിയാരം പഞ്ചായത്തിൽ കൃഷിക്കാരനായ അംപുനായരും ഭാര്യയും ആത്മഹത്യ ചെയ്തു. അംപുനായർ എന്ന കൃഷിക്കാരൻ ബാങ്കിൽനിന്ന് കടമെടുത്തു. പണം അടയ്ക്കാതെ വന്നപ്പോൾ അദ്ദേഹത്തിന്റെ ഭൂമി മുഴുവൻ ബാങ്ക് ജപ്തി ചെയ്തു. അതിന്റെ ഫലമായി അദ്ദേഹം ഒരു കർഷക തൊഴിലാളിയായി മാറി. ഇപ്പോൾ കുറച്ചു ഭൂമി മാത്രമേ അദ്ദേഹത്തിന്റെ കൈവശം ഉള്ളൂ. അതിന്റെ ഫലമായി അദ്ദേഹത്തിന്റെ ജീവിതം ഗതിമുട്ടി. കാർഷികമേഖലയിലെ തകർച്ചയാണ് ആ കുടുംബം ആത്മഹത്യ ചെയ്യാനിടയാക്കിയത്. രണ്ടുദിവസം മുമ്പ് അഗളിയിലെ കൃഷിക്കാരനായ ബേബി ആത്മഹത്യചെയ്തു. അതിന്റെയൊക്കെ ലിസ്റ്റ് ഞാൻ ഇവിടെ സമർപ്പിച്ചിട്ടുണ്ട്. കാർഷികമേഖലയിൽ ഗുരുതരമായ അവസ്ഥാവിശേഷമാണ് നിലനിൽക്കുന്നത്. കൃഷിക്കുവേണ്ടി എടുത്ത ലോൺ മാത്രമല്ലായെന്ന് ബഹുമാനപ്പെട്ട ഗൗരിയമ്മ ഇവിടെ സൂചിപ്പിക്കുകയുണ്ടായി. കൃഷിക്കാരൻ പല ആവശ്യത്തിനുവേണ്ടിയും ലോൺ എടുക്കും. വിലത്തകർച്ചയില്ലെങ്കിൽ കൃഷിക്കാരന് ഈ ലോൺ തിരിച്ചടയ്ക്കാൻ കഴിയുമായിരുന്നു. വിലത്തകർച്ചമൂലമാണ് എടുത്ത ലോൺ ഒന്നുംതന്നെ

തിരിച്ചടയ്ക്കാൻ സാധിക്കാതെ കൃഷിക്കാർ ജീവിതം ഗതിമുട്ടി ആത്മഹത്യ ചെയ്യേണ്ട അവസ്ഥ ഉണ്ടായിരിക്കുന്നത്. പാലക്കാട് ജില്ലയിൽ 7, തൃശ്ശൂർ ജില്ലയിൽ 4, കണ്ണൂർ ജില്ലയിൽ 2, വയനാട് ജില്ലയിൽ 3, കാസർഗോഡ് ജില്ലയിൽ 2, കൊല്ലം ജില്ലയിൽ 3, കോട്ടയം ജില്ലയിൽ 2, തിരുവനന്തപുരം ജില്ലയിൽ 2, ആലപ്പുഴ ജില്ലയിൽ 2, എറണാകുളം ജില്ലയിൽ 2, ഇങ്ങനെ 29 കൃഷിക്കാർ ഇതിനോടകംതന്നെ ആത്മഹത്യ ചെയ്തിട്ടുണ്ട്. ഇതിന്റെ ലിസ്റ്റ് ബഹുമാനപ്പെട്ട മന്ത്രിക്ക് സമർപ്പിച്ചിട്ടുണ്ട്. കാർഷികോല്പന്നങ്ങളുടെ വിലയിടിവിന്റെ ഫലമായിട്ടാണ് ഇത് സംഭവിച്ചത്. ബഹുമാനപ്പെട്ട മന്ത്രി പറഞ്ഞതുപോലെ 1429 സാധനങ്ങളുടെ ഇറക്കുമതി നിയന്ത്രണം പിൻവലിച്ചതോടുകൂടിയാണ് ഇവിടെ കാർഷികോല്പന്നങ്ങളുടെ കുത്തഴിഞ്ഞ ഇറക്കുമതി ഉണ്ടായിരിക്കുന്നത്. സംസ്ഥാന ഗവൺമെന്റ് ഇതിനുവേണ്ടി പ്രഖ്യാപിച്ച നടപടികളൊന്നും തന്നെ ഫലപ്രദമായിട്ടില്ല. ബഹുമാനപ്പെട്ട മന്ത്രി ഇവിടെ ചില നടപടികൾ സ്വീകരിച്ചതായി പറയുകയുണ്ടായി. നെല്ലിന് ക്വിന്റലിന് 400 രൂപയാണ് പ്രഖ്യാപിച്ചിട്ടുള്ളതെങ്കിൽ ഒരു ക്വിന്റൽ നെല്ലുപോലും എടുക്കാൻ ആളില്ലാത്ത അവസ്ഥ ഉണ്ടായിരിക്കുകയാണ്. നെൽ സംഭരിക്കുന്നതിനുവേണ്ടി യാതൊരുവിധ നടപടികളും ആരംഭിച്ചിട്ടില്ല. ഒരു ക്വിന്റൽ നെല്ലിന് 735 രൂപ കിട്ടിയ സ്ഥാനത്താണ് 400 രൂപ മാത്രമായിട്ട് സംസ്ഥാന ഗവൺമെന്റ് സംഭരണവില പ്രഖ്യാപിച്ചത്. അതുതന്നെ കിട്ടാത്ത സ്ഥിതിയാണുള്ളത്. നാളികേരം ഉല്പാദിപ്പിക്കണമെങ്കിൽ ഒരു നാളികേരത്തിന് 3 രൂപ 75 പൈസ ഉല്പാദനച്ചെലവ് വരും. മാർക്കറ്റിൽ വിറ്റാൽ കിട്ടുന്നത് 1 രൂപ 75 പൈസ ആണ്. ഇതുതന്നെ എടുക്കാൻ ആളില്ലാത്ത അവസ്ഥയാണ്. 'നാഫെഡ്' കൊപ്ര സംഭരിക്കുമെന്ന് ഗവൺമെന്റ് പ്രഖ്യാപിച്ചു. എവിടെയാണ് നാഫെഡ് കൊപ്ര സംഭരിക്കുന്നത്? നാഫെഡ് ഉദ്യോഗസ്ഥന്മാർ ഇവിടെ വന്ന് ഇവിടത്തെ മന്ത്രിമാരെ പരിഹസിച്ചു. സംസ്ഥാന ഗവൺമെന്റിനെ പരിഹസിച്ചു. ഞങ്ങൾ സംസ്ഥാന ഗവൺമെന്റ് ഉദ്യോഗസ്ഥന്മാരല്ലായെന്നു പറഞ്ഞുകൊണ്ട് നാഫെഡിലെ ഉദ്യോഗസ്ഥന്മാർ സംസ്ഥാന ഗവൺമെന്റിനെ വെല്ലുവിളിക്കുകയാണ് ചെയ്തത്. എന്നിട്ടുപോലും ഈ ഗവൺമെന്റ് നോക്കിനില്ക്കുന്ന അവസ്ഥയാണുണ്ടായത്. പാമോയിലിന്റെ ഇറക്കുമതി ചുങ്കം വർദ്ധിപ്പിക്കണം. പാമോയിലിന്റെ ഇറക്കുമതി ചുങ്കം വർദ്ധിപ്പിക്കുന്നതിന് ബഹുമാനപ്പെട്ട മുഖ്യമന്ത്രി ഡൽഹിയിൽപോയി നിവേദനം കൊടുത്തു. മുഖ്യമന്ത്രി ഡൽഹിയിൽനിന്ന് കേരളത്തിലെത്തിയപ്പോഴേക്കും പാമോയിലിന്റെ ഇറക്കുമതിചുങ്കം 10% കൂടി കുറച്ചു. ഓരോ പ്രാവശ്യവും മുഖ്യമന്ത്രി ഡൽഹിയിൽ പോയി നിവേദനം കൊടുത്ത് തിരുവനന്തപുരത്തേക്കു തിരിച്ചെത്തുന്നതിനുമുമ്പ് ഇറക്കുമതി ചുങ്കം കുറഞ്ഞുകൊണ്ട് വരികയാണ്. ഇങ്ങനെ ഇറക്കുമതി ചുങ്കം കുറച്ചുകൊണ്ടിരിക്കുന്ന കേന്ദ്രഗവൺമെന്റിനു മുന്നിൽ പഞ്ചപുച്ഛമടക്കിനില്ക്കുന്ന ഒരു ഗവൺമെന്റാണ് ഇവിടെയുള്ളത്. ബഹുമാനപ്പെട്ട മുഖ്യമന്ത്രി ഇന്ന് സഭയിൽ വേണ്ടതാ

യിരുന്നു. റബ്ബർ സംഭരണം അങ്ങേയറ്റം പരാജയപ്പെട്ടു. റബ്ബർ സംഭരണം തീരെ നടക്കുന്നില്ല. ഗവൺമെന്റ് പ്രഖ്യാപിച്ച സംഭരണവില പോലും കൃഷിക്കാരന് കിട്ടുന്നില്ല. ഒരു കിലോ റബ്ബറിന് 69 രൂപ കിട്ടയ സ്ഥാനത്ത് ഇപ്പോൾ 27 രൂപയാണ് പ്രഖ്യാപിച്ചിരിക്കുന്നത്. പ്രഖ്യാപിച്ച പൈസപോലും റബ്ബർ കൃഷിക്കാരന് കിട്ടുന്നില്ല. റബ്ബർ കൃഷിക്കാരെ സഹായിക്കാനെന്നു പറഞ്ഞുകൊണ്ട് വാങ്ങൽ നികുതി കുറച്ചുകൊടുത്തു. വാങ്ങൽ നികുതി കുറച്ചുകൊടുത്തപ്പോൾ ഗുണം ഉണ്ടായത് ആർക്കാണ്? കൃഷിക്കാർക്ക് ഒരു ഗുണവും അതുകൊണ്ട് കിട്ടിയില്ല. ഇവിടത്തെ ടയർ മുതലാളിമാർക്ക് അതുകൊണ്ട് ഗുണം ഉണ്ടായി. കോട്ടയത്തെ ടയർ മുതലാളിമാർക്ക് പ്രതിദിനം 40 ലക്ഷം രൂപ വരെ വരുമാനം ഉണ്ടായിയെന്നാണ് പറയുന്നത്. റബ്ബർ കൃഷിക്കാരെ സഹായിക്കാൻവേണ്ടി പ്രഖ്യാപിച്ച ആനുകൂല്യം റബ്ബർ കൃഷിക്കാരന്റെ സഹായത്തിനെത്തിയില്ല. കൃഷിക്കാരന് ഇപ്പോൾ യാതൊരു രക്ഷയുമില്ലാത്ത അവസ്ഥയാണ്. കാസർഗോഡ് അടയ്ക്ക കൃഷിക്കാരുടെ അവസ്ഥ വളരെ ദയനീയമാണ്. ഒരു കിലോ അടയ്ക്കാ വിറ്റാൽ 165 രൂപ കിട്ടിയിരുന്ന സ്ഥാനത്ത് ഇന്ന് 23 രൂപയേയുള്ളൂ. എങ്ങനെ ജീവിതം കഴിച്ചുകൂട്ടും? വയനാട് ജില്ലയിലെ ഇഞ്ചി കൃഷിക്കാരാകെ ആത്മഹത്യയിലോട്ട് നീങ്ങിക്കൊണ്ടിരിക്കുകയാണ്. ഒരു കിലോ ഇഞ്ചി വിറ്റാൽ 15 രൂപ കിട്ടിയിരുന്ന സ്ഥാനത്ത് ഇന്ന് മൂന്ന് രൂപ മാത്രമേയുള്ളൂ. കാപ്പി കൃഷിക്കാരുടെ അവസ്ഥ അങ്ങേയറ്റം ദയനീയമാണ്. ഒരു കിലോ കാപ്പി വിറ്റാൽ 90 രൂപ കിട്ടിയ സ്ഥാനത്ത് ഇന്ന് കിട്ടുന്നത് വെറും 20 രൂപ മാത്രമാണ്. ഒരു കിലോ കുരുമുളകിന് 240 രൂപ കിട്ടിയ സ്ഥാനത്ത് ഇന്ന് കിട്ടുന്നത് വെറും 70 രൂപ മാത്രമാണ്. ഒരു കിലോ കൊക്കോയ്ക്ക് 30 രൂപ കിട്ടിയ സ്ഥാനത്ത് ഇന്ന് കിട്ടുന്നത് വെറും 13 രൂപയാണ്. എല്ലാ കാർഷിക ഉല്പന്നങ്ങൾക്കും ഒരേപോലെ വിലയിടിഞ്ഞു. കേരളത്തിൽ മുമ്പും ഈ അവസ്ഥ ഉണ്ടായിട്ടുണ്ട്. ഏതെങ്കിലും ഒരു ഉല്പന്നത്തിന്റെ വിലയിടിയുമ്പോൾ മറ്റൊരു ഉല്പന്നത്തിന്റെ വില കയറുമായിരുന്നു. അത്തരത്തിൽ കൃഷിക്കാരന് പൊരുത്തപ്പെട്ടുപോകാൻ കഴിയുമായിരുന്നു. ഡബ്ലിയു ടി ഒ ഉടമ്പടിയുടെയും കേന്ദ്രഗവൺമെന്റിന്റെ നയത്തിന്റേയും ഫലമായി സർവ്വ കാർഷിക ഉൽപ്പന്നങ്ങളുടെയും ഇറക്കുമതി വന്നതോടെ കൃഷിക്കാരുടെ ജീവിതസന്ധാരണം വഴിമുട്ടി. കേരളത്തിലെ കൃഷിക്കാർ ആത്മഹത്യാമുനമ്പിന്റെ വക്കിൽ എത്തിനിൽക്കുന്ന അവസ്ഥയാണ് നാം കണ്ടുകൊണ്ടിരിക്കുന്നത്. ഇവിടെ കൃഷിക്കാർ മാത്രമല്ല മരിച്ചുകൊണ്ടിരിക്കുന്നത്. കർഷകതൊഴിലാളികൾക്ക് എവിടേയും പണിയില്ല. കർഷകതൊഴിലാളികൾ മുഴുവൻ പട്ടിണിയിലാണ്. കാർഷികമേഖലയിൽ കൂട്ട ആത്മഹത്യകൾ ഉണ്ടാകും. 33 ആദിവാസികൾ ഈ സംസ്ഥാനത്ത് പട്ടിണി കിടന്ന് മരിച്ചു. നമ്മുടെ കയർമേഖലയിൽ പട്ടിണി മരണങ്ങൾ ഉണ്ടാകാൻ പോകുകയാണ്. കേരളത്തിലെ കാർഷിക വ്യാവസായിക മേഖലയാകെ തകർന്നുകൊണ്ടിരിക്കുന്ന അവസ്ഥയാണ് ഉണ്ടായിക്കൊ

ണ്ടിരിക്കുന്നത്. ജീവിതത്തിൽനിന്ന് നാടുകടത്തപ്പെടുന്നവരുടെ നാടായി മാറുകയാണ് നമ്മുടെ കാർഷിക കേരളം. ഒരുകാലത്ത് കേരളത്തിലെ കൃഷിവകുപ്പ് കൈകാര്യം ചെയ്തിരുന്ന ബഹുമാനപ്പെട്ട ഗൗരിയമ്മ കൃഷി വകുപ്പുമന്ത്രി എന്ന നിലയ്ക്ക് കേരളത്തിൽ ജ്വലിച്ചുനിന്ന മന്ത്രിയായിരുന്നു. ഇപ്പോൾ ശ്രീമതി ഗൗരിയമ്മപോലും പറയുന്നു കൃഷിവകുപ്പ് വേണ്ടായെന്ന്. കൃഷി എന്നു പറയുന്നത് ആർക്കും വേണ്ടാത്ത അവസ്ഥയായി. ബഹുമാനപ്പെട്ട ഗൗരിയമ്മയ്ക്കുപോലും ഇത് പറയാനുള്ള സാഹചര്യം ഉണ്ടായത് എന്തുകൊണ്ടാണ്, കൃഷി അവഗണിക്കപ്പെടുകയാണ്. കേന്ദ്രഗവൺമെന്റ് നിലപാടിനെക്കുറിച്ച് ഇന്ന് ബഹുമാനപ്പെട്ട കൃഷിവകുപ്പുമന്ത്രി സൂചിപ്പിക്കുകയുണ്ടായി. ആ കേന്ദ്രഗവൺമെന്റ് നിലപാടിനെതിരായി യോജിച്ചു നില്ക്കാൻ നിങ്ങൾ തയ്യാറുണ്ടോ? നിങ്ങൾ കണ്ണിൽ പൊടിയിടുന്ന പ്രസ്താവനകൾ മാത്രമാണ് നടത്തുന്നത്. കൃഷിക്കാരെ സഹായിക്കാൻവേണ്ടി പ്രഖ്യാപിച്ചിരിക്കുന്ന കടാശ്വാസനിയമംകൊണ്ട് എത്രപേർക്കാണ് ഗുണം കിട്ടാൻ പോകുന്നത്? വളരെ പരിമിതമായ ആനുകൂല്യങ്ങൾ മാത്രമേ കിട്ടാൻ പോകുന്നുള്ളൂ. ഇതുകൊണ്ടൊന്നും ഈ പ്രശ്നത്തിന് ഒരു പരിഹാരവും ഉണ്ടാകാൻ പോകുന്നില്ല. അതീവ ഗുരുതരമായ സാഹചര്യത്തിലേക്ക് നമ്മുടെ സംസ്ഥാനം നീങ്ങുകയാണ്. ഈ സാഹചര്യത്തിൽ കേരളത്തിലെ മൂന്നുകോടി ജനങ്ങളുടെ വികാരം, കേരളത്തിലെ കർഷകരുടെ വികാരം കേന്ദ്രത്തെ അറിയിക്കുന്നതിനുവേണ്ടി, ഈ ഗുരുതരമായ സ്ഥിതിവിശേഷം ചർച്ച ചെയ്ത് ഒറ്റക്കെട്ടായി കേന്ദ്രഗവൺമെന്റിനോട് ആവശ്യപ്പെടുന്നതിനുവേണ്ടി സഭാനടപടികൾ നിർത്തിവയ്ക്കണമെന്ന് ഞാൻ ആവശ്യപ്പെടുകയാണ്.

കുറിപ്പ്

കർഷകരോട് ഐക്യദാർഢ്യം

(കർഷക ആത്മഹത്യകളുടെ പശ്ചാത്തലത്തിൽ കാർഷികമേഖലയിലെ പ്രതിസന്ധിയുടെ സാമ്പത്തിക, രാഷ്ട്രീയ കാരണങ്ങളിലൂടെ വിശദമായ ഒരു അന്വേഷണം; പ്രതിപക്ഷ ഉപനേതാവ് എന്ന നിലയിൽ. പതിനൊന്നാം നിയമസഭയിൽ കാർഷികോല്പന്നങ്ങളുടെ വിലത്തകർച്ചയ്ക്കെതിരെ അവതരിപ്പിച്ച അടിയന്തര പ്രമേയ നോട്ടീസ്. കെ ആർ ഗൗരിയമ്മ ആയിരുന്നു ആ സർക്കാരിലെ കൃഷി മന്ത്രി.)

നിയമസഭാപ്രസംഗം 5

മാറാട് ജുഡീഷ്യൽ അന്വേഷണ കമ്മീഷൻ റിപ്പോർട്ടിനെക്കുറിച്ചുള്ള പ്രതിപക്ഷത്തിന്റെ അടിയന്തര പ്രമേയത്തിന് വി എസ് സർക്കാരിലെ ആഭ്യന്തര മന്ത്രി എന്ന നിലയിൽ 2006–2011 ലെ പന്ത്രണ്ടാം നിയമസഭയിൽ നൽകിയ സമഗ്രമായ മറുപടി പ്രസംഗം, അതേ കാലയളവിൽ കേരള പോലീസ് (ഭേദഗതി) ബിൽ അവതരിപ്പിച്ചു നടത്തിയ പ്രസംഗം.

മി. സ്പീക്കർ: ബഹുമാനപ്പെട്ട ആഭ്യന്തരവകുപ്പുമന്ത്രി പ്ലീസ് പ്ലീസ് .... (ബഹളം) .... ബഹുമാനപ്പെട്ട ഹോം മിനിസ്റ്റർ .... പ്ലീസ്............... (ബഹളം) .... പ്ലീസ്.................. അങ്ങ് അവസാനിപ്പിക്കണം. അത് പോയിന്റ് ഓഫ് ഓർഡറൊന്നുമല്ല .... ((ബഹളം) ....

ശ്രീ. കോടിയേരി ബാലകൃഷ്ണൻ: ഈ ഇന്റലിജൻസ് റിപ്പോർട്ട് എന്നുപറയുന്നത്, ഇപ്പോൾ വിവാദമായിരിക്കുന്നത് - കമ്മീഷൻതന്നെ പറഞ്ഞിട്ടുള്ള ഇന്റലിജൻസ് റിപ്പോർട്ട് ആണ്. .... ((ബഹളം) .... കമ്മീഷൻ തന്നെ പറയുന്നു.............. .... (ബഹളം)................ കമ്മിഷൻ തന്നെ പറയുന്നത് .... Who came to Kozhikode from the Gulf Countries on 02.05.2003 was the source of the money behind the massacre, that two Ministers .... (ബഹളം) ....

മി. സ്പീക്കർ: അങ്ങനെ പറഞ്ഞിട്ടില്ല. .... (ബഹളം).....................

ശ്രീ. കോടിയേരി ബാലകൃഷ്ണൻ: എന്തിനാണ് റൂളിംഗ് വേണ്ടത്. .... (ബഹളം) .... ഞാനേതെങ്കിലും ഒരു മന്ത്രിയെക്കുറിച്ച് പറഞ്ഞിട്ടില്ല. അപ്പുറത്തിരിക്കുന്ന ആളുകൾക്ക് .... (ബഹളം) ....

മി. സ്പീക്കർ: ശ്രീ. കെ സുധാകരനെക്കുറിച്ച് എന്തെങ്കിലും അവ്യക്തമായി ബഹുമാനപ്പെട്ട ആഭ്യന്തരവും വിനോദസഞ്ചാരവും വകുപ്പു മന്ത്രി പറഞ്ഞിട്ടുണ്ടെങ്കിൽ അത് രേഖ പരിശോധിച്ച് നീക്കം ചെയ്യാം. ഫയൽ 2544/ഇ ബി/06/ലെജി. പ്രകാരം നിലനിർത്താൻ തീരുമാനിച്ചു.

ശ്രീ. കോടിയേരി ബാലകൃഷ്ണൻ: ഇതിൽപ്പറയുന്ന രണ്ട് മന്ത്രിമാർ ശ്രീ. കെസുധാകരനാണോയെന്ന് എനിക്കറിയില്ലായെന്നാണ് ഞാൻ പറഞ്ഞത് .... (ബഹളം) .... എനിക്കറിയില്ലായെന്നാണ് പറഞ്ഞത്. ശ്രീ. സുധാകരനാണെന്ന് ഞാൻ പറഞ്ഞിട്ടില്ല. .... (ബഹളം) .... ശ്രീ. സുധാകരനെപ്പറ്റി നിങ്ങളേക്കാൾ നന്നായി എനിക്കറിയാം................ (ബഹളം)..................

ശ്രീ. കെ സുധാകരൻ: ശ്രീ. കോടിയേരി ബാലകൃഷ്ണനെപ്പറ്റി എനിക്കും നന്നായി അറിയാം.

ശ്രീ. കോടിയേരി ബാലകൃഷ്ണൻ: .... (ബഹളം)...................... അവിടെയിരിക്കുന്ന ശ്രീ. ഉമ്മൻചാണ്ടിയെക്കാളും ശ്രീ. ജി കാർത്തികേയനേക്കാളും ശ്രീ. കെ സുധാകരൻ ആരാണെന്നും എന്താണെന്നും എനിക്കറിയാം. എന്നെ ശ്രീ. കെ സുധാകരനുമറിയാം. അതുകൊണ്ട് ശ്രീ. കെ സുധാകരൻ ആരാണെന്ന് ഞാനങ്ങോട്ട് ചോദിച്ചാൽ................ ശ്രീ. കെ സുധാകരനാണെന്ന് ഞാൻ പറഞ്ഞിട്ടില്ല. ഞാൻ പറഞ്ഞിട്ടുണ്ടോ? ഇല്ല. .... (ബഹളം) .... അപ്പോൾ നമുക്ക് അന്യോന്യം അറിയാമെന്നുള്ളതുകൊണ്ടാണ് ഞാൻ ഈ ചോദ്യം ചോദിക്കുകയും ചെയ്തത്. ഇതിൽ പറയുന്നു................ was the source of money behind the massacre, that two Ministers in the Cabinet.......... എഫ് എം എന്നു പറയുന്ന ആളിനെ ക്രൈംബ്രാഞ്ച് എന്തുകൊണ്ട് ചോദ്യം ചെയ്തില്ല? ബഹുമാനപ്പെട്ട ഉമ്മൻചാണ്ടി, അത് സംബന്ധിച്ച് പറയുന്നത്, ഇത് കമ്മീഷൻ ഡി ജി പി യെ വിളിച്ചു ചോദിക്കണ്ടേ, ഇതെന്നോട് ചോദിച്ചാൽ എനിക്കെങ്ങനെ ഉത്തരം പറയാൻ പറ്റും എന്ന്. ഞങ്ങൾ നിയമിച്ച കമ്മീഷനാണോ? യു ഡി എഫ് നിയമിച്ച കമ്മിഷൻ ആണ്. പൂർണ്ണമായും ആ കമ്മീഷന്റെ കാലാവധി കഴിയുന്നതുവരെ നിങ്ങളിതുസംബന്ധിച്ച് ഒന്നും പറഞ്ഞിട്ടില്ലല്ലോ. നിങ്ങൾ റിപ്പോർട്ട് കിട്ടിയതിനുശേഷവും ഒന്നും പറഞ്ഞില്ല. ഇപ്പോഴിത് വിവാദമായപ്പോഴാണ് നിങ്ങൾ ഈ പ്രശ്നം ഉന്നയിക്കുന്നത്. അങ്ങനെയാണെങ്കിൽ നിങ്ങൾക്കിത് സംബന്ധിച്ച് ആദ്യം പറയാമായിരുന്നു. മാത്രമല്ല, ഈ കമ്മിഷന്റെ ഇപ്പോഴുള്ള പരാമർശങ്ങൾ നീക്കിക്കിട്ടണമെന്നു പറഞ്ഞുകൊണ്ട് നിങ്ങൾക്ക് ഹൈക്കോടതിയെ സമീപിക്കാമായിരുന്നില്ലേ? നിങ്ങളെന്തുകൊണ്ട് സമീപിച്ചില്ല. ജില്ലാ കളക്ടറായിരുന്ന സൂരജ് ഈ പരാമർശങ്ങൾ നീക്കിക്കിട്ടണമെന്ന് പറഞ്ഞുകൊണ്ട് ഹൈക്കോടതിയെ സമീപിച്ചിട്ടുണ്ട്. ഇതിന് നിങ്ങൾ യോജിക്കുന്നില്ലെങ്കിൽ നിങ്ങളെന്തുകൊണ്ട്

മറ്റ് നിയമനടപടികൾ സ്വീകരിച്ചില്ല. അതുകൊണ്ട് വളരെ ഗുരുതരമായിട്ടുള്ള ഒരു കാര്യമാണ് കമ്മീഷൻ റിപ്പോർട്ടിനകത്ത്, ഇതിലെ സാമ്പത്തിക ഉറവിടത്തെകുറിച്ച് സൂചിപ്പിച്ചിട്ടുള്ളത്.

ഈ കലാപത്തിന് പിന്നിൽ സാമ്പത്തികമായ സോഴ്സ് ഉപയോഗിച്ചിട്ടുണ്ട്. വൻതോതിൽ ആയുധങ്ങൾ വന്നിട്ടുണ്ട്. ഇത് പരിശോധിക്കുന്നതിനുവേണ്ടിയാണ് സി ബി ഐ അന്വേഷിക്കണമെന്ന് ഞങ്ങൾ പറയുന്നത്. ഞാൻ അവസാനിപ്പിക്കാൻ പോകുന്നു. മുസ്ലിം വർഗ്ഗീയത ആയാലും ഹിന്ദു വർഗ്ഗീയത ആയാലും രണ്ടും സമൂഹത്തിന് ആപത്താണ്.

മി. സ്പീക്കർ: ശ്രീ. ആനത്തലവട്ടം ആനന്ദൻ................

ശ്രീ. കോടിയേരി ബാലകൃഷ്ണൻ: ആർ എസ് എസും എൻ ഡി എഫും ഒരു നാണയത്തിന്റെ രണ്ടു വശങ്ങളാണ്. ആർ എസ് എസിനും എൻ ഡി എഫിനും എതിരായി സഭ ഒറ്റക്കെട്ടായി നിൽക്കുമോ? ആ കാര്യത്തിൽ നമുക്ക് യോജിക്കാൻ സാധിക്കുമോ? കേരളത്തിൽ വർഗ്ഗീയശക്തികളായ ആർ എസ് എസിനും എൻ ഡി എഫിനും എതിരെ ഒന്നിച്ചുനില്ക്കാൻ സാധിക്കുമോ? ഇവിടെ എല്ലാ സമയത്തും നടക്കുന്ന ഒരു കാര്യമുണ്ട്. വർഗ്ഗീയശക്തികൾ മതനിരപേക്ഷശക്തികളെ ക്ഷീണിപ്പിക്കാൻ ശ്രമിക്കും. മതനിരപേക്ഷ നിലപാടുകൾ സ്വീകരിക്കുന്ന ശക്തികളെ ക്ഷീണിപ്പിക്കാൻ അവർ പലപ്പോഴും പരസ്പരം യോജിക്കും. ബി ജെ പി യും എൻ ഡി എഫും ആർ എസ് എസും എൻ ഡി എഫും പരസ്പരം യോജിച്ചു മതേതരശക്തികളെ ദുർബ്ബലപ്പെടുത്താൻ ശ്രമിക്കും. അതാണ് മാറാട്, കടപ്പുറത്തുണ്ടായത്. മാറാട് കടപ്പുറം അടങ്ങുന്ന ബേപ്പൂർ മണ്ഡലത്തിൽ 1970 ൽ തെരഞ്ഞെടുപ്പിൽ ജയിച്ചത് എം പി മൊയ്തീനാണ്. കോൺഗ്രസിന്റെ എം പി മൊയ്തീൻ ചാത്തുണ്ണി മാഷിനെ തോല്പിച്ച് ജയിച്ച മണ്ഡലമാണത്. ആ മണ്ഡലത്തിൽ 1977ലും ശ്രീ. മൊയ്തീൻ ജയിച്ചു. 1980ലും ജയിച്ചു. 1982ലാണ് മണ്ഡലത്തിൽ സഖാവ് കെ മൂസാക്കുട്ടിയെ നിർത്തി ഇടതുപക്ഷ ജനാധിപത്യമുന്നണി ആ സീറ്റിൽ ജയിക്കുന്നത്. 1987ൽ ശ്രീ. ടി കെ ഹംസ ജയിച്ചു. 1987 നുശേഷം 1991 ൽ ടി കെ ഹംസയെ തോല്പിക്കാൻ യു ഡി എഫും ബി ജെ പിയും കൂടി മുന്നണിയുണ്ടാക്കി. മാറാട് കടപ്പുറം ഉൾപ്പെടുന്ന പ്രദേശത്ത് നിങ്ങൾ ഉണ്ടാക്കിയ ആ അവിശുദ്ധ കൂട്ടുകെട്ടിന്റെ അനന്തരഫലമാണ് മാറാട് ഉണ്ടായ വർഗ്ഗീയ ലഹള. കേരളത്തിൽ ലഹളകൾ ഉണ്ടാക്കിയതിന് നിങ്ങൾ സ്വീകരിച്ച നിലപാടാണിത്. എവിടെയൊക്കെ മതേതരശക്തികൾ കലാപത്തിന്റെ പങ്കാളികളായിപ്പോയിട്ടുണ്ടോ, അവിടെ മതേതരശക്തികൾ ദുർബ്ബലമാകും. ഞാൻ ഒന്നു പറയട്ടെ, ഗുജറാത്ത്......... (മൈക്ക് ഓഫ്)...........ഗുജറാത്തിലെ കലാപം.............. (മൈക്ക് ഓഫ്)............... കോൺഗ്രസില്ലാതായി.......... മാറാട്

മുൻപ് ലഹള നടന്നപ്പോൾ അവിടെ കോൺഗ്രസ് ശക്തമായിരുന്നു. ഇപ്പോൾ കോൺഗ്രസ് അവിടെ ഇല്ലാതായി. അവിടെ സി പി ഐ (എം) വർഗീയതയ്ക്കെതിരായി ഉറച്ചുനിന്ന് പോരാടുന്നു. വർഗീയതയ്ക്കെതിരെ ഉറച്ചുനിന്ന് പോരാടിക്കൊണ്ട് മാത്രമേ നമുക്ക് മുന്നോട്ടുപോകാൻ സാധിക്കുകയുള്ളൂ .... (മൈക്ക് ഓഫ്).......... ഈ റിപ്പോർട്ടിന്റെ അടിസ്ഥാനത്തിൽ നിയമപരമായ നടപടി സ്വീകരിക്കണം. ഞാൻ അവസാനിപ്പിക്കുകയാണ്. ഭരണപരമായ നടപടി സ്വീകരിക്കണം. ഇവിടെ ഉന്നയിച്ചിട്ടുള്ള മറ്റു കാര്യങ്ങൾ സംബന്ധിച്ച് നമുക്ക് തീരുമാനമെടുക്കാം. അതുകൊണ്ട് സി ബി ഐ കാര്യങ്ങളാകെ അന്വേഷിക്കണം. അതിന്റെ പേരിൽ നടന്ന ഗൂഢാലോചന പുറത്തുകൊണ്ടുവരണം. അതിൽ larger conspiracy നടന്നിട്ടുണ്ട് എന്ന് കമ്മീഷൻ ചൂണ്ടിക്കാണിച്ച ഭാഗങ്ങൾ എല്ലാം പുറത്തുവരണമെങ്കിൽ സി ബി ഐ അന്വേഷിക്കണം. നിസ്സാരമായ കേസുകൾപോലും സി ബി ഐയ്ക്ക് വിട്ടിട്ടുള്ള നമ്മുടെ സംസ്ഥാനത്ത് ഇതും സി ബി ഐ അന്വേഷിക്കണം. അതിന്റെ അടിസ്ഥാനത്തിൽ എല്ലാം പുറത്തുവരട്ടെ. ഉപ്പുതിന്നവർ ആരായാലും അവർ വെള്ളം കുടിക്കട്ടെ. അതാണ് ഈ ഗവൺമെന്റിന്റെ സമീപനം.

പ്രതിപക്ഷ നേതാവ് (ശ്രീ. ഉമ്മൻചാണ്ടി): അങ്ങ് മറുപടി പറഞ്ഞില്ല. അങ്ങ് കേരളത്തിന്റെ ആഭ്യന്തരവകുപ്പുമന്ത്രിയാണ്. ഈ ചർച്ചയിൽ കേരളംമുഴുവൻ കാതോർത്തിരിക്കുന്നത് അങ്ങനെ ഒരു ഇന്റലിജൻസ് റിപ്പോർട്ട് അന്നത്തെ മുഖ്യമന്ത്രി ശ്രീ. എ കെ ആന്റണിക്ക് കിട്ടിയിട്ടുണ്ടോ. ആ റിപ്പോർട്ട് സബ്മിറ്റ് ചെയ്തിട്ടുണ്ടോ? അതിന്മേൽ................ (ബഹളം).................

മി. സ്പീക്കർ: പ്ലീസ്.................

ശ്രീ. കോടിയേരി ബാലകൃഷ്ണൻ: ഇത് സംബന്ധിച്ച് അന്വേഷിച്ചപ്പോൾ മുഖ്യമന്ത്രിക്ക് കിട്ടിയോ എന്നത് സംബന്ധിച്ച് എന്നോട് ചോദിച്ചാൽ എനിക്ക് പറയാൻ സാധിക്കില്ല. അങ്ങനെ ഇന്റലിജൻസ് റിപ്പോർട്ട് ഉണ്ട് എന്നത് എനിക്ക് കിട്ടിയ റിപ്പോർട്ട് ആണ്. ഇന്റലിജൻസ് റിപ്പോർട്ട് ഇന്റലിജൻസ് ആസ്ഥാനത്ത് ഉണ്ട്. ആ ഇന്റലിജൻസ് റിപ്പോർട്ട് ചോദിച്ചു കൊടുക്കാതെ വന്നപ്പോൾ ഹൈക്കോടതി ഇടപെട്ടാണ് ഇന്റലിജൻസ് റിപ്പോർട്ട് കമ്മീഷനു മുൻപിൽ ഹാജരാക്കിയിട്ടുള്ളത്. അതുകൊണ്ട് ഇന്റലിജൻസ് റിപ്പോർട്ട് ഇല്ല എന്നു പറഞ്ഞുകൊണ്ട് നിങ്ങൾ പുകമറ സൃഷ്ടിക്കാൻ ശ്രമിക്കരുത്. അത് സംബന്ധിച്ച് നിങ്ങൾ നടത്തിയ പ്രചാരണം വെറും അധരവ്യായാമം മാത്രമാണ്. കമ്മീഷന്റെ മുൻപിൽ ആ ഇന്റലിജൻസ് റിപ്പോർട്ട് ഹാജരാക്കിയിട്ടുണ്ട്.

കുറിപ്പ്

മാറാട് ജുഡീഷ്യൽ അന്വേഷണ കമ്മീഷൻ റിപ്പോർട്ട് നിയമസഭയിൽ ചർച്ച ചെയ്യണം എന്ന് ആവശ്യപ്പെട്ട് പ്രതിപക്ഷം നല്കിയ

നോട്ടീസിന് മറുപടി നൽകി ചെയ്ത ശ്രദ്ധേയമായ പ്രസംഗം; വി എസ് അച്യുതാനന്ദൻ സർക്കാരിലെ ആഭ്യന്തര മന്ത്രി എന്ന നിലയിൽ.

ആർ എസ് എസിനും എൻ ഡി എഫിനും എതിരായി സഭ ഒറ്റക്കെട്ടായി നില്ക്കുമോ? ആ കാര്യത്തിൽ നമുക്ക് യോജിക്കാൻ സാധിക്കുമോ? കേരളത്തിൽ വർഗ്ഗീയശക്തികളായ ആർ എസ് എസിനും എൻ ഡി എഫിനും (ഇപ്പോൾ പോപ്പുലർ ഫ്രണ്ട്) എതിരെ ഒന്നിച്ചുനില്ക്കാൻ സാധിക്കുമോ? എന്ന കോടിയേരിയുടെ ചോദ്യം സഭയിൽ പ്രകമ്പനം കൊണ്ടു.

നിയമസഭാപ്രസംഗം 6

2006–2011

സോളാർ അഴിമതി ആരോപണത്തിൽ ഉമ്മൻ ചാണ്ടി സർക്കാരിനെ തുറന്നു കാട്ടി അതേ സഭയിൽ അടിയന്തര പ്രമേയത്തിന് അനുമതി തേടി നടത്തിയ പ്രസംഗം.

(1) 2007 ലെ കേരള പോലീസ് (ഭേദഗതി) ബിൽ

ശ്രീ. കോടിയേരി ബാലകൃഷ്ണൻ: വളരെ പ്രധാനപ്പെട്ട ഒരു നിയമനിർമ്മാണത്തിലേക്കാണ് നാം കടക്കുന്നത്. ഇത്തരത്തിലൊരു ബിൽ ഇവിടെ അവതരിപ്പിക്കുന്നതിൽ എനിക്ക് അതിയായ ചാരിതാർത്ഥ്യമുണ്ട്. നിലവിലുള്ള പോലീസ് നിയമത്തിലെ ഏതാനും ചില വകുപ്പുകളിലെ ഭേദഗതിയാണ് ഉദ്ദേശിക്കുന്നതെങ്കിലും ഇത് കേരളത്തിലെ പോലീസ് ആക്ടിന്റെ സമഗ്രമായ ഒരു മാറ്റത്തിന്റെ തുടക്കമാണ്. ഇന്ന് നമ്മുടെ സംസ്ഥാനത്ത് നിലനില്ക്കുന്ന പോലീസ് ആക്ട് ബ്രിട്ടീഷ് ഭരണകാലത്ത് ഉണ്ടായിരുന്ന ആക്ട് തന്നെയാണ്. അതേനിലയിലാണ് 1961 ൽ ആക്ടാക്കി മാറ്റിയിട്ടുള്ളത്. ബ്രിട്ടീഷ്ഭരണകാലത്ത് രൂപകല്പന ചെയ്ത പോലീസ് സംവിധാനമാണ് ഇന്നും നമ്മുടെ സംസ്ഥാനത്ത് നിലനിൽക്കുന്നത്. 1957ൽ അധികാരത്തിൽവന്ന ഇ എം എസ് മന്ത്രിസഭ പോലീസ് സേനയുടെ ഘടനയെ സംബന്ധിച്ചും മറ്റും പഠിക്കാൻവേണ്ടി എൻ സി ചാറ്റർജി കമ്മീഷൻ രൂപീകരിക്കുകയും ആ കമ്മീഷൻ കുറേ വിലപ്പെട്ട നിർദ്ദേശങ്ങൾ സമർപ്പിക്കുകയും ചെയ്തിരുന്നു. എന്നാൽ 1960ൽ കേരള പോലീസ് ആക്ട് തയ്യാറാക്കിയപ്പോൾ എൻ സി ചാറ്റർജി കമ്മീഷൻ നൽകിയ ശുപാർശകൾ പരിഗണിച്ചില്ല. രാജ്യത്ത് ഒട്ടേറെ മാറ്റങ്ങൾ വന്നെങ്കിലും പോലീസ് സംവിധാനത്തിൽ വേണ്ടത്രമാറ്റം ഇനിയും വന്നിട്ടില്ല. നിരവധി കമ്മീഷനുകൾ ഇക്കാര്യം ചൂണ്ടിക്കാണിച്ചിട്ടുണ്ട്.

യു ഡി എഫ് ഗവൺമെന്റിന്റെ കാലത്ത് നിയോഗിച്ച ജസ്റ്റീസ് കെ ടി തോമസ് കമ്മീഷനും ഇതു സംബന്ധിച്ച വിലപ്പെട്ട നിർദ്ദേശങ്ങൾ സമർപ്പിച്ചിട്ടുണ്ട്. ഇതിൽ ഒരു പരിഷ്കരണം വരുത്തുമെന്ന് എൽ ഡി എഫ് മാനിഫെസ്റ്റോയിൽതന്നെ സൂചിപ്പിച്ചിരുന്നു. അതിന്റെ അടിസ്ഥാനത്തിൽ ഈ സർക്കാർ അധികാരത്തിൽ വന്നപ്പോൾതന്നെ കേരള പോലീസ് ആക്ട് സമഗ്രമായി പരിഷ്കരിക്കുന്നതിന് ഒരു കമ്മിറ്റിയെ നിയോഗിക്കുകയും ചെയ്തിരുന്നു. ആ കമ്മിറ്റിയുടെ പ്രവർത്തനം ആരംഭിക്കുന്ന ഘട്ടത്തിലാണ് പോലീസിനെ സംബന്ധിച്ച് സുപ്രീംകോടതിയിൽനിന്ന് ചില നിരീക്ഷണങ്ങൾ ഉണ്ടായത്. സുപ്രീംകോടതി ചില മാർഗ്ഗനിർദ്ദേശങ്ങൾ കേന്ദ്രഗവൺമെന്റിന് നൽകുകയുണ്ടായി. ഇതിന്റെ അടിസ്ഥാനത്തിൽ എല്ലാ സംസ്ഥാനങ്ങളോടും അടിയന്തരമായി പരിഷ്കരണനിയമങ്ങൾ കൊണ്ടുവരണമെന്ന് നിർദ്ദേശിക്കുകയുണ്ടായി. അതുകൂടി കണക്കിലെടുത്തുകൊണ്ടാണ് കേരള പോലീസ് ആക്ട് ഭേദഗതി ചെയ്തുകൊണ്ടുള്ള ഓർഡിനൻസ് ഗവൺമെന്റ് പുറപ്പെടുവിച്ചിട്ടുള്ളത്. ഇക്കാര്യങ്ങൾ പരിഷ്കരിക്കാൻവേണ്ടിയുള്ള ഒരു നിയമനിർമ്മാണം മാത്രമാണ്. എന്നാൽ കേരള പോലീസ് ആക്ട് സമഗ്രമായി പരിഷ്കരിക്കാൻ ഗവൺമെന്റ് ഉദ്ദേശിക്കുകയാണ്. അതിലേക്കായി നിയോഗിച്ച കമ്മിറ്റിയുടെ റിപ്പോർട്ട് ലഭ്യമാകുന്നമുറയ്ക്ക് ഒരു സമഗ്ര പരിഷ്കരണബിൽ നിയമസഭയിൽ പിന്നീട് അവതരിപ്പിക്കുന്നതായിരിക്കും. അടിയന്തരമായ ചില മാറ്റങ്ങൾ നിർദ്ദേശിക്കപ്പെട്ടിട്ടുള്ളതാണിത്. സുപ്രീംകോടതിയുടെ മാർഗ്ഗനിർദ്ദേശങ്ങൾക്കനുസരിച്ചാണ് ഇത് ചെയ്തിട്ടുള്ളത്. സുപ്രീംകോടതിയുടെ മാർഗ്ഗനിർദ്ദേശങ്ങൾക്കനുസരിച്ച് ഇത്തരത്തിലൊരു നിയമനിർമ്മാണം നടത്തുന്ന ഇന്ത്യയിലെ ആദ്യത്തെ സംസ്ഥാനം കേരളമാണെന്ന് അഭിമാനത്തോടുകൂടി പറയാൻ ഞാൻ ആഗ്രഹിക്കുന്നു. ഈ നിയമത്തിൽ പോലീസിന്റെ പ്രവർത്തനങ്ങൾ പരിശോധിക്കുന്നതിന് ഒരു സെക്യൂരിറ്റി കമ്മീഷൻ രൂപീകരിക്കുന്നതിനുള്ള വ്യവസ്ഥ ഉൾപ്പെടുത്തിയിട്ടുണ്ട്. പോലീസ് ഉദ്യോഗസ്ഥരുടെ നിയമനങ്ങളും സേവനകാലാവധിയും നിശ്ചയിക്കാൻ ഇതിൽ വ്യവസ്ഥ ചെയ്തിട്ടുണ്ട്. പോലീസ് ഉദ്യോഗസ്ഥർക്കെതിരെയുള്ള പരാതികൾ പരിശോധിക്കുന്നതിനുള്ള സംവിധാനവുമുണ്ട്. പോലീസുകാരുടെതന്നെ പരാതിയുണ്ട്. അത് പരിശോധിക്കുന്നതിന് ഇന്ന് സംവിധാനമില്ല. അതുകൊണ്ട് പോലീസുകാരുടെ പരാതി പരിശോധിക്കുന്നതിനും അധികാരമുള്ള തരത്തിലാണ് കംപ്ലെയിന്റ്സ് അതോറിറ്റി രൂപീകരിക്കാൻ തീരുമാനിച്ചിട്ടുള്ളത്. പോലീസും ജനങ്ങളും തമ്മിലുള്ള ബന്ധം മെച്ചപ്പെടുത്തണം. അതിനനുസരിച്ചുള്ള ഒട്ടേറെ മാറ്റങ്ങൾ ഇനിയും വരുത്തേണ്ടതായിട്ടുണ്ട്. ജനങ്ങളോട് പ്രതിബദ്ധതയുള്ള ഒരു സേനയാക്കി പോലീസ് സേനയെ മാറ്റണമെന്നതാണ് ഗവൺമെന്റിന്റെ താല്പര്യം. അതിന് ചരിത്രപരമായ ചില മാറ്റങ്ങൾക്ക്

തുടക്കം കുറിക്കുന്ന ഒരു നിയമനിർമ്മാണത്തിലേക്കാണ് കടക്കുന്നത്. സമയം പരിമിതമായതുകൊണ്ട് കൂടുതൽ വിശദീകരിക്കുന്നില്ല. ഇത് ഒരു പ്രാഥമികമായ പൊതുചർച്ചയാണ്. ഈ ബില്ലിന്റെ വകുപ്പുകളിലേക്ക് പോകുമ്പോൾ കൂടുതൽ ചർച്ച ചെയ്യേണ്ടിവരും. അതുകൊണ്ട് ഇത് സംബന്ധിച്ച വിലപ്പെട്ട നിർദ്ദേശങ്ങൾ എല്ലാ അംഗങ്ങളും നൽകുമെന്ന പ്രതീക്ഷയോടുകൂടി ഞാൻ ഈ ബിൽ അവതരിപ്പിക്കുകയാണ്.

നിയമസഭാപ്രസംഗം 7

(2011-16 കാലയളവിലെ ഉമ്മൻ ചാണ്ടി സർക്കാരിനെ പിടിച്ചു കുലുക്കിയ സോളാർ അഴിമതി ആരോപണത്തിൽ നിയമസഭയിൽ അടിയന്തര പ്രമേയത്തിന് അനുമതി തേടി പ്രസംഗിച്ചത് പ്രതിപക്ഷ ഉപനേതാവ് കോടിയേരി ബാലകൃഷ്ണനാണ്. അക്ഷരാർത്ഥത്തിൽ സർക്കാരിനെയും ഭരണപക്ഷ രാഷ്ട്രീയ നേതൃത്വത്തെയും വസ്തുതകളുടെയും തെളിവുകളുടെയും അടിസ്ഥാനത്തിൽ തുറന്നുകാട്ടിയ പ്രസംഗമായിരുന്നു അത്.)

ശ്രീ. കോടിയേരി ബാലകൃഷ്ണൻ: സർ, ഈ സഭാസമ്മേളനം ചട്ടം 175-ാം വകുപ്പ് അനുസരിച്ചാണോ ചേരുന്നത് എന്നാണ് എനിക്ക് സഭാദ്ധ്യക്ഷനോട് ആദ്യം ചോദിക്കാനുള്ളത്. നിയമസഭയുടെ നടപടിചട്ടത്തിൽ 175-ാം വകുപ്പ് അനുസരിച്ചാണ് രഹസ്യയോഗം ചേരാൻ അനുവാദമുള്ളത്. എന്തിനാണ് ഈ സമ്മേളനം രഹസ്യയോഗമാക്കി മാറ്റിയത്. ബഹുമാനപ്പെട്ട സഭാനേതാവിന്റെ നിർദ്ദേശപ്രകാരമാണോ ഇങ്ങനെ ചെയ്തത്. സഭാചട്ടം വായിച്ചുനോക്കിയാൽ അറിയാം. രഹസ്യയോഗത്തിൽ ബഹുമാനപ്പെട്ട സ്പീക്കർ നിർദ്ദേശിക്കുന്നവർക്ക് പങ്കെടുക്കാം. പൊതുജനത്തിന് പ്രവേശനം നിഷേധിച്ചത് എന്തടിസ്ഥാനത്തിലാണ്. മുമ്പും ഇങ്ങനെ ചെയ്തുവെന്ന് അങ്ങ് സൂചിപ്പിച്ചല്ലോ. നിയമസഭാ സെക്രട്ടറി അന്ന് നോട്ടീസ് ഇറക്കിയതുപോലെ ഇപ്പോൾ ഇറക്കിയിട്ടുണ്ടോ; 50-ാം വകുപ്പുപ്രകാരം സഭ ചർച്ചചെയ്യുന്ന വിഷയം പൊതുജനങ്ങൾ അറിയാൻ പാടില്ലെന്ന് സഭാനേതാവ് എന്തുകൊണ്ടാണ് നിർദ്ദേശിച്ചത്?

മുഖ്യമന്ത്രി (ശ്രീ. ഉമ്മൻചാണ്ടി): സർ, ശ്രീ. കോടിയേരി ബാലകൃ

ഷ്ണൻ, സമരത്തിന്റെ പേരിൽ സഭയ്ക്കകത്ത് പ്രശ്നങ്ങൾ ഉണ്ടാക്കാൻ തീരുമാനിച്ചപ്പോൾ ഇതിനുമുമ്പും സന്ദർശകരെ കയറ്റാതിരുന്നിട്ടുണ്ട്. മാധ്യമപ്രവർത്തകരും വെബ്കാസ്റ്റിംഗുമുണ്ട്. ഈ സഭയെ ദുർവ്വിനിയോഗം ചെയ്തുകൊണ്ട് സമരവേദിയാക്കാൻ എം എൽ എ മാർ അല്ലാത്തവരെക്കൂടി അനുവദിക്കണമെന്നുള്ളതാണെങ്കിൽ ബുദ്ധിമുട്ടാണ്, അത് നടക്കില്ല.

ശ്രീ. കോടിയേരി ബാലകൃഷ്ണൻ: മുമ്പും ഇങ്ങനെ ചെയ്തിട്ടുണ്ടെന്ന് ബഹുമാനപ്പെട്ട സഭാനേതാവ് പറഞ്ഞു. അന്ന് നിയമസഭാ സെക്രട്ടറി ആർക്കും പ്രവേശനമില്ലെന്ന് നോട്ടീസ് ഇറക്കിയതുപോലെ ഇപ്പോൾ നോട്ടീസ് ഇറക്കിയിട്ടുണ്ടോയെന്നാണ് എനിക്ക് അറിയാനുള്ളത്. ഇവിടെ റൂൾ 50 അനുസരിച്ചുള്ള അടിയന്തരപ്രമേയ ചർച്ചയിൽ ഗവൺമെന്റിന് ദോഷകരമായിട്ടുള്ള ഭാഗങ്ങൾ വരാനിടയുണ്ടെന്ന് മനസ്സിലാക്കി പൊതുജനങ്ങളെ മാറ്റി നിറുത്തിയിരിക്കുകയാണ്. ബഹുമാനപ്പെട്ട മുഖ്യമന്ത്രി എപ്പോഴും പറയുന്നത്, പൊതുജനങ്ങളിൽനിന്ന് അകന്നുനിന്നൊരു ജീവിതമില്ലെന്നാണ്. ഈ സഭയിൽ നിന്നെങ്കിലും ജനങ്ങളെ മാറ്റിനിർത്താൻ അദ്ദേഹം നിർദ്ദേശിച്ചില്ലേ; രഹസ്യയോഗമാക്കി ഈ സമ്മേളനം നടത്തേണ്ട സാഹചര്യമെന്താണ്? ഇത് രഹസ്യമായി ചർച്ചചെയ്യേണ്ട വിഷയമല്ല...... (ബഹളം)........... ശ്രീ. കെ സി ജോസഫ് ചട്ടം പരിശോധിക്കണം. ചട്ടപ്രകാരം രഹസ്യയോഗമാണെങ്കിലും ബഹുമാനപ്പെട്ട സ്പീക്കർ അനുവദിച്ചാൽ മാധ്യമങ്ങൾക്ക് പ്രവേശനമുണ്ട്. സഭ രഹസ്യമായി യോഗം ചേരുമ്പോൾ പുറമേനിന്നുള്ള യാതൊരാളേയും ചേമ്പറിലോ ലോബിയിലോ ഗ്യാലറിയിലോ ഹാജരാക്കാൻ അനുവദിക്കില്ല. എന്നാൽ ബഹുമാനപ്പെട്ട സ്പീക്കർ അധികാരപ്പെടുത്തിയിട്ടുള്ള ആളുകൾക്ക് ചേമ്പറിലോ ലോബിയിലോ ഗ്യാലറിയിലോ ഹാജരാകാമെന്ന് ചട്ടം 75(2)ൽ പറയുന്നു. ഈ ഇരിക്കുന്നവരെല്ലാം അങ്ങനെ വന്നവരാണ്. ഇതെന്തിന് രഹസ്യയോഗമാക്കി മാറ്റി? ഇതൊന്നും ശരിയല്ല. ഞാൻ എന്റെ വിഷയത്തിലേക്ക് വരാം. പ്രതിപക്ഷം ഉന്നയിച്ചിരിക്കുന്ന വിഷയം 10,000 കോടി രൂപയുടെ കുംഭകോണത്തിന്റെ സോളാർ തട്ടിപ്പ് സംബന്ധിച്ചാണ്. .... (ബഹളം) .... 10,000 കോടി രൂപയില്ല, 5 കോടി രൂപയേയുള്ളൂവെന്ന് മുഖ്യമന്ത്രിയും ആഭ്യന്തരവകുപ്പുമന്ത്രിയും പറയുന്നു. 10 കോടി രൂപയാണെന്ന് സരിത എസ് നായർ പറയുന്നു. എന്തിനാണ് ഈ തട്ടിപ്പിന്റെ വ്യാപ്തി നിങ്ങൾ കുറച്ചുകാണിക്കാൻ ശ്രമിച്ചത്. ഇവിടെ ഇത്തരത്തിലുള്ള സംഭവങ്ങളെ സംബന്ധിച്ച് ചർച്ചചെയ്യുമ്പോൾ ഭരണപക്ഷം സ്വീകരിക്കുന്ന വഴിയെന്താണ്; പ്രത്യാരോപണങ്ങൾ ഉന്നയിക്കുകയെന്നതാണ്. അത്തരത്തിൽ പ്രത്യാരോപണങ്ങൾ ഉന്നയിച്ച് രക്ഷപ്പെടാമെന്നാണോ നിങ്ങൾ ഉദ്ദേശിക്കുന്നത്. ഇവിടെ ഉണ്ടായിട്ടുള്ള പ്രശ്നം അടിയന്തരപ്രമേയ നോട്ടീസിൽ പറഞ്ഞിട്ടുള്ള

താണ്. സോളാർ തട്ടിപ്പിന്റെ പ്രഭവകേന്ദ്രം മുഖ്യമന്ത്രിയും മുഖ്യമന്ത്രിയുടെ ആഫീസുമാണ്. അതിന് വെളിച്ചം വീശുന്ന വസ്തുതകളാണ് ഓരോ ദിവസം കഴിയുംതോറും പുറത്തുവന്നുകൊണ്ടിരിക്കുന്നത്. ശ്രീധരൻനായർ ഇപ്പോൾ കൊടുത്തിട്ടുള്ള 164 പ്രകാരമുള്ള സ്റ്റേറ്റ്മെന്റ് സംബന്ധിച്ച് എനിക്കറിയില്ല. അത് പുറത്തുവരുമ്പോൾ ഒരു അടിയന്തരപ്രമേയം കൂടി അങ്ങ് അനുവദിക്കുമായിരിക്കും. 164 പ്രകാരമുള്ള സ്റ്റേറ്റ്മെന്റിനു മുമ്പ് ശ്രീധരൻനായർ പത്തനംതിട്ട ജെ എഫ് എം സി II മുമ്പാകെ ഒരു സ്വകാര്യ അന്യായം ഫയൽ ചെയ്തിട്ടുണ്ട്. ആ സ്വകാര്യ അന്യായത്തിൽ അദ്ദേഹം പറഞ്ഞത്, സോളാർ പാനൽ സ്ഥാപിക്കുന്നതുമായി ബന്ധപ്പെട്ട കാര്യങ്ങൾക്കുവേണ്ടി കേരളമുഖ്യമന്ത്രിയുടെ ആപ്പീസിൽ അദ്ദേഹത്തെ കൊണ്ടുപോവുകയും മുഖ്യമന്ത്രിയോടും മറ്റ് ഉദ്യോഗസ്ഥന്മാരുമായും സംസാരിക്കുകയും പ്ലാന്റ് തുടങ്ങാനുള്ള എല്ലാ സഹായങ്ങളും സർക്കാർഭാഗത്തുനിന്നും ഉണ്ടാക്കിത്തരാമെന്ന് വാഗ്ദാനം ചെയ്തതിന്റെ അടിസ്ഥാനത്തിലാണ് ഞാൻ ഇതിൽപ്പെട്ടതെന്നുമാണ്......... (ബഹളം) .... വാഗ്ദാനം ചെയ്തത് മുഖ്യമന്ത്രിയും അദ്ദേഹത്തിന്റെ ആഫീസിലുള്ളവരുമായതുകൊണ്ടാണ് താൻ തട്ടിപ്പിനിരയായതെന്ന് അദ്ദേഹം പറയുന്നു. ഇവിടെ പറയാൻ അനുവദിക്കാതിരുന്നിട്ട് കാര്യമില്ല. ഞങ്ങൾ പറയാൻ തീരുമാനിച്ചാണ് വന്നത്. ഞങ്ങൾക്ക് സഭാനടപടി നിറുത്തിവച്ച് ചർച്ചചെയ്യണം. ഭരണപക്ഷത്തിന് പറയാനുള്ളതും ഞങ്ങളെക്കുറിച്ച് പറയാനുള്ളതും മുൻഭരണകാലത്തെക്കുറിച്ച് പറയാനുള്ളതും പറയട്ടെ. സഭാനടപടി നിറുത്തിവച്ചാൽ രണ്ടുകൂട്ടർക്കും പറയാനുള്ളത് പറയാം. അതിനവസരം സൃഷ്ടിക്കാനാണ് നോട്ടീസ് കൊടുത്തത്. ഈ പ്രവൃത്തിക്ക് ശ്രീധരൻനായർ വിധേയനായത് മുഖ്യമന്ത്രിയുമായി സംസാരിച്ചതിനുശേഷമാണ്. അദ്ദേഹത്തെ കണ്ടിട്ടില്ലെന്ന് ബഹുമാനപ്പെട്ട മുഖ്യമന്ത്രി പറയുമോ; 2012ൽ മുഖ്യമന്ത്രിയുടെ ആപ്പീസിൽ ശ്രീധരൻ നായർ വന്നു. ആ ഇന്റർവ്യൂ ശരിയാക്കിക്കൊടുത്തത് സരിത എസ് നായരാണ്. .... (ബഹളം) .... അങ്ങനെ മുമ്പും സരിത എസ് നായർ വന്നിട്ടുണ്ടെങ്കിൽ അതും ജുഡിഷ്യൽ അന്വേഷണം നേരിടാൻ ഞാൻ തയ്യാറാണ്. ഇക്കാര്യങ്ങൾ പറയുമ്പോൾ തടസ്സപ്പെടുത്താൻ പ്രകോപനം ഉണ്ടാക്കിയതുകൊണ്ട് കാര്യമില്ല. ഞാൻ പ്രകോപനങ്ങളിൽ വിധേയനാകാൻ പോകുന്നില്ല. ഇന്റർവ്യു ശരിയാക്കി, ഇവിടെ ഹാജരാകണമെന്നാവശ്യപ്പെട്ടുകൊണ്ട് സരിത എസ് നായർ ശ്രീധരൻനായർക്ക് അയച്ച ഇ-മെയിലിന്റെ കോപ്പിയാണിത്. നിയമസഭ ഭരണപക്ഷംതന്നെ സ്തംഭിപ്പിച്ചിട്ട് ഞങ്ങളാണ് സ്തംഭിപ്പിക്കുന്നതെന്ന് പ്രചരിപ്പിക്കാനുള്ള പരിപാടിയാണോ; ഞങ്ങൾക്ക് പറയാനുള്ളത് നിങ്ങൾ കേൾക്കണം. ഞങ്ങൾക്ക് പറയാനുള്ളത് വേറെ എവിടെപ്പോയി പറയും; ശ്രീ. അടൂർ പ്രകാശിനെപ്പറ്റി ഞാൻ ഇപ്പോൾ പറയുന്നില്ല, പിന്നീട് പറയാം.

.... (ബഹളം) .... പറഞ്ഞാൽ അപ്പുറത്തിരിക്കുന്നവർക്ക് പൊള്ളും. ശ്രീധരൻനായർക്ക് മുഖ്യമന്ത്രിയെ കാണാനുള്ള മെസ്സേജ് അയയ്ക്കുന്നത് സരിത എസ് നായരാണ്. ശ്രീധരൻനായർ മുഖ്യമന്ത്രിയെ കാണാൻ വരുന്നു. കന്റോൺമെന്റ് ഗേറ്റിൽ ശ്രീധരൻനായരുടെ കാർ കാണുമ്പോൾതന്നെ പോലീസ് സല്യൂട്ട് ചെയ്യുന്നു, കാർ അകത്തേക്ക് കടത്തിവിടുന്നു, സരിത എസ് നായർ സ്വീകരിക്കാൻ നില്ക്കുന്നു, മുഖ്യമന്ത്രിയുടെ ആഫീസിലേക്ക് കൂട്ടിക്കൊണ്ടുപോകുന്നു, ആഫീസിൽ മുഖ്യമന്ത്രിയില്ല. ടെന്നി ജോപ്പന്റെ റൂമിൽ ഇവരെ ഇരുത്തുകയും അഞ്ച് മിനിറ്റിനുശേഷം മുഖ്യമന്ത്രി വരുമെന്ന് അദ്ദേഹം പറയുകയും ചെയ്യുന്നു. അഞ്ച് മിനിറ്റിനുശേഷം മുഖ്യമന്ത്രി എത്തി ഇവരുമായി സംസാരിക്കുകയും ചെയ്യുന്നു. ശ്രീധരൻനായരെപ്പോലുള്ള ആളുകളാണ് ഇതിൽ പങ്കാളികളാകേണ്ടതെന്നും വൈദ്യുതിക്ഷാമം പരിഹരിക്കാൻ ഇതുമാത്രമേ വഴിയുള്ളൂവെന്നും പറയുന്നു. അതിന്റെ അടിസ്ഥാനത്തിൽ ഇത് വിശ്വസിച്ചല്ലേ ശ്രീധരൻനായർ ഈ ചെക്ക് കൈമാറിയത്? 3 മെഗാവാട്ട് സൗരോർജ്ജപ്ലാന്റ് സ്ഥാപിക്കാൻവേണ്ടിയാണ് ഈ തട്ടിപ്പിന് ഇരയായതെന്നാണ് അദ്ദേഹം 164 പ്രകാരമുള്ള സ്റ്റേറ്റ്മെന്റിലല്ല, കോടതിയിൽ കൊടുത്ത സ്വകാര്യ അന്യായത്തിലാണ് പറയുന്നത്.

ഈ സ്വകാര്യ അന്യായത്തിന്റെ അടിസ്ഥാനത്തിൽ ഇത് കൂട്ടിച്ചേർത്തതാണെന്നുപറഞ്ഞപ്പോൾ കൂട്ടിച്ചേർത്തതല്ല ഒറിജിനൽ പെറ്റീഷനിൽത്തന്നെ ഇതുണ്ടെന്ന് കോടതി പറഞ്ഞില്ലേ? അതിന്റെ അടിസ്ഥാനത്തിൽ ടെന്നിജോപ്പനെ പോലീസ് അറസ്റ്റ് ചെയ്തു. ടെന്നിജോപ്പനെ പോലീസ് അറസ്റ്റ് ചെയ്തതിനുശേഷം മൊഴിയെടുത്തപ്പോൾ, ടെന്നി ജോപ്പൻ കൊടുത്ത മൊഴിയിൽ എന്താണ് പറഞ്ഞത്; ഇവർ മുഖ്യമന്ത്രിയുടെ ആഫീസിൽ വന്നുവെന്ന് സമ്മതിച്ചില്ലേ? ടെന്നിജോപ്പന്റെ വക്കീലും പറഞ്ഞില്ലേ; മുഖ്യമന്ത്രിയുടെ ആഫീസിൽ വന്നിരുന്നുവെന്നും അവിടെ നിന്നാണ് പിന്നീട് ഇടപാടുകൾ നടന്നതെന്നും. ഈ ഇടപാടുകൾ നടന്നതിൽ അവിടെ സന്തോഷപ്രകടനം നടന്നുവെന്നും പറഞ്ഞത് ഞങ്ങളാണോ? മുഖ്യമന്ത്രിയുടെ ആഫീസിൽ സന്തോഷപ്രകടനം നടന്നുവെന്നുള്ള കാര്യം ടെന്നിജോപ്പനല്ലേ പറഞ്ഞത്? ഞങ്ങളാണോ ഇത് പറഞ്ഞത്? പറഞ്ഞതുപോലെ ഞങ്ങളിപ്പോൾ പുറത്തുപറയുന്നില്ല. ചോദ്യം ചെയ്തതിനുശേഷം പോലീസ് കോടതിയിൽ കൊടുത്ത മൊഴിയിലാണ് ഇതുള്ളത്. അതിനകത്തുതന്നെ സാക്ഷ്യപ്പെടുത്തിയിരിക്കുകയാണ്. ഇത്തരത്തിൽ ഈ മൊഴിയിൽത്തന്നെ പറഞ്ഞതിന്റെ അടിസ്ഥാനത്തിൽ ടെന്നിജോപ്പനെ പോലീസ് അറസ്റ്റ് ചെയ്ത് കോടതിയിൽ എഫ് ഐ ആർ കൊടുത്തു. ടെന്നിജോപ്പനാരാണ്, മുഖ്യമന്ത്രിയുടെ സന്തതസഹചാരി, മുഖ്യമന്ത്രിയുടെ നിഴൽ, മുഖ്യമന്ത്രിയുടെ പി എ അല്ലേ? ഈ ടെന്നിജോപ്പനെ അറസ്റ്റ് ചെയ്ത് പോലീസ് കോടതിയിൽ എഫ്

ഐ ആർ കൊടുത്തപ്പോൾ ആദ്യം ശ്രീധരൻനായർ പറഞ്ഞ പ്രതികളുടെ ലിസ്റ്റിൽ ലക്ഷ്മിനായരും ബിജുരാധാകൃഷ്ണനുമാണുള്ളത്. എന്നാൽ ടെന്നിജോപ്പനെ പ്രതിചേർത്ത് ലിസ്റ്റ് കൊടുക്കുമ്പോൾ എഫ് ഐ ആർ-ൽ എന്തുകൊണ്ട് മുഖ്യമന്ത്രിയുടെ പേരുകൂടി ചേർത്തില്ല? അന്വേഷണസംഘം അപ്പോഴാണ് അട്ടിമറി ആരംഭിക്കുന്നത്. കോടതി നിർദ്ദേശപ്രകാരം ഈ പെറ്റീഷൻ കോന്നി പോലീസ് സ്റ്റേഷനിലേക്ക് അയച്ചിട്ടുണ്ട്. കോന്നി പോലീസ് സ്റ്റേഷനിൽ ശ്രീധരൻനായർ മൊഴി കൊടുത്തപ്പോൾ, മുഖ്യമന്ത്രിയുടെ പങ്ക് പറഞ്ഞപ്പോൾ ആ പോലീസ് ഉദ്യോഗസ്ഥൻ പറഞ്ഞു; ഇതൊക്കെ ചേർക്കണോ; ഇതിന്റെ ബുദ്ധിമുട്ട് നിങ്ങൾക്ക് അറിഞ്ഞുകൂടേ; അങ്ങനെ ചേർത്തില്ല. അന്വേഷണസംഘത്തിന്റെ മുമ്പിൽ അദ്ദേഹം പറഞ്ഞിട്ടും ചേർത്തില്ല. അതിന്റെ അടിസ്ഥാനത്തിലാണ് അദ്ദേഹം ഇപ്പോൾ കോടതിയിൽപോയി 164 പ്രകാരം സ്റ്റേറ്റ്മെന്റ് കൊടുത്തത്. അതും കോടതി നിർദ്ദേശപ്രകാരമാണ്. ഇദ്ദേഹം മറ്റൊരു കോടതിയിൽപോയി 164 പ്രകാരമുള്ള സ്റ്റേറ്റ്മെന്റ് എടുക്കണമെന്ന് പത്തനംതിട്ട കോടതിയാണ് പറഞ്ഞത്. അതിന്റെ അടിസ്ഥാനത്തിലാണ് റാന്നി മജിസ്ട്രേറ്റ് കോടതിയുടെ മുമ്പിൽ 164 പ്രകാരമുള്ള സ്റ്റേറ്റ്മെന്റ് എടുത്തിരിക്കുന്നത്. ഇതിന്റെ അടിസ്ഥാനത്തിൽ മുഖ്യമന്ത്രിയെ പ്രതിചേർക്കാതെ ഈ കേസ് എങ്ങനെ മുന്നോട്ടുകൊണ്ടുപോകാൻ സാധിക്കും? കുറ്റകൃത്യം നടന്ന സ്ഥലം മുഖ്യമന്ത്രിയുടെ ആപ്പീസ് അല്ലേ; അവിടെ വന്ന് തെളിവെടുക്കണ്ടേ; Place of occurrence അവിടെയല്ലേ? അവിടെ ഇതുസബന്ധിച്ച് തെളിവെടുക്കാനുള്ള നടപടികൾ സ്വീകരിച്ചിട്ടുണ്ടോ; അപ്പോൾ ഈ കേസിന്റെ എല്ലാ നടപടികളും സ്വീകരിച്ചുവെന്ന് ബഹുമാനപ്പെട്ട ആഭ്യന്തരവകുപ്പ് മന്ത്രി പറഞ്ഞത് ശരിയാണോ; ഇതുസംബന്ധിച്ച് മഹസ്സർ തയ്യാറാക്കണ്ടേ; അതൊന്നുംതന്നെ തയ്യാറാക്കാതെ കേസ് ടെന്നിജോപ്പനിൽ മാത്രം ഒതുക്കിത്തീർക്കാനാണോ ഉദ്ദേശിക്കുന്നത്? ഇതുസംബന്ധിച്ച് ആ കേസിൽത്തന്നെ 420 വകുപ്പ് അല്ലാതെ എന്തുകൊണ്ട് 120 (ബി) ചേർത്തില്ല. കുറെയാളുകൾ ചേർന്നുനടത്തിയ ഗൂഢാലോചനയുടെ ഫലമായിട്ടല്ലേ ഈ കേസ് ഉണ്ടായിരിക്കുന്നത്. 120 (ബി) ഇതിനകത്ത് ഇനിയും ചേർക്കാൻ തയ്യാറായിട്ടില്ല. സാധാരണഗതിയിൽ ഇത്തരം കേസുകളിൽ ഐ പി സി 420 പ്രകാരമാണ് കേസ് രജിസ്റ്റർ ചെയ്യുന്നത്. ഇത്തരം കേസുകൾ പരാതിക്കാരൻ പരാതി പിൻവലിച്ചാൽ അതോടുകൂടി ഇല്ലാതാകും. കോമ്പൗണ്ടുകളാകാൻ പറ്റുന്ന കുറ്റമാണ് ഇതിനകത്ത് ചുമത്തിയിട്ടുള്ളത്. ഏതുസമയത്തും വാദിയെപ്പിടിച്ച് ഈ കേസ് ഇല്ലാതാക്കാം. വാദിയെപ്പിടിച്ച് കേസുകൾ ഇല്ലാതാക്കാനല്ലേ ഇപ്പോൾ ശ്രമിക്കുന്നത്? കുരുവിള ഒരു പരാതി കൊടുത്തു. ആ കുരുവിളയെ മറ്റൊരു കേസിൽ പിടിച്ച് അകത്താക്കി. പരാതികൊടുക്കുന്നവനെ ജയിലിലിടുന്ന ഒരു ഭരണം, ഈ ഭരണമല്ലാതെ

മറ്റേതെങ്കിലുമൊരു ഭരണം ഈ കേരളത്തിലുണ്ടായിട്ടുണ്ടോ? ടെന്നിജോപ്പൻ അറസ്റ്റ് ചെയ്യപ്പെട്ട സന്ദർഭത്തിൽ, അദ്ദേഹം ഈ പരാതിക്ക് വിധേയമായ ഘട്ടത്തിൽ, സർക്കാരിന്റെ ശമ്പളം പറ്റുന്ന ഒരു ഉദ്യോഗസ്ഥനല്ലേ ടെന്നിജോപ്പൻ? അങ്ങനെയുള്ള ഒരാളെ ഈ കേസിൽ ഉൾപ്പെടുത്തിക്കഴിഞ്ഞാൽ അഴിമതി നിരോധന നിയമപ്രകാരം 09, 10, 13(1) (ഡി), 13(1)(ഇ) എന്നീ വകുപ്പുകൾ പ്രകാരം എന്തുകൊണ്ട് കേസ് എടുത്തില്ല? മുമ്പ് മന്ത്രിയുടെ പി എ യൊന്നും കേസിൽ ഉൾപ്പെട്ടിരുന്നില്ല. ഇപ്പോൾ മന്ത്രിയുടെ പി എ ആയ ഒരാൾ ഈ കേസിനകത്ത് കൂട്ടുപ്രതിയായി മാറിയാൽ എന്തുകൊണ്ട് ഇതിൽ അങ്ങനെയൊരു വകുപ്പ് ചേർത്ത് കേസെടുക്കാൻ തയ്യാറായില്ല? ക്രിമിനൽ നടപടി നിയമത്തിലെ 102-ാം വകുപ്പു പ്രകാരം ഈ പ്രതികളുടെ സ്ഥാവരജംഗമ വസ്തുക്കൾ ജപ്തിചെയ്യേണ്ടതല്ലേ? അതിനുള്ള നടപടികൾ സ്വീകരിച്ചിട്ടുണ്ടോ? ഇവരുടെ ബാങ്ക് അക്കൗണ്ടുകൾ മരവിപ്പിച്ചിട്ടുണ്ടോ? ഇതിനകം കുറ്റവാളികളുടെ പട്ടികയിൽ വന്നിട്ടുള്ള ജിക്കുവിനെ എന്തുകൊണ്ടാണ് അറസ്റ്റ് ചെയ്യാത്തത്? സലിംരാജിനെ എന്തുകൊണ്ടാണ്.......... (ബഹളം) .... ഈ കേസിൽ കൂട്ടുപ്രതിയാക്കാത്തത്? ഈ കേസിലുൾപ്പെട്ട ഡൽഹിയിലെ തോമസ്കുരുവിളയെ എന്തുകൊണ്ടാണ് ഇതിൽ കൂട്ടുപ്രതിയാക്കാത്തത്? ഇങ്ങനെ ഇവരെയൊന്നും തന്നെ ചോദ്യം ചെയ്യുകയോ കൂട്ടുപ്രതിയാക്കുകയോ ചെയ്യാതെ ഈ കേസിൽ ഉൾപ്പെട്ടവരെയെല്ലാം രക്ഷിക്കുകയല്ലേ? ഇപ്പോൾ പറഞ്ഞു.......

മി. സ്പീക്കർ: ശ്രീ. കോടിയേരി ബാലകൃഷ്ണൻ........... 15 മിനിട്ട് കഴിഞ്ഞു.

ശ്രീ. കോടിയേരി ബാലകൃഷ്ണൻ: സർ, ഞാൻ ചുരുക്കാൻ പോകുകയാണ്, അവർ തടസ്സപ്പെടുത്തുന്നതുകൊണ്ടുമാത്രമാണ്. ഇപ്പോൾ 30 കേസായി എന്നുപറഞ്ഞു. ഈ 30 കേസുകളുടെ നിരീക്ഷണം ഇനിയും ശരിയായി നടക്കണമെങ്കിൽ ഒരു സ്പെഷ്യൽ കോടതി രൂപീകരിച്ച് ആ കോടതിയുടെ നിരീക്ഷണത്തിൽ ഈ കേസ് അന്വേഷണം നടത്താൻ ഗവൺമെന്റ് തയ്യാറുണ്ടോ? മുഖ്യമന്ത്രിക്ക് ഇതിനകത്തുള്ള പങ്ക് വെളിപ്പെടുത്തുന്ന കാര്യം പുറത്തുവന്നില്ലേ; ബിജുരാധാകൃഷ്ണനുമായി മുഖ്യമന്ത്രി നടത്തിയ ഒരു മണിക്കൂർ കൂടിക്കാഴ്ച അത് എന്തിനുവേണ്ടിയാണ്? സരിതനായരുമായി മുഖ്യമന്ത്രി രണ്ട് പ്രാവശ്യം ഡൽഹിയിൽവച്ച് നടത്തിയ കൂടിയാലോചന എന്തിനുവേണ്ടിയായിരുന്നു?........ (ബഹളം) .... എന്നെ പ്രകോപിപ്പിക്കാൻ വേണ്ടിയാണ് ബഹളം വയ്ക്കുന്നത്. ഞാൻ ഈ പ്രകോപനത്തിൽ ഇപ്പോൾ ഏതായാലും വീഴാൻ പോകുന്നില്ല.......... (ബഹളം)............... ഇത്തരത്തിൽ ഇവരെയൊന്നുംതന്നെ ഈ കേസിൽ ഉൾപ്പെടുത്താതെ ഇതുമായി ബന്ധപ്പെട്ട ആളുകളെ സംരക്ഷിച്ചുനിർത്തിക്കൊണ്ട് ഈ കേസന്വേഷണം

എങ്ങനെ മുന്നോട്ടുപോകാൻ സാധിക്കും? എനിക്ക് ഗുരുതരമായ ഒരു പ്രശ്നം ഉന്നയിക്കാനുള്ളത് ഈ കേസിന്റെ അന്വേഷണത്തിൽ അട്ടിമറി ആരംഭിച്ചു എന്നതാണ്. പോലീസ് സ്റ്റേഷനിൽ കൊടുത്ത ഒരു പരാതി അന്വേഷിക്കാൻ ആഭ്യന്തരവകുപ്പ് തയ്യാറായില്ല. ബഹുമാനപ്പെട്ട ആഭ്യന്തരവകുപ്പുമന്ത്രി എല്ലാം അന്വേഷിക്കുന്നുണ്ടെന്നാണ് പറഞ്ഞത്. സെപ്തംബർ മാസത്തിലാണ് ഇതുസംബന്ധിച്ച ആദ്യത്തെ പരാതി തലശ്ശേരി പോലീസ് സ്റ്റേഷനിലേക്ക് വരുന്നത്. തലശ്ശേരി പോലീസ് ഇതു സംബന്ധിച്ച് നടപടിയെടുക്കാതെ വന്നപ്പോൾ കോടതിയിൽ പരാതി കൊടുത്തു. കോടതി നിർദ്ദേശപ്രകാരമാണ് തലശ്ശേരി പോലീസ് കേസെടുത്തത്. കണ്ണൂരിൽ നിരവധി പരാതികൾ വന്നു. കണ്ണൂർ പോലീസ് കേസ് എടുത്തില്ല. അവിടത്തെ ഡി വൈ എസ് പി ഈ പരാതിക്കാരുടെ മുമ്പിൽ വച്ച് സരിത എസ് നായരെ വിളിച്ച് മധ്യസ്ഥം പറയാൻ ആവശ്യപ്പെട്ടു. ആ ഡി വൈ എസ് പി ക്ക് ഈ കേസ് മധ്യസ്ഥം പറയണമെന്ന് ആരാണ് നിർദ്ദേശം കൊടുത്തത്? ആ ഡി വൈ എസ് പി യും ആഭ്യന്തരവകുപ്പ് മന്ത്രിയുടെ ഓഫീസും തമ്മിൽ ബന്ധപ്പെട്ടതായുള്ള രേഖ പുറത്തുവന്നിരിക്കുന്നു. ആഭ്യന്തരവകുപ്പുമന്ത്രിയുടെ ഓഫീസിൽനിന്ന് നിർദ്ദേശം കൊടുത്തിട്ടാണോ ആ ഡി വൈ എസ് പി ഈ കേസുകൾ ഒത്തുതീർപ്പാക്കാൻ ഇടപെട്ടത് എന്ന് ഈ സഭയ്ക്കറിയണം. തലശ്ശേരി പോലീസ് കേസ് ചാർജ്ജ് ചെയ്ത് അന്വേഷണവുമായി ബന്ധപ്പെട്ട്...............

മി. സ്പീക്കർ: പ്ലീസ് കൺക്ലൂഡ്........... എല്ലാത്തിനുമൊരു നിയമമില്ലേ?

ശ്രീ. കോടിയേരി ബാലകൃഷ്ണൻ: സർ, തീർച്ചയായും. ഞാൻ പറഞ്ഞ് അവസാനിപ്പിക്കാം. ഇതുമായി ബന്ധപ്പെടാത്ത ഒന്നും ഞാൻ പറയാൻ പോകുന്നില്ല. അവർ പ്രകോപിപ്പിച്ചാലും ഞാനൊന്നും പറയില്ല.

മി. സ്പീക്കർ: അതു ശരി.......... പക്ഷേ 18 മിനിട്ട് ആകുന്നു.

ശ്രീ. കോടിയേരി ബാലകൃഷ്ണൻ: സർ, മേയ് മാസം 23-ാം തീയതിയാണ് തലശ്ശേരിയിൽനിന്ന് അന്വേഷണസംഘം സരിത എസ് നായരെ പിടിക്കാൻ പുറപ്പെടുന്നത്. പക്ഷേ മേയ് മാസം 23-ാം തീയതി തലശ്ശേരിയിൽനിന്ന് പുറപ്പെട്ട പോലീസ് സംഘത്തിന് എന്തുസംഭവിച്ചു; സരിത എസ് നായരെ പിടിക്കാൻ അവരെ അനുവദിച്ചില്ല. ആ പോലീസ് സംഘം പുറപ്പെട്ടപ്പോഴാണ് സരിത എസ് നായർ ആഭ്യന്തരവകുപ്പുമന്ത്രിയെ വിളിച്ചതെന്നതാണ് പ്രശ്നം. ഇവിടെ ആരെയും അങ്ങോട്ടുമിങ്ങോട്ടുമൊക്കെ ആരുവിളിച്ചാലും അതെല്ലാം കേസുമായി ബന്ധമുണ്ടോ എന്നേ നോക്കേണ്ടതുള്ളൂ. ആ സമയത്താണ് സരിത എസ് നായർ വിളിച്ചത്. അതുകഴിഞ്ഞ് കുറച്ചുകഴിഞ്ഞപ്പോഴാണ് സരിത എസ് നായരെ ആഭ്യന്തരമന്ത്രി തിരിച്ചുവിളിച്ചത്. ആ സമയത്താണ് എന്നതാണ് പ്രശ്നം.

ആഭ്യന്തരമന്ത്രി തിരിച്ചുവിളിച്ചപ്പോൾ എന്താണ് സരിത എസ് നായരോട് പറഞ്ഞത്? ആ തിരിച്ചുവിളിയോടുകൂടി തലശ്ശേരിയിലെ പോലീസ് സംഘം തിരിച്ചുപോകുന്നു. ഈ തിരിച്ചുവിളിയോടുകൂടി ആഭ്യന്തരവകുപ്പുമന്ത്രിയുടെ പ്രൈവറ്റ് സെക്രട്ടറി കണ്ണൂർ ഡി വൈ എസ് പിയെ വിളിച്ച് നിർദ്ദേശം കൊടുക്കുന്നു. തലശ്ശേരി പോലീസ് സംഘം തിരിച്ചുപോകുന്നു. ഈ പോലീസ് സംഘത്തെ പിന്തിരിപ്പിക്കാൻ വേണ്ടിയായിരുന്നില്ലേ ഈ ഫോൺ വിളി? അതാണ് ഈ ഫോൺ വിളിയുമായിട്ടുള്ള ബന്ധം. ഇത് കേസിന്റെ ഇടപെടലിന്റെ ഭാഗമായിട്ടല്ലേ ആ അന്വേഷണ സംഘത്തിന് തിരിച്ചുപോകേണ്ടിവന്നത്. ആ അന്വേഷണസംഘത്തിൽപെട്ട എസ് ഐയെ സ്ഥലം മാറ്റിയിട്ടുണ്ട്. ആ പോലീസ് സംഘത്തിൽപ്പെട്ട രണ്ടുപേരെ കണ്ണൂർ റേഞ്ചിൽനിന്ന് തൃശ്ശൂർ റേഞ്ചിലേക്ക് സ്ഥലംമാറ്റി നിങ്ങളെന്തിനാണ് സരിത എസ് നായരെ പിടിക്കാൻ പോയത് എന്നു ചോദിക്കുകയുണ്ടായി. അവരെ എന്തിനാണ് സ്ഥലം മാറ്റിയത്? അതിനെത്തുടർന്നാണ് മുഖ്യമന്ത്രിയുടെ ഓഫീസുമായി ബന്ധപ്പെട്ട് ഫോൺവിളികൾ പുറത്തുവന്നത്. ആ ഫോൺവിളികൾ പുറത്തുവന്നുവെന്നതിന്റെ പേരിൽ പോലീസ് സംഘത്തെ ഹരാസ്സ് ചെയ്തവരോട് ചോദിക്കട്ടെ; ഇപ്പോൾ നിരവധിപേരുടെ ഫോൺവിളികൾ സംബന്ധിച്ച ലിസ്റ്റ് എങ്ങനെയാണ് പുറത്തുവന്നത്? ഈ ലിസ്റ്റ് ആരാണ് പുറത്തുവിട്ടത്? ഞാൻ നോക്കുമ്പോൾ മറ്റ് കോളുകൾ പുറത്തുവന്നതുപോലെയല്ല. ഇതെല്ലാം എഡിറ്റ് ചെയ്തിട്ടാണ് കൊടുത്തിരിക്കുന്നത്. ഇത്ര മണിക്ക് ഇന്നയാൾ ഫോൺ ചെയ്തുവെന്ന് എഡിറ്റ് ചെയ്ത് കൊടുത്തിരിക്കുകയാണ്.

ആഭ്യന്തരവകുപ്പുമന്ത്രിയുടെ ഈ ഫോൺവിളി ബഹുമാനപ്പെട്ട മുഖ്യമന്ത്രിയുടെ ഓഫീസിൽനിന്ന് പുറത്തുവിട്ടപ്പോൾ ആഭ്യന്തരവകുപ്പുമന്ത്രിയുടെ കയ്യിലുള്ള ടെലിഫോൺ മുഴുവൻ ആഭ്യന്തരവകുപ്പുമന്ത്രി പുറത്തുവിട്ടതല്ലേ? എഡിറ്റുചെയ്ത് പുറത്തുവിട്ടില്ലേ? അങ്ങനെ പുറത്തുവിട്ടപ്പോഴല്ലേ കെ പി സി സി പ്രസിഡന്റിനെ വിളിച്ചുവെന്ന് പുറത്തുവിട്ടത്. ഇതിന്റെ അടിസ്ഥാനത്തിൽ ആഭ്യന്തരവകുപ്പുമന്ത്രിയുടെ കയ്യിലുള്ള ഈ ലിസ്റ്റ് എങ്ങനെ പുറത്തുപോയി? ബഹുമാനപ്പെട്ട അടൂർപ്രകാശിന്റേയും ശ്രീ. ഷിബു ബേബിജോണിന്റേയും ശ്രീ. അനിൽകുമാറിന്റേയും പേര് പുറത്തുവിട്ടത് ആഭ്യന്തരവകുപ്പല്ലേ? ആഭ്യന്തരവകുപ്പുതന്നെ സ്വന്തം മന്ത്രിമാർക്കെതിരെയുള്ള ഫോൺകോളുകൾ പുറത്തുവിടുന്നു. മുഖ്യമന്ത്രിയുടെ ഓഫീസ് ആഭ്യന്തരവകുപ്പുമന്ത്രിക്കെതിരായിട്ടുള്ള ഫോൺകോളുകൾ പുറത്തുവിടുന്നു. ഇങ്ങനെയൊരു അരാജകത്വം ഭരണത്തിൽ ഉണ്ടായിട്ടുണ്ടോ? ഞാൻ ഒരു പ്രസക്തമായ കാര്യം പറയാം. പോലീസ് കസ്റ്റഡിയിലെടുക്കുന്ന............

മി. സ്പീക്കർ: ശ്രീ. കോടിയേരി ബാലകൃഷ്ണൻ, ഒരു അടിയ

ന്തരപ്രമേയം അവതരിപ്പിക്കുന്നതിന് ഒരു പരിധിയില്ലേ?

ശ്രീ. കോടിയേരി ബാലകൃഷ്ണൻ: സർ, നിയമപ്രശ്നങ്ങൾ ഈ സഭയിലല്ലാതെ പിന്നെ എവിടെ പറയണം?

മി. സ്പീക്കർ: നിയമപ്രശ്നം അടിയന്തരപ്രമേയത്തിലല്ല പറയേണ്ടത്. അതിന് വേറെ സമയം കണ്ടെത്തണം.

ശ്രീ. കോടിയേരി ബാലകൃഷ്ണൻ: സഭ നിറുത്തിവച്ച് ചർച്ച ചെയ്യുമെന്നുണ്ടെങ്കിൽ ഞാൻ നിറുത്താം. അപ്പോൾ ഇതൊക്കെ പറയാൻ അവസരം കിട്ടുമല്ലോ.

മി. സ്പീക്കർ: അങ്ങനെ ചെയറിനെ സമ്മർദ്ദത്തിൽപ്പെടുത്തരുത്. പ്ലീസ്.... അങ്ങ് കൺക്ലൂഡ് ചെയ്യണം.

ശ്രീ. കോടിയേരി ബാലകൃഷ്ണൻ: സർ, Kerala Police Act se 31-ാമത്തെ വകുപ്പ് - Police to keep information confidential - (1) All information collected by the police in respect of the activities of any individual or institution, in the course of discharge of their duties shall be kept confidential except for the purpose of using such information for any official needs. Official needs നുവേണ്ടിയിട്ടാണോ ഈ ടെലിഫോൺ രേഖകളെല്ലാം പുറത്തുവിട്ടത്. മറ്റുള്ളവരെ ബ്ലാക്ക്മെയിൽ ചെയ്യാൻവേണ്ടിയിട്ടല്ലേ ഈ ടെലിഫോൺ കോളുകൾ പുറത്തുവിട്ടത്. സരിത എസ് നായരെന്നു പറയുന്ന ആൾ പലയാളുകളേയും വലവീശിപ്പിടിക്കാൻ ശ്രമിച്ചിട്ടുണ്ടെന്ന് ഇതോടെ മനസ്സിലായി. ഇവരുടെ ഫോണിൽനിന്ന് എനിക്കും ഒരു മെസേജ് അയച്ചുവെന്നകാര്യം പുറത്തുപറയാനല്ലേ അവരയച്ച മെസേജുകളെല്ലാം പുറത്തുവിട്ടത്. പ്രതിപക്ഷത്തുള്ള ഒരു എം എൽ എ ക്കും ഒരു മെസേജുവന്നുവെന്ന് സ്ഥാപിക്കാനല്ലെ നിങ്ങൾ ആ മെസേജ് പുറത്തുവിട്ടത്. ഞാൻ നോക്കുമ്പോൾ എന്റെ ഫോണിൽ ഒരു ഗ്രീറ്റിംഗ്സ് മെസേജ് വന്നിരിക്കുന്നു. അറിയാത്ത ഒരാൾ ഗ്രീറ്റിംഗ്സ് അയച്ചാൽ ഞാൻ ആർക്കും മറുപടി അയയ്ക്കാറില്ല. അതുകൊണ്ട് ഞാൻ രക്ഷപ്പെട്ടു. ശ്രീ. അടൂർപ്രകാശിന്റെ മെസേജസ് നിങ്ങൾ പുറത്തുവിടാൻ തയ്യാറുണ്ടോ? ഓരോരുത്തരും അങ്ങോട്ടുമിങ്ങോട്ടുമയച്ച മെസേജുകൾ പുറത്തുവിടാൻ തയ്യാറുണ്ടോ? .... (തടസ്സം) .... ഞാൻ പറയട്ടെ, നിങ്ങൾ കുഴപ്പക്കാരനല്ല, തേക്കടിയിൽപോയ രണ്ടു മന്ത്രിമാരുടെ കൂട്ടത്തിൽ നിങ്ങളില്ല. അതുകൊണ്ട് നിങ്ങളുടെ കാര്യം ഞാൻ പറയുന്നില്ല.

ഇത്തരത്തിലുള്ള കാര്യങ്ങളെന്തിനാണ് പുറത്തുവിട്ടത്? എനിക്ക് പറയാനുള്ള രണ്ട് പോയിന്റ്, നിയമവിരുദ്ധമായ ഒരു പ്രവർത്തനമാണ് ഇവിടെ ചെയ്തത്. പോലീസിന്റെ കയ്യിലുള്ള ടെലിഫോൺ കോളുകൾ പുറത്തുവിട്ടത് നിയമവിരുദ്ധമാണ്. ബഹുമാനപ്പെട്ട ആഭ്യന്തരവകുപ്പു മന്ത്രി സത്യപ്രതിജ്ഞാലംഘനം നടത്തിയിരിക്കുകയാണ്. ഭരണഘടന

അനുസരിച്ച് രഹസ്യങ്ങളൊന്നും പുറത്തുവിടില്ല എന്ന് സത്യം ചെയ്തിട്ട് ഈ ഫോൺകോളുകൾ പുറത്തുവിട്ടത് എന്തിന്റെ അടിസ്ഥാനത്തിലാണ്? അതുകൊണ്ട് ഞങ്ങൾ പറയുന്നത് ഇതുസംബന്ധിച്ച് ഒരു ജുഡീഷ്യൽ അന്വേഷണം നടത്തണം എന്നാണ്.

മി. സ്പീക്കർ: അങ്ങ് ഇത് വളരെ നേരത്തെ പറഞ്ഞു. അഞ്ചുപ്രാവശ്യം പറഞ്ഞു.

ശ്രീ. കോടിയേരി ബാലകൃഷ്ണൻ: സർ, ഒന്നുകൂടി പറഞ്ഞാലെങ്കിലും അങ്ങനെ ചെയ്യട്ടെ. ബഹുമാനപ്പെട്ട മുഖ്യമന്ത്രി ഇനിയും അധികാരസ്ഥാനത്ത് തുടരാൻ പാടില്ല. 164 പ്രകാരമുള്ള സ്റ്റേറ്റ്മെന്റ് വന്നതിന്റെ അടിസ്ഥാനത്തിൽ അദ്ദേഹം ഒരു നിമിഷംപോലും വൈകാതെ രാജിവച്ച് പുറത്തുപോകണം.

മി. സ്പീക്കർ: പ്ലീസ് കൺക്ലൂഡ്.....

ശ്രീ. കോടിയേരി ബാലകൃഷ്ണൻ: സർ, ശാലുമേനോനെ സ്വന്തം കാറിൽ തിരുവനന്തപുരം വരെ കൊണ്ടുപോയി. സൺലൈറ്റ് ഘടിപ്പിച്ച കാർ ഉപയോഗിക്കാൻ പാടില്ലെന്ന് സുപ്രീംകോടതി നിർദ്ദേശിച്ചിട്ടുണ്ട്. അതിനുവിരുദ്ധമായി പ്രവർത്തിക്കാൻ പോലീസിന് ആരാണ് അധികാരം കൊടുത്തത്?

മി. സ്പീക്കർ: ശ്രീ. കോടിയേരി ബാലകൃഷ്ണൻ, അങ്ങ് സംസാരിക്കാൻ തുടങ്ങിയിട്ട് 25 മിനിട്ടായി.

ശ്രീ. കോടിയേരി ബാലകൃഷ്ണൻ: ആയിക്കോട്ടെ. ഇവിടെ സമയത്തിന്റെയല്ല പ്രശ്നം. എനിക്ക് പറയാനുള്ളത് ഞാൻ പറയട്ടെ.

മി. സ്പീക്കർ: സമയത്തിന്റെ പ്രശ്നമാണ്. നിയമസഭാ നടപടിക്രമങ്ങളിൽ സമയം പ്രശ്നമാണ്. അങ്ങ് ഒരു വാചകം പറഞ്ഞ് അവസാനിപ്പിക്കൂ.

ശ്രീ. കോടിയേരി ബാലകൃഷ്ണൻ: നിയമവിരുദ്ധമായ പ്രവർത്തനത്തിന് ഞങ്ങൾക്ക് കൂട്ടുനില്ക്കാൻ സാധിക്കില്ല. ഇവിടെ പ്രതിപക്ഷത്തിനെതിരായി ആരോപണം ഉന്നയിച്ചിരിക്കുകയാണ്. ഞങ്ങൾക്കാർക്കെങ്കിലും ഇതുമായി ബന്ധമുണ്ടെങ്കിൽ അത് പുറത്തുവരട്ടെ. ഞങ്ങളുടെ ഗവൺമെന്റിന്റെ കാലത്ത് ഇതുമായി ബന്ധപ്പെട്ട കേസന്വേഷണത്തിൽ ആരെങ്കിലും വീഴ്ച വരുത്തിയിട്ടുണ്ടെങ്കിൽ അതും നടപടിക്ക് വിധേയമാക്കണം. അന്നത്തെ ഗവൺമെന്റ് എന്തെങ്കിലും സഹായം ചെയ്തുകൊടുത്തിട്ടുണ്ടെങ്കിൽ അതും അന്വേഷണവിധേയമാക്കണം. ഇപ്പോൾ ഇവിടെ പറഞ്ഞല്ലോ, ഞങ്ങളുടെ കാലത്ത് ഒരു പരസ്യം വന്നുവെന്ന്. ആ പരസ്യവും അന്വേഷിക്കട്ടെ. എല്ലാം ജുഡിഷ്യൽ അന്വേഷണത്തിന്റെ പരിധിയിൽ വരട്ടെ. അങ്ങനെ ഇതിൽപ്പെട്ട ഒരാളേയും രക്ഷപ്പെടാൻ അനുവദിക്കരുത്. പ്രതിപക്ഷത്തിന് നിങ്ങളുടെ യാതൊരു സൗജന്യവും വേണ്ട. ഞങ്ങളാരെങ്കിലും കുറ്റം ചെയ്തിട്ടുണ്ടെങ്കിൽ ഞങ്ങളെ നിങ്ങൾ ജയി

ലിലടയ്ക്കൂ. പോലീസിനെ ഉപയോഗിച്ച് ഇവിടെ മുഴുവൻ ആളുകളേയും അടിച്ചമർത്തി കേരളം ഭരിക്കാമെന്നാണോ നിങ്ങൾ ഉദ്ദേശിക്കുന്നത്? ഇന്നലെ മുഖ്യമന്ത്രിയുടെ കാറിന്റെ നേരെ കരിങ്കൊടി കാണിച്ചവരുടെ നേരെ നിങ്ങൾ വണ്ടികയറ്റിയില്ലേ; ഇതാണോ നിങ്ങളുടെ ജനാധിപത്യം. നാടുമുഴുവൻ ലാത്തിച്ചാർജ്ജ് നടത്തിയും, ടിയർഗ്യാസ് പൊട്ടിച്ചും കേരളം ഭരിക്കാം, അഴിമതിക്കാർക്ക് കൂട്ടുനിൽക്കാം എന്നാണോ നിങ്ങൾ ഉദ്ദേശിക്കുന്നത്? അപ്പുറത്തിരിക്കുന്ന പല ആളുകളും ഞങ്ങളെ വിളിച്ചുവെന്ന് ആദ്യമേ പറഞ്ഞില്ലേ, അതുപോലെ തുറന്നുപറയാൻ മറ്റുള്ളവരെന്തുകൊണ്ട് തയ്യാറായില്ല? അതുകൊണ്ട് ഞങ്ങൾ പറയുന്നത്, ഞങ്ങൾ എന്തെങ്കിലും കുറ്റം ചെയ്തിട്ടുണ്ടെങ്കിൽ അത് നിങ്ങൾ കണ്ടുപിടിക്കൂ എന്നാണ്.

മി. സ്പീക്കർ: അങ്ങിത് ഇപ്പോൾത്തന്നെ പത്തുപ്രാവശ്യം പറഞ്ഞു. പ്ലീസ് കൺക്ലൂഡ്.

ശ്രീ. കോടിയേരി ബാലകൃഷ്ണൻ: സർ, അപ്പുറത്തിരുന്ന് ശ്രീ. ഡൊമിനിക്ക് പ്രസന്റേഷൻ ഇടയ്ക്കിടെ ഇടപെടുന്നത് കണ്ടു. അദ്ദേഹത്തിന് ഇതുമായിട്ടുള്ള ബന്ധമെനിക്കറിയാം. ഇപ്പോൾ ഞാനത് പറയുന്നില്ല. ഇങ്ങനെയുള്ള ഓരോരുത്തരുടേയും ബന്ധം ഇവിടെ പുറത്തുവരുന്നുണ്ട്. ഇപ്പോൾ നിങ്ങളുടെ കയ്യിലല്ലേ അധികാരമുള്ളത്; നിങ്ങളുടെ കയ്യിലല്ലേ ഭരണമുള്ളത്; നിങ്ങളുടെ കയ്യിലല്ലേ സി ബി ഐ; നിങ്ങളുടെ കയ്യിലല്ലേ കേന്ദ്രഭരണം. അതുകൊണ്ട് ഇപ്പുറത്തിരിക്കുന്ന ഞങ്ങളിൽ ആരെങ്കിലും കുറ്റക്കാരാണെങ്കിൽ, ഈ തട്ടിപ്പുസംഘത്തിന് എന്തെങ്കിലും സഹായം ചെയ്തുകൊടുത്തിട്ടുണ്ടെങ്കിൽ അതെല്ലാം അന്വേഷിക്കണം. ഒരു ജുഡിഷ്യൽ അന്വേഷണത്തിന് വിധേയമാകാൻ ബഹുമാനപ്പെട്ട മുഖ്യമന്ത്രി തയ്യാറാണോ? ഇന്നുതന്നെ മുഖ്യമന്ത്രി രാജിവച്ച് ഇറങ്ങിപ്പോകണം, ജുഡിഷ്യൽ അന്വേഷണത്തെ നേരിടണം. അന്വേഷണം നടത്തിയാൽ എല്ലാം പുറത്തുവരുമെന്നുള്ളതുകൊണ്ടല്ലേ ജുഡിഷ്യൽ അന്വേഷണത്തിന് നിങ്ങൾ തയ്യാറാകാത്തത്? 'അപ്പുറത്തുള്ളവരും ആരോപണത്തിന് വിധേയരായി' എന്ന് ഞങ്ങൾക്കെതിരായിട്ടും ആരോപണം ഉന്നയിച്ചിരിക്കുന്നു. സഭ നിറുത്തിവച്ച് ചർച്ച ചെയ്താൽ ഈ കാര്യങ്ങളൊക്കെ പറയാൻ ഞങ്ങൾക്കും അപ്പുറത്തുള്ളവർക്കും അവസരം കിട്ടും. അതുകൊണ്ട് അതീവ ഗുരുതരമായ ഈ വിഷയം സഭാനടപടികൾ നിറുത്തിവച്ച് ചർച്ച ചെയ്യണമെന്ന് ആവശ്യപ്പെടുകയാണ്.

www.ingramcontent.com/pod-product-compliance
Lightning Source LLC
LaVergne TN
LVHW100258051026
849517LV00006B/2134